தமிழில் தலித்தியம்

சுப்பிரமணி இரமேஷ் (பி.1980)

இயற்பெயர் சு.இரமேஷ். நவீன இலக்கியங்கள் குறித்த விமர்சனக் கட்டுரைகளை எழுதி வருகிறார். சென்னை, இந்துக் கல்லூரியில் உதவிப் பேராசிரியராகப் பணியாற்றி வருகிறார். 'எதிர்க்கதையாடல் நிகழ்த்தும் பிரதிகள்', 'தொடக்க காலத் தமிழ் நாவல்கள்', 'தமிழ் நாவல்: வாசிப்பும் உரையாடலும்', 'படைப்பிலக்கியம்' ஆகிய கட்டுரை நூல்களும் 'ஆண் காக்கை' என்ற கவிதைத் தொகுப்பும் வெளிவந்துள்ளன. 'தமிழ்ச் சிறுகதை: வரலாறும் விமர்சனமும்', 'காலவெளிக் கதைஞர்கள்', 'பெருமாள்முருகன் இலக்கியத்தடம்', 'பத்மவியூகம்' ஆகிய தொகைநூல்களும் இவரது பங்களிப்புகளில் அடங்கும்.

தமிழில் தலித்தியம்

வரலாறு • இலக்கியம் • அரசியல் • ஆளுமைகள்

சுப்பிரமணி இரமேஷ்

கிழக்கு

தமிழில் தலித்தியம்
Thamizhil Dalithiyam

Subramani Ramesh ©

First Edition: December 2023
224 Pages
Printed in India.

ISBN: 978-81-967919-3-3
Kizhakku - 1349

Kizhakku Pathippagam
177/103, First Floor, Ambal's Building, Lloyds Road,
Royapettah, Chennai - 600 014. Ph: +91-44-4200-9603
Email : support@nhm.in   Website : www.nhm.in

█ kizhakkupathippagam   ▨ kizhakku_nhm

Author's Email: ramesh5480@gmail.com

Kizhakku Pathippagam is an imprint of New Horizon Media Private Limited

The views and opinions expressed in this book are the author's own and the facts are as reported by the author, and the publishers are not in any way liable for the same.

All rights reserved. No part of this publication may be reproduced, stored in a retrieval system, or transmitted, in any form or by any means, electronic, mechanical, photocopying, recording or otherwise, without the prior permission of the publishers.

திராவிட இயக்க ஆய்வாளரும்
ஊடகவியலாளருமான ப.திருமாவேலனின் பேரன்பிற்கு...

உள்ளே

	முன்னுரை	...	09
1.	தலித்தியம்: சுருக்கமான வரலாறு	...	15
2.	தலித்திய இயக்கங்கள்	...	35
3.	'தலித்' இலக்கியத்தின் தன்மைகள்	...	51
4.	மராட்டிய தலித் இலக்கியம்	...	58
5.	கன்னட தலித் இலக்கியம்	...	66
6.	குஜராத்திய தலித் இலக்கியம்	...	71
7.	தமிழ்ச் சூழலில் தலித் இலக்கிய உருவாக்கம்	...	76
8.	தலித் தன்வரலாற்று நூல்கள்	...	88
9.	தலித் இலக்கிய வரையறை	...	102
10.	தலித்திய அரசியல் புரிதல்கள்	...	107
11.	தலித் பெண்ணியம்	...	115
12.	தலித்திய சிந்தனையாளர்கள்	...	123
13.	தமிழில் தலித் கவிதைகள்	...	132
14.	தலித் கவிதைகளின் தன்மைகள்	...	157
15.	தலித்திய தமிழ்ப் புனைகதைகள்	...	160
16.	தலித்திய தமிழ் அல்புனைவுகள்	...	175
17.	தலித்திய தமிழ் அரங்கம்	...	181
	பின்னிணைப்புகள்		
	1. பதவி - அர்ஜுன் டாங்ளே	...	187
	2. பீடிக்கப்பட்டவர்கள் - தேவனூரு மகாதேவ	...	195
	3. மாற்றம் - தல்பத் சௌஹான்	...	203
	4. பள்ளத்தெரு - விழி பா. இதயவேந்தன்	...	210
	பயன்பட்ட நூல்கள்	...	220

முன்னுரை

இப்போதைக்கு இவ்வளவுதான் முடிந்தது

இருபதாண்டுகளுக்கு முன்பு சென்னைப் பல்கலைக் கழகத்தில் படித்துக் கொண்டிருந்தபோதுதான் 'தலித் இலக்கியம்' என்ற புதிய இலக்கிய வகைமை எனக்கு அறிமுகமானது. எண்பதுகளிலேயே இச்சொல் தமிழுக்கு அறிமுகமாகியிருந்தாலும், தொண்ணூறுகளுக்குப் பிறகுதான் தலித்தியம், தலித் இலக்கியம் குறித்த காத்திரமான உரையாடல்கள் நடைபெற்றிருக்கின்றன. கோ.கேசவன் எழுதிய 'தலித் அரசியல்' என்ற நூல்தான் தொடக்கத்தில் இவ்விலக்கியத்தைக் குறித்துப் புரிந்துகொள்ள எனக்கு உதவியது. பேராசிரியர் வீ. அரசு முன்னெடுத்த உரையரங்குகள், கருத்தரங்குகள், அறக்கட்டளைச் சொற்பொழிவுகளின் வழியாகத் தலித்தியச் சிந்தனையாளர்களையும் எழுத்தாளர்களையும் நேரில் பார்க்கும் வாய்ப்பு உருவானது. மரபான தமிழ் இலக்கியத்தின் போதாமைகளைத் தலித் இலக்கியம் சுட்டிக் காட்டியது. ஒடுக்கப்பட்ட மக்களுக்கான குரலை வெளிப்படுத்திய தலித் இலக்கியத்தின் மொழி எனக்கு மிக அணுக்கமானதாக இருந்தது.

தலித் இலக்கியங்களைத் தொடர்ந்து வாசித்ததன் மூலமாக அதன்மீது பெரிய ஈர்ப்பு உருவானது. தலித் இலக்கியத்தின் பொருண்மைகள் உண்மைக்கு மிக நெருக்கமாக இருந்தன. இதனால் எனது ஆய்வியல் நிறைஞர் பட்டத்திற்காகத் 'தமிழ்க் கவிதை வரலாறு: தலித் கவிதை' என்ற தலைப்பில் ஆய்வு செய்தேன். அப்போது மிகக் குறைவாகவே தலித் கவிதைகள்

நூலாக்கம் பெற்றிருந்தன. அந்நிலை தற்போது இல்லை. கடந்த இருபது வருடங்களில் தலித் இலக்கியம் பெரிய அளவில் வளர்ச்சி அடைந்துள்ளது. மராட்டி, கன்னடம் வழியாகத் தலித் இலக்கியம் தமிழுக்கு அறிமுகமாகியிருந்தாலும் குறிப்பிட்டுச் சொல்லும் அளவுக்குத் தமிழில் காத்திரமான தலித் படைப்புகள் உருவாகியுள்ளன. தலித் படைப்புகள் விமர்சனங்களைப் பொருட்படுத்துவதில்லை; இதனால் இரண்டாயிரத்திற்குப் பிறகு தலித் இலக்கியத்தில் ஒரு தேக்கநிலை உருவாகியுள்ளது என்ற விமர்சனம் உண்டு. தலித் இலக்கியத்தின்மீது முன்வைக்கப்படும் விமர்சனங்கள், சாதியத்தின்மீதான விமர்சனமாகப் புரிந்து கொள்ளப்படுவதுதான் இதற்குக் காரணமாகச் சொல்லப்படுகிறது.

ஆதிக்கச் சாதியினரால் ஒடுக்கப்படும் அனைவருமே தலித்துகள்தாம் என்ற புரிதலுடனேயே 'தலித்' என்ற சொல் உருவாக்கப்பட்டது. இன்று சாதி சார்ந்த ஒரு சொல்லாகவே இச்சொல் புரிந்துகொள்ளப்படுகிறது. சாதிக்கும் அதிகாரத்திற்கும் எதிரானது தலித் இலக்கியம். ஆனால், குறிப்பிட்ட சாதியினர் எழுதுவதுதான் 'தலித் இலக்கியம்' என்ற புரிதல் இவ்விலக்கிய வகைமை உருவாக்கப்பட்டதன் நோக்கத்தையே சிதைப்பதாக உள்ளது. இதனால்தான் சில படைப்பாளர்கள் தங்களைத் 'தலித் எழுத்தாளர்' என்று சுட்டுவதை விரும்புவதில்லை.

தலித் இலக்கியம் விளிம்புநிலை மக்களுக்கான இலக்கியம்; ஒடுக்கப்பட்டவர்களின் இருப்பை முதன்மைப்படுத்தும் இலக்கியம்; அதிகாரத்தின் வடிவங்களை நேரடியாகக் கேள்வி கேட்கும் இலக்கியம். இவ்வாறு பல உன்னதமான தன்மைகளை இவ்விலக்கியங்கள் கொண்டிருக்கின்றன. சமூகத்தில் சாதியே அதிகார மையமாகச் செயல்படுகிறது. ஒருவர் உயர்ந்த சாதியில் பிறந்துவிட்டவர் என்ற காரணத்தாலேயே அவர் அதிகாரம் மிக்கவராகத் தன்னைக் கருதிக்கொள்ளும் தன்மை தற்போதும் நிலவுகிறது. இதனைத் தலித் இலக்கியங்கள் சுட்டிக்காட்டும்போது கோபமும் சத்தமும் அதன் இயல்புகளாக வெளிப்படுகின்றன. புறப்பார்வையில் இது பிரச்சாரமாகப் புரிந்துகொள்ளப்படுகிறது.

தமிழ் இணையக் கல்விக் கழகம் நடத்தும் முதுகலைப் படிப்பிற்காகத் 'தலித்தியம்' என்ற பாடத்திட்டத்தை எழுதும் வாய்ப்பினைப் பேரா. வீ. அரசு எனக்கு உருவாக்கிக் கொடுத்தார். தலித்தியத்தின் தோற்ற வரலாற்றினை விரிவாகப் புரிந்து கொள்வதற்கான ஒரு வாய்ப்பாக இப்பணியைக் கருதினேன். தலித்தியம் குறித்து ஏராளமான ஆய்வு நூல்களும் கட்டுரைகளும்

எழுதப்பட்டுள்ளன. இந்திய அளவில் எழுதப்பட்ட முக்கியமான நூல்களும் தமிழில் மொழிபெயர்க்கப்பட்டுள்ளன. மராட்டியத்தில் உருவான தலித் இலக்கியம், அண்ணல் அம்பேத்கரின் நூற்றாண்டையொட்டிதான் தமிழ்ச்சூழலில் கவனம் பெற்றது. தொடக்கத்தில் மொழிபெயர்ப்பின் வழியாகவே இது சாத்தியமானது. இன்று தமிழில் தலித்திய ஆய்வுகளைப் பலர் தொடர்ச்சியாகச் செய்து வருகின்றனர். தலித் இதழ்களினூடாகத் தலித்திய வரலாற்றைக் கட்டமைக்கும் முயற்சிகளையும் ஆய்வாளர்கள் செய்து வருகின்றனர். தலித் சிந்தனையாளர்கள் குறித்த தரவுகள் இன்று முறையாக ஆவணப்படுத்தப்படுகின்றன. இந்நூல்களே எனக்கு வழிகாட்டி.

'தமிழில் தலித்தியம்' என்னும் இந்நூல், இந்திய அளவில் தலித் இலக்கியம் உருவானதன் பின்னணியை எளிமையாகச் சொல்கிறது. 'தலித்' என்கிற சொல்லை ஏற்றுக்கொள்வதிலேயே இன்றும் ஒவ்வாமைகள் நிலவுகின்றன. இச்சொல் ஒரு சாதியின் அடையாளமாக மட்டுமே பார்க்கிற அவலம் இங்கிருப்பதைச் சிந்தனையாளர்கள் சுட்டிக்காட்டுகின்றனர். அவ்வகையில் தலித் இலக்கிய உருவாக்கத்தில் தலித் சிந்தனையாளர்கள் மற்றும் தலித்திய அமைப்புகளின் பங்களிப்பு மிக முக்கியமானது என்பதை இந்நூல் கவனப்படுத்த முயல்கிறது.

தலித் இலக்கியம் ஒடுக்கப்பட்ட சாதிகளோடு நேரடியாகத் தொடர்புடையது. தலித் இலக்கியம், தமிழில் சாதியத்தின் தோற்றப் பின்புலத்தை ஆராய்வதற்கான சூழலை உருவாக்கிக் கொடுத்தது. தொழில்தான் சாதியைத் தக்கவைத்துக் கொண்டிருக்கிறது; இழிவுக்குக் காரணமாக அமைகிறது என்கிற கருத்தாடல் தலித் இலக்கியத்தின் வழியாகவே பரவலாக்கப் பட்டது. தமிழ் இலக்கியத்தின் நெடும் பரப்பில் சாதி வெவ்வேறு வடிவங்களில் செயல்பட்டுள்ளது என்பதைக் கண்டறிவதற்குத் தலித்தியக் கோட்பாடு உதவியிருக்கிறது. தமிழ் இலக்கியத்தின் தூய்மையை மறுவாசிப்புக்கு உட்படுத்தவும் தலித்தியம் காரணமாக இருந்திருப்பதை இந்நூல் கவனத்தில் எடுத்துக் கொண்டிருக்கிறது.

மராட்டியில் தலித் இலக்கிய உருவாக்கத்திற்கு அண்ணல் அம்பேத்கரின் செயல்பாடுகள் முக்கியக் காரணமாக இருந்தது. 'தலித்தியம்' என்ற சொல் தன்னியல்பாக அவரையே நினைவூட்டுகின்றன. மராட்டியத்தைத் தொடர்ந்து கன்னடத்தில் தலித் இலக்கியம் நாட்டார் பாடல்களின் வழியாகச் செல்வாக்கைச்

செலுத்தியது. கன்னடத்தில் எழுதப்பட்ட தலித் தன்வரலாற்று நூல்கள், தலித் இலக்கியத்தில் பெரும் தாக்கத்தை ஏற்படுத்தின. இந்த வடிவம் மராட்டி, கன்னடம் போன்று தமிழில் காத்திரமாக உருவாகவில்லை; இதற்கான காரணத்தை ஆராய வேண்டும். யார் எழுதுவது தலித் இலக்கியம் என்ற விவாதம் இன்றுவரை தொடர்ந்து கொண்டிருந்தாலும், தலித் இலக்கிய உருவாக்கத்திற்குத் தலித் அல்லாதவர்களின் பங்களிப்பையும் புறந்தள்ளிவிட முடியாது. ஒடுக்கப்பட்டவர்களின் வடிவமான தலித் இலக்கியம், தலித் பெண்களின் பிரச்னைகளை முழுமையாக உள்ளடக்கி விவாதிக்கவில்லை. எனவே, 'தலித் பெண்ணியம்' என்ற புதிய இலக்கிய வகைமை உருவாக வேண்டிய அவசியம் உருவாகிறது.

'தமிழில் தலித்தியம்' என்ற இந்நூல் ஓர் ஆய்வு நூலில்லை. தலித்தியம், தலித் இயக்கங்கள், தலித் இலக்கியம், தலித் பெண்ணியம், தலித் அரங்கம் போன்றவை குறித்த அறிமுக நூல். தமிழில் தலித் இலக்கிய உருவாக்கத்திற்குக் காரணமான ஆளுமைகள் குறித்த வரலாற்றை இந்நூலில் தொகுத்துத்தர முயன்றுள்ளேன். பலரது உழைப்பையும் வழிகாட்டுதலையும் இந்நூலுக்குப் பயன்படுத்திக் கொண்டுள்ளேன். தலித்தியத்தில் விரிவாக எழுதுவதற்கான களங்கள் உருவாகிக்கொண்டே இருக்கின்றன. என்னால் இப்போதைக்கு இவ்வளவுதான் முடிந்தது. அர்ஜுன் டாங்ளே எழுதிய 'தலித் இலக்கியம்: போக்கும் வளர்ச்சியும்', ஆனந்த் டெல்டும்டே எழுதிய 'தலித்துகள்: நேற்று இன்று நாளை' ஆகிய இரண்டு புத்தகங்களும் இந்நூல் உருவாக்கத்திற்குப் பெரிதும் துணை புரிந்தன. இந்திரன் மொழிபெயர்த்துத் தொகுத்த 'பிணத்தை எரித்தே வெளிச்சம்' என்ற நூலும் இந்திய தலித் இலக்கிய வளர்ச்சியை உள்வாங்கிக் கொள்வதற்குப் பெரிதும் உதவியது.

இந்த நூலை எழுதுவதற்குப் பலரிடம் உரையாடியிருக்கிறேன். அவர்களது உதவிகளைப் பெற்றிருக்கிறேன். பேரா. வீ. அரசு, கல்யாணராமன், சீனிவாச ராமாநுஜம், ஸ்டாலின் ராஜாங்கம், சிவ. செந்தில்நாதன், த. ராஜன், செல்வ. புவியரசன், துரை. இலட்சுமிபதி உள்ளிட்டோர் இதில் குறிப்பிடத்தக்கவர்கள். இவர்களது வழிகாட்டுதலும் இவர்கள் பரிந்துரைத்த நூல்களும் இந்நூல் உருவாக்கத்திற்குப் பெரிதும் பயன்பட்டன. கடந்த ஏப்ரல் 29, 30ஆம் தேதிகளில் நீலம் அமைப்பு நடத்திய 'வேர்ச்சொல் தலித் இலக்கியக் கூடுகை' நிகழ்வு தலித் இலக்கியத்தின் தன்மைகளைப் புரிந்துகொள்ளவும் தலித் இலக்கிய ஆளுமைகளைச் சந்திக்கவும்

மிகவும் பயனுள்ளதாக இருந்தது. இந்நிகழ்வில் ஸ்டாலின் ராஜாங்கம், தன் ஆய்வு மாணவர் மு. ராமச்சந்திரனை அறிமுகப்படுத்தி வைத்தார். தம்பி மு. ராமச்சந்திரன் எனக்குத் தேவைப்பட்ட நூல்களை இணையம் வழியாக அனுப்பிக் கொண்டே இருந்தார். எழுத்தாளர் பாவண்ணன், தான் மொழிபெயர்த்த கன்னட தலித் கவிதைகளை இந்நூலுக்காக ஆர்வத்துடன் அனுப்பி வைத்ததுடன், தன் மொழிபெயர்ப்பில் வெளியான தேவனூரு மகாதேவவின் 'பீடிக்கப்பட்டவர்கள்' சிறுகதையை நூலில் பயன்படுத்திக்கொள்ளவும் அனுமதித்தார். இந்திரன், தான் மொழிபெயர்த்த அர்ஜுன் டாங்ளேவின் 'பதவி', தல்பத் சௌஹானின் 'மாற்றம்' ஆகிய இரு சிறுகதைகளையும் நூலில் பயன்படுத்திக்கொள்ள அனுமதித்தார். விழி.பா. இதயவேந்தனின் 'பள்ளத்தெரு' சிறுகதையைப் பயன்படுத்திக் கொள்ள எழுத்தாளர் அன்பாதவன் உதவினார்.

எந்தப் புத்தகத்தைக் கேட்டாலும் உடனடியாக அனுப்பி வைப்பவர் தம்பி சோலைமாயவன். இந்நூலுக்காக எழுத்தாளர்களின் சில நூல்களை அடையாளம் காண்பதிலும் உதவினார். எழுத்தாளர் பொன். குமார் நூற்பட்டியல் தொடர்பான சில பிழைகளைச் சுட்டிக்காட்டித் திருத்தம் கூறினார். தமிழ் இணையக் கல்விக் கழகத்திற்கு எழுதிக்கொடுத்த பாடத் திட்டத்தின் விரிவாக்கமே இந்நூல். அவர்கள் அழுத்தம் கொடுக்க வில்லையெனில் குறுகிய காலத்தில் எழுதியிருக்க முடியாது. பேரா.வீ. அரசு, பேரா.மு. சுதந்திரமுத்து ஆகிய இருவரும் நூல் முழுவதையும் படித்துப் பார்த்துத் திருத்தங்களைச் செய்து கொடுத்தனர். சகோதரி பி.மாலதி, பேரா.ச. முத்துச்செல்வி ஆகிய இருவரும் பிழைத்திருத்தம் செய்து கொடுத்தனர். என் வழிகாட்டிகள் பேரா.அ. மங்கை, பேரா.தா.அ. சிரிஷா, தி. முரளி; நூலை ஆர்வத்துடன் வெளியிடும் கிழக்கு பதிப்பகம்; இதற்குக் காரணமாக இருந்த எழுத்தாளரும் என் நண்பருமான மருதன் என அனைவரும் என் நன்றிக்குரியவர்கள்.

- சுப்பிரமணி இரமேஷ்
19.11.2023
சென்னை - *40*

1. தலித்தியம்: சுருக்கமான வரலாறு

பண்டைய தமிழ்ச் சமூகத்தில் தொழில் சார்ந்துதான் உயர்வு தாழ்வு கற்பிக்கப்பட்டது. பிற்காலத்தில் தொழில் குறித்த முரண்பட்ட விழுமியங்கள் உருவாயின. அந்த அடிப்படையில் இது சாதியாக மாற்றமடைந்தது. ஆதிக்கச் சாதிகள், தாழ்த்தப்பட்ட சாதியினர் மீது அதிகாரம் செலுத்தத் தொடங்கினர். மகாராஷ்டிரத்தில் ஒடுக்கப்பட்ட சாதிகள் இயக்கமாக ஒன்று திரண்டு ஆதிக்கச் சாதியினருக்கு எதிராகப் போராடினர். அயோத்திதாசர் (1845-1914), பி.ஆர். அம்பேத்கர் (1891-1956) போன்ற தலைவர்கள் தாழ்த்தப்பட்ட சாதியினருக்கான போராட்டங்களை முன்னெடுத்தனர். தாழ்த்தப்பட்டோர் மற்றும் ஒடுக்கப்பட்டோரை அடையாளப்படுத்தும் சொல்லாக 'தலித்' என்ற சொல் உருவானது. இந்த அடிப்படையில் தலித் எழுத்தாளர்கள் 'தலித்' என்ற கருத்தியலினூடாக ஒன்றிணைகின்றனர். தங்களது துயரங்களையும் அவமானங்களையும் கோபத்தையும் படைப்பாக எழுதுகின்றனர். இதுதான் 'தலித் இலக்கியம்' என்று அழைக்கப்படுகிறது. 'தலித் இலக்கியம்' என்னும் வகைமை இந்தியா முழுக்கப் பரவியுள்ளது. தலித் படைப்பாளிகள் தங்களுக்கென்று தனி அரசியலையும் அழகியலையும் உருவாக்கிக் கொள்கின்றனர்.

மனித சமூகத்தின் மேன்மைக்கான வடிகால்களாகப் பார்க்கப்பட்ட இலக்கியங்கள், ஒருகட்டத்தில் சமூகத்தின் சமத்துவமின்மையைச் சுட்டிக்காட்டத் தொடங்கின. சமூக இழிவுகளைச் சுட்டிக் காட்டுவதும் விமர்சிப்பதும் இலக்கியச் செயல்பாடுகளின் ஒன்றாகிப் போனது. குறிப்பாக நவீன இலக்கியங்கள் இப்பணியைச் சிறப்பாகச் செய்கின்றன. தமிழ் இலக்கியத்தின் நீண்ட வரலாற்றைக் குறுக்குவெட்டாக ஆராயும்போது, அவை

ஆதிக்கச் சமூகங்களின் சார்பாக எழுதப்பட்டிருப்பதை உணரலாம். ஆட்சியதிகாரத்தில் இருந்தவர்களின் வரலாறுதான் பெருமளவில் இலக்கியங்களில் வெளிப்பட்டிருக்கிறது. சமகாலத்தில் வாழ்ந்த பிற சமூகங்களின் வரலாற்றையும் உதிரிகளின் வரலாற்றையும் இலக்கியப் பனுவல்கள் முன்னிறுத்தவில்லை. சமூகத்தில் அனைத்து வளத்துடனும் மனிதர்கள் அனைவரும் நிறைவாழ்வு வாழ்ந்ததாகப் பெரும்பாலான இலக்கியங்கள் பதிவு செய்தன.

இந்நிலையில், நவீனத்துவ மரபு உலகம் முழுக்க இலக்கியங்களைப் பரவலாக்கியது. மொழிபெயர்ப்பினூடாகப் பிறமொழிகளில் எழுதப்பட்ட இலக்கிய வகைமைகளை வாசிக்கும்போதுதான் தமிழ் இலக்கியத்தின் போதாமைகள் தெரிய வந்தன. சாதியும் மதமும் இலக்கியங்களில் பிரிக்க முடியாதவாறு கலந்துள்ளதைத் திறனாய்வாளர்கள் தெரியப்படுத்தினர். உழைக்கும் மக்களையும் அவர்களது அன்றாடப் பிரச்னைகளையும் முதன்மைப்படுத்தி எழுதப்பட்ட இலக்கிய வகைகள் தமிழுக்கு அறிமுகமாயின. தொழிலாளி - முதலாளி வர்க்க முரண்களைக் காத்திரமாகப் பேசிய இலக்கிய வகைமைகளை 'சோசலிச இலக்கியம்' என்றும் நிற அடிப்படையிலான ஏற்றத்தாழ்வுகளை நுணுக்கமாக வெளிப்படுத்திய இலக்கியங்களை 'கறுப்பர் இலக்கியம்' என்றும் 'விளிம்புநிலை இலக்கியம்' என்றும் வெவ்வேறு பெயர்களில் அழைத்தனர். இதன் தொடர்ச்சியாக, இருபதாம் நூற்றாண்டின் இறுதியில் இந்தியாவில் உருவான இலக்கிய வகைமையைத் 'தலித் இலக்கியம்' என்று அழைத்தனர்.

பண்டைத் தமிழ்ச் சமூகத்தில் சாதி

தமிழின் தொல் இலக்கியமான சங்க இலக்கியத்தில் ஒரேயொரு இடத்தில் 'சாதி' என்னும் சொல் வருகிறது. அச்சொல் இன்று சுட்டப்படும் பிறப்பின் அடிப்படையிலான பிரிவினை என்ற பொருளில் பயன்படுத்தப்படவில்லை. 'கடுப்புடைப் பறவைச் சாதியன்ன' (பெரும்.229) என்ற அடி, 'பறவைச் சாதி தன் சுற்றத்துடன் நீண்டு வளைந்த வரிசையில் வானில் பறப்பதுபோல் நெல்லின் கதிர்மணிகள் விளைந்திருக்கும்' என்று நெல்லின் விளைச்சலுக்கு உவமையாகப் பறவை வகை என அச்சொல் பயன்படுத்தப்பட்டிருக்கிறது. இதனால் சங்கச் சமூகத்தில் சாதிப்படிநிலை இல்லையென்று கூறிவிட முடியாது. 'சாதி' என்ற சொல்லுக்கு மாற்றாக 'குடி' என்ற சொல் பயன்படுத்தப் பட்டிருக்கிறது.

சங்க கால மக்கள் ஐவகை நிலங்களில் வாழ்ந்தனர். குறிஞ்சி, முல்லை, பாலை, மருதம், நெய்தல் என்று அந்நிலங்களுக்குப் பெயரிட்டு அழைத்தனர். அந்நிலங்களில் வாழ்ந்த மக்களை உயர்ந்தோர், அல்லோர் என இரு பிரிவுகளாகப் பிரித்திருக் கின்றனர். உதாரணமாக, மருதத் திணையில் குறும்பொறை, நாடன், தோன்றல், மனைவி, கிழத்தி ஆகியோர் உயர்ந்தோர் என்றும் இடையர், இடைச்சியர், ஆயர், ஆய்ச்சியர் உயர்ந்தோர் அல்லாதோர் என்றும் பின்னர் வந்த அகப்பொருள் இலக்கணங்கள் கூறுகின்றன. க. கைலாசபதி, தனிநாயக அடிகள் ஆகியோர் சங்க காலச் சமூகத்தை இயற்கை சார்ந்து அணுகியிருக்கின்றனர். சாதிய உருவாக்கம் குறித்த ஆய்வுக்குள் அவர்கள் செல்லவில்லை.

மனித சமூகத்திற்குள் ‘சாதி’ என்னும் பிரிவினை எப்போது நுழைந்ததென உறுதியாகக் கூறமுடியவில்லை. ஆனால் உயர்ந்தோர் / அல்லோர் என்ற படிநிலைகள் சங்க காலத்தில் வலிமையாக இருந்திருக்கின்றன. குறிப்பாகத் தொழிலோடு தொடர்புப்படுத்தி இப்படி நிலைகள் உருவாகியிருக்கின்றன. பொருளாதார ஏற்றத் தாழ்வும் தொழிலும் உயர்வு தாழ்வை உருவாக்குவதில் பெரும்பங்கு வகித்திருக்கின்றன. குலமுறைத் தொழில் செய்த உமணரும் உழவரும் இரண்டாம் நிலையில் வைத்தே மதிக்கப்பட்டிருக்கின்றனர். அரசர்கள், நிலக்கிழார்கள், வேளிர், வணிகர், வேளாளர் ஆகியவரோடு ஒப்பிடும்போது மறவரும் குறவரும் அந்நிலத்தின் பூர்வ குடிகளாக இருந்திருக்க வாய்ப்பிருக்கிறது. ஆனால் இவர்கள் செய்த குலத்தொழில் இவர்களை அரசர், அந்தணர், வணிகர், வேளாளர் ஆகியோரினும் கீழானவர்களாகப் பார்க்கப்பட காரணமாக இருந்திருக்கிறது.

துடியன், பாணன், பறையன், கடம்பன் ஆகிய நால்வருமே சங்க காலத்தின் பூர்வ குடிகளாகக் கருதப்படுகின்றனர். தனித்த சமூகக் குழுக்களை அடையாளப்படுத்த ‘குடி’ என்ற சொல் பயன்படுத்தப் பட்டிருக்கிறது. சங்கச் சமூகத்தில் குறுநில மன்னர்கள், வேளிர்கள், வள்ளல்கள் ஆதிக்கம் ஒடுக்கப்பட்டுப் பெருவேந்தர்களின் ஆட்சிமுறை ஏற்பட்டவுடன் பாணர் மரபு செல்வாக்கு இழந்து புலவர் மரபு உருவாகியிருக்கிறது. குறுநில மன்னர்கள் பாணர்களைக் கலைஞர்களாகப் பார்த்தனர்; உரிய மரியாதையை அளித்தனர். ஆனால் வேந்தர் மரபில் அந்தணர்கள் அதிகார நிலைக்குத் தங்களை உயர்த்திக் கொண்டனர். சடங்கு உருவாக்கம் அதிகாரத்தைக் கைப்பற்ற அவர்களுக்கு உதவியிருக்கிறது. வேள்விகள், யாகங்கள் போன்றவை வேந்தனின் வெற்றிக்கான சடங்குகளாக நிலைநிறுத்தப்பட்டன. அதனால் இத்தகைய

சடங்குகளை முன்னின்று நடத்தும் அந்தணர், அரசனுக்கே அறிவுரை சொல்லும் இடத்திற்கு உயர்ந்தனர். 'வேந்தர் ஆட்சிமுறை ஏற்பட்ட பின்னரே 'குடி' அமைப்பிலான சமூகமுறை சாதியாக மாறத் தொடங்கியது. ஆனால் அது கி.பி. 4-5ஆம் நூற்றாண்டுகள் வரை நீர்மைத் தன்மையுடன் தொடர்ந்து கொண்டிருந்தது' *(2020:129)* என்கிறார் பக்தவத்சல பாரதி. சாதியப் பிரிவினைகள் தொடக்கத்தில் இவ்வளவு இறுக்கமாகக் கடைப்பிடிக்கப்படவில்லை. தாங்கள் ஆதிக்கச் சாதியினரால் ஒடுக்கப்படுகிறோம் என்ற கருத்தே பிற்காலத்தில்தான் உருவாகியிருக்க வேண்டும்.

அந்தணர், வேந்தர், மறவர், வணிகர், உழவர், கொல்லர், தச்சர், பாணர், புலையர், சேவைக் குடியினர், இழிசனர் போன்ற சாதியப் படிநிலைகள் தொழில் சார்ந்து உருவாகத் தொடங்கின. இது பத்தாம் நூற்றாண்டுக்குப் பிறகுதான் சாதிய அமைப்பாக உருமாறியிருக்க வேண்டும் என்று ஆய்வாளர்கள் கருதுகின்றனர். இந்தப் படிநிலையில் சேவைக் குடிகளும் இழிசனர்களும் பிற்காலத்தில் தீண்டத்தகாதவர்களாகப் பார்க்கப்பட்டனர். இவர்களது குடியிருப்பு நகருக்கு வெளியே அமைந்திருந்தது. 'புலையன்' என்ற சொல் இழிவாகப் பேசும் வசைச்சொல்லாகச் சங்கச் செய்யுட்களில் பதிவாகியிருக்கிறது. 'புலை' என்ற சொல் 'புல்' என்ற அடியில் தோன்றி புன்மை, இழிவு ஆகிய அர்த்தங்களைக் கொடுத்தது. இதேபோல, 'இழிசினன்', 'இழிபிறப்பாளன்' முதலான சொற்கள் மனிதருள் ஒரு பிரிவினரைப் பிறப்பை வைத்தும் அதன் காரணமாகச் செய்யும் தொழிலை வைத்தும் 'இழிவை'ச் சுட்டுவதற்குப் பயன்பட்டன' *(2019:63)* என்று ராஜ் கௌதமன் குறிப்பிடுகிறார். கூத்தாடியவர்கள், பறையடித்தவர்கள், அழுக்கு வெளுத்தவர்கள், தோல்தொழில் செய்தவர்கள், பிரசவம் பார்த்தவர்கள் ஆகியோர் கீழானவர் களாகப் பார்க்கப்பட்டனர்.

வைதீக மரபு தமிழ்ப் பண்பாட்டில் கலந்ததனூடாக ஆதிகுடிகளின் தொல் பண்பாடு இழிவானதாகப் பார்க்கப்பட்டது. உழைத்துப் பிழைத்தவர்கள் தாழ்ந்தவர்களாகக் கருதப்பட்டனர். இதனால் தான் வேட்டுவர், கானவர், குறவர், ஆயர், இடையர், மறவர் முதலான திணைக்குடிகள் வணிகர், வேளாளர்களைவிட தொழில்முறையில் கீழானவர்களாக வைக்கப்பட்டனர். எனவே, சாதிமுறை என்பது சங்க காலத்தில் நேரடியாக இல்லை யென்றாலும் மறைமுகமாகத் தொழில் சார்ந்த ஏற்றத்தாழ்வுகள்

கடைப்பிடிக்கப்பட்டன. தீண்டாமை, ஒடுக்குதல் போன்றவை மிகத் தீவிரமாகக் கடைப்பிடிக்கப்படவில்லை; ஆனால் மனிதர்கள் அனைவரும் சமமாகக் கருதப்படவில்லை என்பது உண்மை. தமிழ்ச் சமூக வரலாற்றில் காலந்தோறும் இந்த ஏற்றத்தாழ்வுகள் கடைப்பிடிக்கப்பட்டிருக்கின்றன. தீண்டாமை குறித்து இன்று இருப்பதைப் போன்ற புரிதல் அன்றில்லை; அதாவது ஒடுக்கப் பட்டவர்களின் பார்வை அன்று இலக்கியங்களில் பதிவாக வில்லை. அவ்வளவுதான். சங்கச் செய்யுட்கள் அனைத்தும் அரசனின் மேற்பார்வையில் தொகுக்கப்பட்டவை. இதற்குப் பின்னுள்ள தொகுத்தவர்களின் அரசியலையும் பார்க்க வேண்டும். எனவே, சங்கச் சமூகத்தைச் சாதிய ஏற்றத்தாழ்வுகளற்ற பொற்காலச் சமூகமாகக் கருத முடியாது என்ற பார்வையும் முன்வைக்கப்படுகிறது.

சங்கச் சமூகம் நெகிழ்வுத் தன்மையுள்ள சமூகமாக இருந்திருக்கிறது. சங்க காலத்தில் குடிகளாகக் கருதப்பட்டவர்கள் பிற்காலத்தில் சாதிய அமைப்புகளாகப் பார்க்கப்பட்டனர். சங்கப் பாடல்களை நேரடி வாசிப்புக்கு உட்படுத்தப்படும்போது தொழில் சார்ந்த படிநிலைகள் அதிகம் காணப்பட்ட சமூகமாகச் சங்கச் சமூகம் தோற்றமளிக்கிறது. சங்கப் பாடல்களைச் சமூகப் பின்புலத்தில் ஆராயும்போது அனைவரையும் உள்ளடக்கிய மேம்பட்ட சமூகமாகச் சங்கச் சமூகம் இருந்திருப்பதற்கானத் தோற்றத்தையும் தருகிறது. இருபதாம் நூற்றாண்டின் பிற்பாதியில் உருவான நவீனக் கோட்பாடுகளைக் கொண்டு சங்கச் சமூகத்தை ஆராயும் தன்மை இன்று அதிகரித்துள்ளது. ராஜ் கௌதமன், பக்தவத்சல பாரதி ஆகியோரின் ஆய்வுகள் இத்தகைய தன்மைகளைக் கொண்டிருக்கின்றன. க. கைலாசபதி, தனிநாயக அடிகள், ந.சுப்ரமண்யன், ர. பூங்குன்றன், கா. ராஜன் உள்ளிட்டோரின் ஆய்வுகள் சமூகப் பின்புலத்தை அடிப்படை யாகக் கொண்டிருக்கின்றன. பேரரசுகள் உருவாக்கத்திற்கு முன்பிருந்த குடிகள்முறை சாதியமைப்பின் தோற்றமாக இருந்திருக்க வாய்ப்பில்லை என்பது இவர்களது பார்வை. ராஜ் கௌதமன் சாதிய அமைப்பு சங்கச் சமூகத்திலேயே உருவாகி யிருக்கிறது என்ற கருத்தாடலை வலிமையாக முன்வைத்து ஆய்வுகளைச் செய்திருக்கிறார். இருவிதமான அணுகுமுறைகளை யும் சங்க இலக்கியங்கள் அனுமதிக்கின்றன. இந்தப் பின்புலத்தில் தலித்திய உருவாக்கத்தைப் புரிந்துகொள்வது அவசியமாகிறது.

மகாராட்டியத்தில் 'தலித்' என்ற சொல் உருவாக்கம்

இந்திய அளவில் 'தலித் இலக்கியம்' மராட்டிய மொழியில்தான் முதலில் உருவானது. அம்மாநிலத்தில் தோன்றிய இரண்டு பெரும்

ஆளுமைகளான ஜோதிராவ் புலேவும் அம்பேத்கரும்தான் இதற்குக் காரணம். ஜோதிராவ் புலே (1827-1890) ஒடுக்கப்பட்ட சமூகமான 'மாலி' இனத்தில் பிறந்தவர். நான்கு வர்ண அமைப்பின்படி 'மாலி' இனத்தினர் சூத்திரர்களில் வைக்கப் பட்டனர். பூச்செடிகள், காய்கறிகள் மற்றும் பழங்களைப் பயிரிடுவதுதான் புலேவின் குடும்பத் தொழில். ஒடுக்கப்பட்டோர் சாதியில் பிறந்ததால் கல்வி இவருக்கு மறுக்கப்பட்டது. தன் சுய முயற்சியினூடாகப் பள்ளிக் கல்வியை நிறைவு செய்தார். பதிமூன்று வயதில் சாவித்திரி என்ற பெண்ணுடன் திருமணம் நடைபெற்றது. உயர்சாதித் திருமண நிகழ்வொன்றில் பங்கேற்றமைக்காகப் புலே அவமானப்படுத்தப்பட்டார். இந்நிகழ்வு பின்னாளில் சமூகச் சீர்த்திருத்தவாதியாக அவர் தன்னைக் கட்டமைத்துக் கொள்வதற்குப் பெரும் தூண்டுகோலாக இருந்தது.

ஜோதிராவ் புலேவைப் பொறுத்தவரை உயர்சாதிப் பெண்களும் சூத்திரர்கள் நிலையில்தான் இருக்கிறார்கள் என்பதைக் கண்டுணர்ந்தார். பெண்களுக்குக் கல்வி கற்றுத் தருவது இழிவான செயலாகப் பார்க்கப்பட்டது. ஓரளவு வசதியான குடும்பத்தைச் சார்ந்த புலே, கல்வி மறுக்கப்பட்ட ஒடுக்கப்பட்ட சமூகத்தினரும் பெண்களும் கல்வி பயிலச் சொந்தமாகப் பள்ளியொன்றை 1848ஆம் ஆண்டு தொடங்கினார். பெண் குழந்தைகளுக்காக இந்தியாவில் தொடங்கப்பட்ட முதல் பள்ளியாக இந்தப் பள்ளி கருதப்படுகிறது. ஆதிக்கச் சாதியினரின் எதிர்ப்பின் காரணமாகக் கல்வி கற்பிக்க ஆசிரியர்கள் யாரும் முன்வராத சூழலில், தன் மனைவிக்குக் கல்வி கற்பித்து அவரையே ஆசிரியராகப் பணியமர்த்தினார் புலே. உயர்சாதிக் குழந்தைகளுக்கு இணையாகத் தாழ்த்தப்பட்ட குழந்தைகளுக்கும் பள்ளியில் வசதிகளைச் செய்து கொடுத்தார். பெண்களுக்கு எதிராகக் கட்டவிழ்த்துவிடப்பட்ட பெண் சிசுக்கொலை, குழந்தை மணம், உடன்கட்டை ஏற்றுதல், விதவைகளுக்கு மொட்டை அடித்தல் உள்ளிட்ட கொடுமை களுக்கு எதிரான புலேவின் போராட்டங்கள் முக்கியமானவை.

சமூக முன்னேற்றத்தில் சாதி, பெரும் பிரிவினையை உண்டாக்கியிருந்தது. தாழ்த்தப்பட்ட சாதியைச் சார்ந்தவர்கள் தெருவில் நடக்க அனுமதி மறுக்கப்பட்டனர். தாழ்த்தப் பட்டவர்கள் நடந்துசென்ற தெருவை அவர்களே கூட்டிப்பெருக்க வற்புறுத்தப்பட்டனர். இதற்காக அவர்கள் துடைப்பத்தைப் பின்புறம் கட்டிச்சென்றனர். அவர்களது எச்சில் நிலத்தில் விழாமல்

இருக்க மண்சட்டி ஒன்றைக் கழுத்தில் தொங்கவிட்டுச் சென்றனர். ஆதிக்கச் சாதியினரின் உதவியில்லாமல் பொதுக் கிணற்றில் குடிநீர் எடுக்க அவர்களுக்குத் தடை விதிக்கப்பட்டிருந்தது. தாழ்த்தப்பட்ட சாதியைச் சார்ந்தவர்கள் பொதுச் சாலையைப் பயன்படுத்த அனுமதி இல்லை. ஒருவேளை பயன்படுத்தினால் தன் வருகையைச் சொல்லிக் கொண்டே செல்ல வேண்டும் என்பது போன்ற மனிதத் தன்மையற்ற தீண்டாமைக் கொடுமைகள் நாடு முழுக்க பாரபட்சமில்லாமல் அரங்கேற்றம் செய்யப்பட்டன. இந்தக் கொடுமைகளெல்லாம் புலேவை ஒரு போராட்டக்காரராக மாற்றின.

1873இல் நண்பர்களுடன் இணைந்து 'சத்ய சோதக் சமாஜ்' என்னும் அமைப்பைத் தொடங்கினார். சாதிய ஏற்றத்தாழ்வை நீக்கி, சமத்துவத்தை நிலைநாட்டுவதும் தாழ்த்தப்பட்ட, பிற்படுத்தப் பட்ட மக்களைச் சாதியக் கொடுமைகளிலிருந்து மீட்பதும் இந்த அமைப்பின் முதன்மை நோக்கங்களாக முன்வைக்கப்பட்டன. வர்ணாசிரம அமைப்புக்கு வெளியே நிறுத்தப்பட்டு, தீண்டாமை உள்ளிட்ட எண்ணற்ற ஒடுக்குமுறைகளை எதிர்கொண்ட பட்டியல் சாதி மக்களை ஒன்றிணைக்க 'தலித்' என்னும் சொல்லை ஜோதிராவ் புலே உருவாக்கினார். ஆனால் 1970களுக்குப் பிறகுதான் இச்சொல் பரவலாகப் பயன்படுத்தப்பட்டிருக்கிறது. ஜோதிராவ் புலேவின் சமூகச் சீர்திருத்தப் பணிகளைக் கௌரவிக்கும் விதமாக 1888ஆம் ஆண்டு அவருக்கு 'மகாத்மா' பட்டம் வழங்கப்பட்டது. மகாராஷ்டிரத்தைச் சேர்ந்த சமூகச் செயற்பாட்டாளர் விட்டல்ராவ் கிருஷ்ணாஜி வந்தேகர் இப்பட்டத்தை வழங்கினார். புலே உருவாக்கிய 'தலித்' என்னும் சொல், பல்வேறு விமர்சனங்களுடன் ஒடுக்கப்பட்டவர்களை அடையாளப்படுத்தும் ஆதிக்கத்தை வேரறுக்கும் ஒரு சமூக அரசியல் சொல்லாக இன்று பயன் படுத்தப்பட்டு வருகிறது.

'தலித்' என்பதன் பொருள் - ஒரு விவாதம்

ஒடுக்கப்பட்ட மக்களை அடையாளம் காண ஒரு பொதுச்சொல் தேவைப்படுகிறது. அந்தச் சொல் அம்மக்களின் ஒட்டுமொத்த வாழ்க்கையையும் பண்பாட்டையும் வெளிப்படுத்தவேண்டும். குறிப்பாக அச்சொல்லை அனைவரும் ஏற்றுக்கொள்ள வேண்டும். அத்தகைய பொதுச்சொல்லாக அடையாளம் காணப்பட்ட 'தலித்' என்ற சொல், ஒடுக்கப்பட்ட சாதியைச் சார்ந்த அனைவராலும் ஏற்றுக்கொள்ளப்பட்ட ஒரு சொல்லாக இருக்கிறதா என்பதில்

நிறையச் சிக்கல்கள் உள்ளன. 'இந்திய அளவில் மற்றும் ஆங்கிலம் போன்ற மொழிகளில் ஒடுக்கப்பட்ட மற்றும் நொறுக்கப்பட்ட உயிர்களின் குரலாக, குறியீடாகப் புழக்கத்தில் வந்துள்ளது' (2001:172) என்று 'தலித்' என்னும் சொல் குறித்து வீ. அரசு விளக்கியிருக்கிறார். 'சமூகரீதியிலும் அரசியல் ரீதியிலும் பொருளாதார ரீதியிலும் சுரண்டப்படும் அனைத்து மக்களும் தலித்துகள்தான்' (ஆனந்த் டெல்டும்டே, 2020:120) என்கிறது தலித் சிறுத்தைகளின் கொள்கை அறிக்கை. 'தமிழகத்தில் தீண்டத்தகாதவர் கள் என்றால் தலித் என்றும் தலித் என்றால் தீண்டத்தகாதவர்கள் என்றும் பொருள் கொள்ளப்பட்டுவிட்டது' (1999:26) என்பது தே. ஞானசேகரனின் கருத்து. எனவே, 'தலித்' என்ற சொல்லுக்கு ஆய்வாளர்கள் பலரும் வெவ்வேறு விளக்கங்களை அளித்துள்ளனர்.

'தலித்' என்ற சொல், 'ஒடுக்கப்பட்டோர்' என்ற பொருளைக் கூறுவதாக வைத்துக் கொண்டால் ஒடுக்கப்பட்ட மக்களே எப்படித் தங்களைத் தாங்களே 'தலித்துகள்' என்று கூறமுடியும் என்ற கேள்வியை அர்ஜுன் டாங்ளே முன்வைக்கிறார். 'ஒடுக்கப்பட்ட என்னும் சொல் காலங்காலமாக மரபு வழியில் இழிந்த பண்பையும் வறுமையையும் கீழ்மைப்படுவதையுமே குறிப்பிட்டு வந்ததுதான் அதற்குக் காரணமென்று நான் கருதுகிறேன். எனவே, இந்தச் சொல் மதிப்பு குறைந்ததாக, இழுக்கானதாக மாறிவிட்டது. ஆகையால், ஒடுக்கப்பட்டோரல்லாதவர்கள் ஒரு கேள்வியை முன்வைக் கின்றனர். எங்களை நாங்களே ஒடுக்கப்பட்டோர் என்று ஏன் அழைத்துக் கொள்ளவேண்டும்?' (அர்ஜுன் டாங்ளே, 2003:69) என்பதுதான் அக்கேள்வி. இதனையும் நாம் கவனத்தில் கொள்ள வேண்டும். இச்சொல் பொதுவெளியில் பல்வேறு விவாதங்களை இந்நாள்வரை உருவாக்கிக்கொண்டே இருக்கிறது. இச்சொல் உருவாக்கப்பட்டதன் உயர்ந்த நோக்கத்தை இது அடையவே இல்லை.

'தலித்' என்ற சொல், மராட்டியச் சூழலுக்கு வேண்டுமானால் பொருந்துமே தவிர, தமிழ்ச் சூழலுக்குப் பொருந்தாது. ஒவ்வொரு சாதியினரும் தங்களுக்கான சாதியின் பெயராலேயே தங்களை அடையாளப்படுத்திக் கொள்ளவேண்டும் என்று நினைக்கின்றனர். 'தலித்' என்ற சொல்லை முதன்முதலில் பயன்படுத்திய ஜோதிராவ் புலே, 'தலித்' என்ற சொல்லைப் புறச்சாதியினர் என்ற பொருளிலே கையாண்டார். அம்பேத்கர் 'தலித்' என்ற சொல்லை முதலில் பயன்படுத்தினாலும், தொடர்ந்து அவர் பயன்படுத்தவில்லை. எழுபதுகளில் மராட்டியத்திலும் தொண்ணூறுகளின்

தொடக்கத்திலிருந்து இந்தியாவின் பிற பகுதிகளிலும் இச்சொல் பயன்பாட்டிற்கு வந்தது. ஜோதிராவ் புலேவும் அம்பேத்கரும் சமூகத்தின் விளிம்புநிலையிலுள்ள ஒடுக்கப்பட்டவர்களையும் தீண்டத்தகாதவர் என்று கருதப்பட்டவர்களையும் ஒருங்கிணைக்கும் உயர்ந்த நோக்கத்திலேயே இச்சொல்லைப் பயன்படுத்தினர். பிற்காலத்தில் குறிப்பிட்ட சாதியைக் குறிக்கும் சொல்லாகச் சுருங்கிப் போனதால் அனைவருக்குமான சொல்லாக ஏற்பதிலுள்ள சிக்கல்களைப் பேசத் தொடங்கினர். ஒடுக்கப்பட்ட சாதிகளுக்கு இடையிலான உட்சாதிப் பிரச்னைகளின் காரணமாக அனைவருக்குமான சொல்லாக இது மாறவில்லை.

இந்தியாவில் சாதிய அமைப்பு அதிகாரத்துடன் தொடர்புடையது. ஒடுக்கப்பட்ட சாதியைச் சார்ந்த தலைவர்களே பிற்காலத்தில் அதிகாரத்தைக் கைப்பற்றும் நோக்கத்துடன் தலித்திய இயக்கங்களை வழி நடத்தினர். இதனால், பட்டியல் இனத்திலுள்ள பிற உட்சாதியைச் சார்ந்தவர்கள் இயக்கங்களில் இருந்து வெளியேறி தனித்துச் செயல்படத் தொடங்கினர். சமூக ஆய்வுகளைக் கூர்மையாக உற்றுநோக்கிப் பார்த்தால் இந்தியாவின் அனைத்து மாநிலங்களிலும் இது நடந்துள்ளது. உத்திரப்பிரதேசம், மேற்கு வங்கம், பீகார், தமிழ்நாடு ஆகிய நான்கு மாநிலங்களில் தான் தலித்துகளின் எண்ணிக்கை அதிகம். தலித்துகளின் எண்ணிக்கையில் நான்காவது இடத்திலுள்ள தமிழ்நாட்டில் இச்சொல்லுக்குப் பெரும் எதிர்ப்புள்ளது. இச்சொல் ஒடுக்குதலில் இருந்து தங்களை மீட்டெடுக்கும் என்று தலித்துகள் நம்பினர். ஆனால் அதுவொரு சாதியைச் சுட்டும் சொல்லாக மாறிப்போனதால் அச்சொல்லைப் பயன்படுத்துவதில் தயக்கம் காட்டுகின்றனர்.

பொதுவாக 'தலித்' என்ற சொல்லை ஒடுக்கப்பட்ட மக்களைக் குறிப்பிடும் ஒரு சொல்லாக நாம் அடையாளப் படுத்தினாலும் தமிழகத்தில் 'தலித்' என்ற சொல் பறையர், பள்ளர், சக்கிலியர் ஆகிய மூன்று சாதியினரையே குறிக்கிறது. பறையர் சாதியினரே மூன்று சாதிகளுள் அதிக எண்ணிக்கையில் உள்ளனர். 'தலித்' என்ற சொல்லை இவர்கள் ஏற்றுக்கொண்டாலும் பள்ளர் சாதியினர் 'தலித்' என்ற சொல் எங்களுக்குப் பொருந்தாது என்று கூறிப் போராடி வருகின்றனர். 'தலித் என்ற சொல்லை எதிர்க்கின்றோம். ஆமாம். நண்பரே மொழி புரியாத இந்த மராட்டியச் சொல்லில்தானே இந்தக் குழப்பம். நாமெல்லாம் சேர்ந்து இதற்கு இணையான தமிழ்ப் போராட்டச் சொல்லைக் கண்டால் என்ன? எவனோ பொருள் புரியாமல் சொன்ன சொல்லை நாம் ஏன்

தொங்கிக் கொண்டிருக்க வேண்டும் (1999:72) என்று கூறுகிறார் தே.ஞானசேகரன். இவர் பள்ளர் எனப்படும் தேவேந்திரர் வகுப்பைச் சார்ந்தவர் என்பது குறிப்பிடத்தக்கது. சக்கிலியர் சமூகத்தில் இச்சொல் குறித்துப் பெரிய விவாதங்கள் எதுவும் எழவில்லை.

'தலித்' என்ற சொல்லின் வேர் தமிழில் இல்லை. இச்சொல் புழக்கத்தில் வந்த பிறகு பஞ்சமன், ஹரிஜன், ஆதிதிராவிடர், தாழ்த்தப்பட்டவர்கள் போன்ற சொற்கள் அனைத்தையும் மழுங்கடித்துவிட்டது. இச்சொற்கள் அனைத்தும் புறப்பார்வை யில் இம்மக்களைக் குறிப்பதாக அமையும்போது 'தலித்' என்ற சொல் அகப்பார்வையில் நசுக்கப்படுதலையே குறிப்பாக உணர்த்தி நிற்கின்றது. 'தலித்' என்கிற சொல்லைச் சாதியின் அடையாள மாகவே அனைவரும் காண்கின்றனர். 'தலித்' என்ற சொல்லுக்கு ஆதரவான குரல்களும் எழாமல் இல்லை. 'ஒரு சாதியைக் குறிக்கின்ற ஒன்றாக தலித் என்கிற சொல்லைச் சுருக்கிவிடக் கூடாது. தலித் என்பது வேதனையின் குறியீடாக இருக்க வேண்டுமே தவிர சுரண்டலின் குறியீடாக ஆகிவிடக்கூடாது. சுரண்டல் மற்றும் கொடுமை அக்கிரமங்களை எதிர்க்கிற குறியீடாக மலர வேண்டும். அவமானம், பாதுகாப்பின்மை, எதிர்ப்பு ஆகிய பொருள்களைத் தலித் என்கிற சொல் தரவேண்டும்' (நிறப்பிரிகை, நவ.1994:31) என்கிறார் டி.பி. சித்தலிங்கையா. இத்தகைய வீரியத்தோடு இச்சொல் பயன்படுத்தப்படுகிறதா என்பது கேள்விக்குறிதான்.

மராட்டியத்திலுள்ள தாழ்த்தப்பட்ட சாதிகளான மகார், மாங்கு, சாமர், தோர் போன்ற பிரிவினரைக் குறிக்கக்கூடிய பொதுச் சொல்லாகத் 'தலித்' என்ற சொல் பயன்படுத்தப்பட்டது. 1973இல் அமைக்கப்பட்ட 'தலித் பேந்தர்' அறிக்கையில், அனைத்து ஆதிக்கத்துக்கும் எதிராகப் போராடும் தாழ்த்தப்பட்ட மற்றும் பழங்குடி வகுப்பினர், கூலி உழவர்கள், நாடோடி இனக்குழுவினர் ஆகியோர் 'தலித்' என அடையாளமிடப்பட்டனர். பொதுவாகக் காணும்பொழுது 'தலித்' என்கிற சொல், ஒடுக்கப்பட்ட சாதிகளின் தொகுப்புச் சொல்லாகவும் போராடும் ஒடுக்கப்பட்ட வர்க்கங்களின் தொகுப்புச்சொல்லாகவும் பயன்படுகிறது. 'தாழ்த்தப்பட்டவர்கள், மலைவாழ் மக்கள், புதிய பௌத்தர்கள், உழைக்கும் மக்கள், நிலமற்றவர்கள், ஏழை விவசாயிகள், பெண்கள், அரசியல் ரீதியாகவும் பொருளாதார ரீதியாகவும் மதத்தின் பெயராலும் சுரண்டப்படும் அனைவரும்

தலித்துகள்தான்' (நிறப்பிரிகை, நவ.1994:3) என்கிறார் கெய்ல் ஓம்வெத்.

கெய்ல் ஓம்வெத் கருத்தின்மீது மாற்றுக் கருத்துண்டு. தாழ்த்தப்பட்ட சாதியினருக்குள்ளேயே இச்சொல்லை ஏற்றுக் கொள்வதில் பிரச்னை உள்ளது. அதாவது, தமிழகத்தில் பறையர், பள்ளர், சக்கிலியர் ஆகிய மூன்று சாதியினரையே 'தலித்' என்கிற பொதுச் சொல்லால் அழைக்க முடியவில்லை. இதில் கெய்ல் ஓம்வெத் குறிப்பிடும் அனைவரையும் ஒன்றிணைத்து அச்சொல்லைப் பயன்படுத்துவது அரிதான செயலாகும். 'அரிசன், ஆதிதிராவிடர், தாழ்த்தப்பட்டோர், தலித் என்கிற சொற்களெல்லாம் தீண்டத்தகாதவர், இழிதொழில் செய்வோர், அசுத்தமானவர்கள், கீழ்மக்கள் என்ற பொருளின் ஒட்டுமொத்தக் குறியீடாக உள்ளது. அரசும் செய்தித்தாளும் சூட்டி மகிழ்வதற்கு இது ஒன்றும் 'பாரத ரத்னா' பட்டமல்ல. இம்மக்களை அரசியல் சட்டத்தில் குறிப்பிட்டதுபோல் அட்டவணைச் சாதிகள் (Scheduled Castes) என்றே குறிப்பிடலாம்' (1999:104) என்ற தே. ஞான சேகரனின் கருத்தினை மேற்கண்ட கெய்ல் ஓம்வெத்தின் கருத்துடன் ஒப்பிட்டுப் பார்க்கவேண்டும்.

சாதிய அமைப்பில் ஒடுக்கப்பட்ட சாதிகள் என்று பார்க்கும்போது பார்ப்பனரைத் தவிர அனைத்துச் சாதியினரும் ஒடுக்கப் பட்டவர்கள்தாம்; ஒவ்வொரு சாதியினரையும் ஒவ்வொரு தன்மையில் பார்ப்பனர்கள் ஒடுக்குகின்றனர்; ஒடுக்கப்படும் தன்மை ஒப்பீட்டளவில் வேறுபாடு காணப்படினும், பார்ப்பனர் அல்லாத அனைத்துச் சாதியினரையும் ஒடுக்கப்பட்ட சாதிகள் என்றே கூறலாம் என்பது தலித்திய விமர்சகர்களால் முன்வைக்கப் படும் கருத்தாகும். இந்தக் கருத்தை மறுப்பதற்கில்லை. வகுப்பு அமைப்பும் சாதிப் பிரிவினைகளும் பார்ப்பனர்களுக்குச் சாதகமாக உள்ளன. இந்து மதமும் மத நூல்களும் பார்ப்பனர்களுக்கே முக்கியத்துவம் கொடுக்கின்றன. இந்துமதக் கோட்பாட்டின்படி பிரம்மாவின் வாயிலிருந்து பார்ப்பனர்களும் தோளிலிருந்து சத்திரியர்களும் தொடையிலிருந்து வைசியர்களும் பாதத்திலிருந்து சூத்திரர்களும் பிறந்ததாகக் கூறுகின்றனர். இதனைப் பார்ப்பனர்கள் பிற சாதியினர்மீது அதிகாரம் செலுத்துவதற்கான வாய்ப்பாகப் பயன்படுத்திக் கொண்டனர்.

'தலித்தியம் என்பதை ஏதோ ஒரு சாதியின் அடையாளமாக மட்டுமே பார்க்கிற அவலம் இங்கு இருப்பது சுட்டிக்காட்டப்பட வேண்டியுள்ளது. தலித்தியம் பேசுவது சாதியை அடைகாத்துக்

கொள்வதற்கோ அல்லது தக்கவைத்துக் கொள்வதற்கோ இருக்க முடியாது. சாதிகளையும் வர்க்கங்களையும் கடந்து ஒடுக்கப்படும் அனைத்து மக்களின் விடுதலைக்கான ஆயுதமாய் சமத்துவத் திற்கான ஆயுதமாய் தலித்தியம் பின்பற்றப்படவேண்டும். தலித் அரசியலும் இதனையே வழிநடத்திச் செல்ல முனையவேண்டும்' (2002:81) எனும் விழி.பா. இதயவேந்தனின் கருத்தையும் இந்த உரையாடலில் சேர்த்துக்கொள்ள வேண்டும். தமிழகத்தில் ஒடுக்கப்பட்ட சாதிகள் மூன்று. இம்மூவரது பண்பாடும் தொழிலும் வெவ்வேறானவை. பள்ளரும் பறையரும் தமிழைத் தாய் மொழியாகக் கொண்டவர்கள். பள்ளர்கள் வேளாண்மைத் தொழிலோடு தங்களை ஈடுபடுத்திக்கொண்டவர்கள். பறையர்கள் நாட்டுப்புறக் கலைகளோடும் சுற்றுப்புறத்தைத் தூய்மைப் படுத்துவதோடும் தொடர்புடையவர்கள். சக்கிலியர்கள் தெலுங்கைத் தாய்மொழியாகக் கொண்டவர்கள். இவ்வாறு மூன்று சாதிகளுக்குள்ளும் வெவ்வேறு வரலாறு, பண்பாடு இருக்கும் பொழுது இவர்களை ஒரே பொதுச்சொல்லால் எப்படி அழைக்க முடியும் என்ற கேள்வி வலுப்பெறுகிறது.

தமிழகத்தில் தலித்துகளாக அறியப்படும் பறையர்களைக் குறிக்க 'ஆதிதிராவிடர்' என்ற சொல் பயன்படுத்தப்படுகிறது. பள்ளர்களைக் குறிக்க 'தேவேந்திர குல வேளாளர்' என்ற சொல் பயன்படுத்தப்படுகிறது. அதேபோல் சக்கிலியர்களைக் குறிக்க 'அருந்ததியர்' என்ற சொல் பயன்படுத்தப்படுகிறது. இவ்வாறு மூன்று சாதியினரையும் குறிக்கத் தனித்தனியே சொற்கள் இருக்கும்போது இம்மூவரையும் மையப்படுத்தி 'தலித்' என்ற சொல்லால் ஏன் அழைக்க வேண்டும் என்பது பள்ளர் சமூகத்தைச் சார்ந்தவர்களின் வாதம். சக்கிலியச் சமூகத்தைச் சேர்ந்தவர்கள் இந்த விவாதத்துக்குள் வருவதில்லை. 'தேவேந்திரர், தேவேந்திர குல வேளாளர், மள்ளர் என்ற நாங்கள் குறிப்பிடும் பெயரை விடுத்து, நாங்கள் விரும்பாத பிறர் எங்கள்மீது திணித்த பள்ளர் என்ற பெயரையே மீண்டும் மீண்டும் நீங்களும் மற்ற பறையர்களும் பயன்படுத்துவது கீழறுப்பு வேலையாகும். எங்களுக்குப் பெயர் வைக்க உங்களுக்கோ மற்றவர்களுக்கோ உரிமை கிடையாது. தேவேந்திரர்களைத் தாழ்த்தப்பட்டவர், அரிசன், ஆதிதிராவிடர், தலித், பஞ்சமர், தீண்டத்தகாதவர் என்ற குழுவினருடன் சேர்த்துப் பேசுவதை நாங்கள் எதிர்க்கின்றோம். நாங்கள் நாங்களாகவே இருக்க விரும்புகிறோம்' (1999:62) என்கிறார் தே. ஞானசேகரன். 'தலித்' என்ற சொல்லுக்கும் எங்களுக்கும் எந்தவிதத் தொடர்பும் இல்லை. எங்களுக்குப் பெயர் வைக்கவும், ஒடுக்கப்பட்டவர்கள்

என்று எங்களைக் கூறுவதற்கும் நீங்கள் யார்? என்கிற கேள்வியை அவர் முன்வைக்கிறார்.

இறுதியாக, 'தலித்' என்கிற மராட்டியச் சொல் தமிழ்ச்சூழலில் தனது பொருளைப் பல்வேறு தளங்களில் விரித்துக்கொண்டுள்ளது. தாங்கள் ஒடுக்கப்பட்டுள்ளோம் என்று நம்பும் சாதிகள், தங்களைத் 'தலித்' என்று கூறிக்கொள்ளலாம். ஆனால் தமிழ்ச்சூழலில் அத்தகைய விரிந்த பொருளில் அச்சொல் பயன்படுத்தப்பட வில்லை. தன்னை 'தலித்' என்று அடையாளப்படுத்திக்கொள்ளப் பெரும்பாலானோர் தயாராக இல்லை. காரணம், இச்சொல் சாதியத்தையே மையமாகச் சுட்டுகிறது. அரசியல் சொல்லாகவும் சமூக விடுதலைக்கான மீட்சிச் சொல்லாகவும் இது தன்னை முழுமையாகத் தகவமைத்துக் கொள்ளவில்லை.

மராட்டியத்தில் ஒடுக்கப்பட்ட சாதிகளான மகார், மாங்கு, சாமர், தோர் போன்ற சாதிகளைச் சேர்ந்தவர்களைத் 'தலித்' என்ற சொல் குறித்தது. அதுபோல தமிழகத்தில் 'ஆதி திராவிடர்' எனப்படும் 'பறையர்' இன மக்களையே இச்சொல் வெளிப்படையாகக் குறிக்கிறது. காலங்காலமாக நிலவிவரும் சாதியக் கட்டமைப் பிலான ஒடுக்குமுறைகளை உடைத்தெழும் சொல்லாக இவர்கள் மட்டுமே இதனைக் கொண்டாடுகின்றனர். இவர்கள் 'தலித்' என்ற சொல்லைத் தங்களுக்கான அடையாளமாகக் காண்கின்றனர். தங்கள் சாதியினர்மீது அழுத்தி வைத்திருந்த விழுமியங்களையும் மதிப்பீடுகளையும் மறுபரிசீலனைக்கு உட்படுத்தும் ஒரு கலகத்தின் குறியீடாகவே இச்சொல்லைக் காண்கின்றனர்.

பி.ஆர். அம்பேத்கர்: ஒடுக்கப்பட்டோருக்கான குரல்

ஒடுக்கப்பட்டவர்களின் அடையாளமாகக் கருதப்படும் பி.ஆர். அம்பேத்கர் நவீன இந்தியாவை வடிவமைத்த சிற்பிகளில் ஒருவர். மகாராஷ்டிராவில் தாழ்த்தப்பட்ட சாதியாகப் பார்க்கப்படும் 'மகர்' என்னும் சமூகத்தில் பிறந்தவர். அம்பேத்கரது தந்தை இராணுவத்தில் பணியாற்றியவர். இவர் தாயின் குடும்பமும் இராணுவத்தில் பணியாற்றியவர்கள். நல்ல கல்வியறிவும் பொருளாதாரப் பின்னணியும் உள்ள குடும்பத்தில் பிறந்தவர் அம்பேத்கர். ஆனாலும் சாதி அடிப்படையிலான பாகுபாட்டால் கடுமையான தொந்தரவுக்குள்ளானார். பள்ளியில் தனியே அமர வைக்கப்பட்டார். அவர் அமர்ந்திருந்த சாக்குப் பையை அவரே வீட்டிற்குக் கொண்டுசென்று தூய்மை செய்துகொள்ள வேண்டும். பிற மாணவர்களுடன் சேர்ந்து பழகவும் விளையாடவும் தடை

விதிக்கப்பட்டது. தண்ணீர் குடிக்கத் தனிக்குவளை; அதுவும் அவராக எடுத்துக் குடிக்க முடியாது. பள்ளி வேலையாள் வரும்வரை காத்திருக்க வேண்டும். தெய்வீக மொழியாகக் கருதப்படும் சமஸ்கிருதம் இவருக்குக் கற்பிக்க மறுக்கப்பட்டது. ஆசிரியர்கள் இவரது குறிப்பேடுகளைக்கூட தொடுவதில்லை உள்ளிட்ட பல்வேறு தீண்டாமை தொடர்பான அவமானங்களை அம்பேத்கர் இளம் வயதிலேயே எதிர்கொண்டார். ஆனாலும் படித்தார்.

பி.ஆர்.அம்பேத்கர் எழுதியுள்ள 'விசாவுக்காகக் காத்திருக்கிறேன்' (2021:15) என்ற நூலில், தான் எதிர்கொண்ட தீண்டாமைக் கொடுமைகள் குறித்துப் பின்வருமாறு எழுதியிருக்கிறார்:

'வீட்டில் துணிகளைத் துவைக்கிற வேலையை என்னுடைய அக்காக்கள் மேற்கொண்டார்கள் என எனக்குத் தெரியும், சத்தாராவில் சலவைக்காரர்கள் இல்லாமல் இல்லை. அவர்களுக்குக் காசு கொடுக்க முடியாத நிலையிலும் நாங்கள் இல்லை. நாங்கள் தீண்டத்தகாதவர்கள் என்பதால், எங்கள் துணிகளை எந்தச் சலவைக்காரரும் துவைக்க மாட்டார். அதனால் என் அக்காக்களே துணிகளை அலசினார்கள். அதேபோல, எங்கள் குடும்பத்தின் அத்தனை சிறுவர்களுக்கும் பெரிய அக்காவே முடி வெட்டிவிடுவார். எங்களின் தலைகளில் தன்னுடைய சிகை அலங்காரக் கலையைப் பயிற்சி செய்து பார்த்து அக்கா தேறிவிட்டார். சத்தாராவில் நாவிதர்கள் யாருமில்லாமல் இல்லை. அவர்களுக்கான கட்டணத்தைத் தருமளவிற்கு எங்களிடம் பணமும் இருந்தது. நாங்கள் தீண்டத்தகாதவர்கள் என்பதால் எங்களுக்கு முடிவெட்ட எந்த நாவிதரும் முன்வர மாட்டார். ஆகவே, எங்களுக்கு முடி வெட்டி, முகச்சவரமும் அக்காவே செய்ய வேண்டியிருந்தது. இவை எல்லாம் எனக்குத் தெரிந்தே இருந்தன'.

அம்பேத்கரது வாழ்க்கையில் வெவ்வேறு தருணங்களில் சந்தித்த தீண்டாமை அனுபவங்கள் அவருக்கு ஓர் உண்மையை உணர்த்தியது. கல்வி, பொருளாதாரத் தேவையை மட்டுமே நிறைவுசெய்யப் பயன்படும்; சாதியை ஒழிக்கப் பயன்படாது. ஏனெனில், ஒரு சாதாரணக் கூலித் தொழிலாளியைவிட எவ்விதத்திலும் மேம்பட்டவனாக இல்லாத சாதி இந்து வண்டியோட்டிக்குக்கூடச் சமூக மதிப்பிருப்பதால், அதன்படி அவன் தீண்டத்தகாதவர்கள் அனைவரையும்விடத் தன்னை மேலானவனாகக் கருதிக்கொள்கிறான். அந்தத் தீண்டத்தகாதவர்

பாரிஸ்டர் பட்டம் பெற்ற வழக்கறிஞர் என்றாலும், அவனுக்குப் பொருட்டில்லை (பி.ஆர். அம்பேத்கர், 2021:31) என்பதை உணர்ந்து கொள்கிறார். இந்துவிற்குத் தீண்டத்தகாதவராகத் தெரியும் ஒருவர் முகமதியருக்கும் பார்சிக்கும் தீண்டத்தகாதவரே என்பதை வாழ்க்கை அவருக்குக் கற்றுக் கொடுக்கிறது. மனிதர்கள் சக மனிதர்களைவிடச் சாதியையும் மதத்தையுமே அதிகம் நம்புகிறார்கள் என்ற உண்மை காலம் அவருக்கு உணர்த்துகிறது.

படிக்கும் காலத்தைப் போன்றே பணிபுரியும் காலத்திலும் அம்பேத்கர் தீண்டாமை பிரச்னைகளை எதிர்கொண்டார். தாழ்த்தப்பட்ட சாதியைச் சார்ந்தவர் என்பதால் விடுதிகளில் தங்க அவரை ஆதிக்கச் சாதியினர் அனுமதிக்கவில்லை. சக ஊழியர்கள் இவர்மீது கோப்புகளை வீசி எறிந்தனர். பரோடா மன்னரால்கூட சாதி இந்துக்களை எதிர்த்து அம்பேத்கருக்கு உதவ முடியவில்லை. இதனால் ஒடுக்கப்பட்டோருக்காகத் தன் வாழ்நாளைச் செலவிட முடிவு செய்தார். தன்னைப் போன்ற ஒடுக்கப்பட்ட சாதியைச் சார்ந்த மக்களின் உரிமைகளை மீட்டெடுக்க ஒடுக்கப்பட்டவராக இருந்த அம்பேத்கர் வாழ்நாள் முழுவதும் பெரும் போராட்டத்தை நடத்தினார். சாதிய அமைப்பைத் தூக்கிப் பிடித்து நியாயப்படுத்தும் இந்துமத நூல்களைக் கடுமையாக எதிர்த்தார். மதமும் அரசும் ஒன்றிணைந்து சூத்திரர்களை மனரீதியாக கீழானவர்களாக எண்ண வைத்தன. தான் அடிமையாக இருந்து, ஆதிக்கச் சாதியினருக்குச் சேவை செய்வதினூடாகத்தான் இப்பிறப்பைக் கடக்க முடியும் என்ற மனநிலைக்கு அவர்களைத் தயார்ப்படுத்தின. இந்திய சாதிய அமைப்பைத் தக்கவைத்துக்கொள்ள அவர்களுக்குத் தலித்துகள் தேவைப்பட்டனர். அம்பேத்கர் இதனைக் கடுமையாக எதிர்த்தார்.

ஆதிக்கச் சாதியினரின் நிழலைக்கூட தீண்டத்தகாதவர்கள் தொடக்கூடாது என்ற உச்சநிலையில் தீண்டாமைக் கொடுமைகள் அரங்கேறின. வாழ்வதற்கான அடிப்படைத் தேவைகளுள் ஒன்றான குடிதண்ணீரைப் பெறுவதில்கூட தாழ்த்தப்பட்டவர்கள் உயர்சாதியினரை நம்பியிருக்க வேண்டிய சூழல் நிலவியது. அதனால் தாழ்த்தப்பட்ட சாதியைச் சார்ந்தவர்கள் ஆதிக்கச் சாதியினருக்கு எதிராகச் செயல்பட அச்சப்பட்டனர். தங்கள் விதி என்று தீண்டாமையை அங்கீகரித்தனர். இந்தச் சூழலில்தான் அம்பேத்கரின் வருகை நிகழ்கிறது. ஒடுக்கப்பட்டோரிடம் இருந்த அடிமைத்தனத்தையும் இழிவான வாழ்க்கை முறைகளையும் எடுத்துக்கூறி அவர்களை ஒன்றிணைத்தார். தன்மானத்துடன்

வாழ்வதற்கான வழியைக் காட்டினார். ஆனால் இதில் முழுமையான வெற்றியைப் பெற்றார் என்று கூறமுடியாது.

அரசியலில் தாழ்த்தப்பட்டோருக்குத் தனி வாக்குரிமையும் விகிதாச்சாரப் பிரதிநிதித்துவமும் வழங்கப்பட வேண்டுமென அம்பேத்கர் வாதாடினார். இதற்காக 1930ஆம் ஆண்டு இலண்டனில் நடைபெற்ற வட்டமேசை மாநாட்டில் கலந்து கொண்டார். 'என் மக்களுக்கு நியாயமாக என்ன கிடைக்க வேண்டுமோ, அதற்காகப் போராடுவேன். அதேசமயத்தில் சுயராஜ்ய கோரிக்கையை முழுமனதுடன் ஆதரிப்பேன்' என்று கூறினார். இரண்டாவது வட்டமேசை மாநாட்டில் வகுப்புவாரிப் பிரதிநிதித்துவம் குறித்த பிரச்னை முக்கியமாக விவாதிக்கப்பட்டது. இதன் விளைவாக ஒரு தொகுதியில் பொது வேட்பாளரைத் தேர்ந்தெடுக்க ஒரு வாக்கும் அதே தொகுதியில் தாழ்த்தப்பட்ட சமூகத்தைச் சார்ந்த வேட்பாளரைத் தேர்ந்தெடுக்க மற்றொரு வாக்கும் அளிக்கும் 'இரட்டை வாக்குரிமை' தாழ்த்தப்பட்ட மக்களுக்கு வழங்கப் பட்டது. மகாத்மா காந்தி இதனைக் கடுமையாக எதிர்த்தார். உண்ணாவிரதப் போராட்டத்தைத் தொடங்கினார். இதன் விளைவாக 1932இல் காந்தியடிகளுக்கும் அம்பேத்கருக்கும் இடையே 'பூனா ஒப்பந்தம்' கையெழுத்தானது. இதன்படி தாழ்த்தப்பட்டோருக்குத் தனி வாக்குரிமை என்பதற்குப் பதிலாகப் பொது வாக்கெடுப்பில் தனித்தொகுதி ஒதுக்கீடுகள் ஏற்றுக் கொள்ளப்பட்டன.

ஒடுக்கப்பட்டவர்கள் கல்வி கற்று அறியாமையிலிருந்து வெளிவர வேண்டும் என்ற நோக்கத்தில், 1945ஆம் ஆண்டு மும்பையில் 'மக்கள் கல்விக் கழகம்' என்ற அமைப்பைத் தோற்றுவித்தார். தீண்டப்படாத சாதியினருக்கு உயர்கல்வியை வழங்க வேண்டும் என்பதே அவருடைய எண்ணமாகும். அதற்காக 1946ஆம் ஆண்டு 'சித்தார்த்தா' கல்லூரியைத் தொடங்கினார். அதேபோல் ஔரங்காபாத்திலும் ஒரு கல்லூரியை உருவாக்கினார். 'கடவுளுக்குச் செலுத்தும் காணிக்கையை உன் பிள்ளைகளின் கல்விக்குச் செலுத்து; அது உனக்குப் பயன்தரும்' என்று கூறினார். 'கற்பி, ஒன்றுசேர், புரட்சி செய்' என்ற முழக்கத்தை முன்னெடுத்தார். அம்பேத்கர் உருவாக்கிய கல்வி நிறுவனங்களில் இருந்து ஏராளமான இளைஞர்கள் கல்வி கற்று முன்னேறினர். இவர்களில் சிலர் ஒடுக்கப்பட்டோருக்கான இலக்கியத்தை எழுதவும் முயன்றனர். இவர்கள் உருவாக்கிய இலக்கிய வடிவம்தான் 'தலித் இலக்கியம்' எனப்பட்டது. தலித்துகளின்

முன்னேற்றத்தில் மட்டுமல்ல, தலித் இலக்கிய உருவாக்கத்திலும் அம்பேத்கரின் பங்கு மகத்தானது.

ஒடுக்கப்பட்டோர் இலக்கியம் பிற இலக்கிய வகைமைகளில் இருந்து தனித்துவமானதாக இருக்க வேண்டும். ஒடுக்கப்பட்டோரின் பிரச்னைகளைக் காத்திரமாக எதிரொலிக்க வேண்டும். ஒடுக்கப்பட்டோரின் மொழியும் அவர்களது வலியும் அதில் இடம்பெற வேண்டுமென தலித்திய இளைஞர்கள் விரும்பினர். சோசலிச இலக்கியத்தை முன்மாதிரியாகக் கொண்டு ஒடுக்கப்பட்டோருக்கான இலக்கியம் இருக்க வேண்டும்; ஆனால் அது இன்னொரு சோசலிச இலக்கியமாக இருந்துவிடக் கூடாது என்பதில் இவர்கள் கவனத்துடன் செயல்பட்டனர். சோசலிச இலக்கியம் பொருளாதார ரீதியாக ஒடுக்கப்பட்டவர்களின் முதலாளி - தொழிலாளி முரண்பாடுகளுக்கே முக்கியத்துவம் கொடுத்தது. சாதிரீதியாக ஒடுக்கப்பட்டவர்கள் குறித்தும் தீண்டாதார்கள் குறித்தும் சோசலிசத்தை முன்வைக்கும் மார்க்சியம் வெளிப்படையாகப் பேசவில்லை என்ற குற்றச்சாட்டை இவர்கள் அவ்விலக்கியத்தின்மீது முன்வைத்தனர்.

தலித் இலக்கியம் - சில எதிர்வினைகள்

மகாத்மா ஜோதிராவ் புலேவும் அம்பேத்கரும்தான் ஒடுக்கப்பட்டோர் இலக்கியமான 'தலித் இலக்கியம்' உருவாகக் காரணமாக இருந்தனர். ஆனால் அவர்கள் வாழ்ந்த காலத்திலேயே இது சாத்தியமானது என்று கூறுவதற்கில்லை. பாபுராவ் ராம்ஜி பாகுல் 1963ஆம் ஆண்டு வெளியிட்ட 'என் சாதியை மறைத்து வைத்தபோது' என்ற சிறுகதைத் தொகுப்பு மராட்டியில் பெரும் அதிர்வலைகளை எழுப்பியது. அந்தத் தொகுப்பிலுள்ள கதைகள் முரட்டுத்தனமான சமூகத்தின் உணர்ச்சிகரமான கதைகள் என்று அனைவராலும் வரவேற்கப்பட்டன. ஜோதிராவ் புலே, அம்பேத்கர் ஆகியோரை வழிகாட்டியாகக் கொண்டு எழுதப்பட்ட இவரது படைப்புகள் தலித் எழுத்தின் தொடர்ச்சியாகப் பார்க்கப்பட்டது. புதிய அறிவொளியாகவும் இந்திய எழுத்தின் அடையாளமாகவும் கருதப்பட்டது. 1970இல் இவருக்கு மகாராஷ்டிர அரசு 'ஹரிநாராயண் ஆப்தே விருது' வழங்கிச் சிறப்பித்தது. 'தங்களை வாட்டுகின்ற வாழ்க்கைப் பட்டறிவு களைப் பொறுத்துக்கொண்டு, அந்தப் பட்டறிவுகளையே படைப்பாற்றல்களாக உருமாற்றிக் கொள்வதற்கான வலுவை இச்சிறுகதைத் தொகுப்பு உருவாக்கியது' (2003:24) என்று அர்ஜுன் டாங்ளே இக்கதைகள் குறித்து எழுதியிருக்கிறார்.

ஒடுக்கப்பட்டோர் தனித்த அடையாளத்துடன் தம் இலக்கியத்தை எழுதிக் கொண்டிருந்த தருணத்தில், அம்முயற்சிக்கு எதிரான குரல்களும் கேட்கத் தொடங்கின. படித்துப் பொருளாதாரத்தில் முன்னேறிய தலித் இளைஞர்கள் தங்களை உயர்சாதி மனோபாவத்துடன் கட்டமைத்துக் கொண்டனர். ஒடுக்கப் பட்டோர் இலக்கியம் கீழ்த்தரமான ஒன்று என்றும் அது தங்கள் சமூகத்தின் நன்மதிப்பைக் கெடுப்பதாகவும் கருதினர். கடந்தகால வரலாறு குறித்து இவர்கள் எண்ணிப் பார்க்க விரும்பவில்லை. பார்ப்பனர்களின் மனநிலையுடன் இவர்கள் செயல்படத் தொடங்கினர். தாழ்த்தப்பட்ட சாதியினரின் அவல நிலையையும் துயரங்களையும் இலக்கியமாக எழுதி தங்கள் சாதியை இழிவுபடுத்துவதாக இவர்கள் கருதினர். இவர்களை 'நவ பார்ப்பனீயர்கள்' என்று அழைக்கும் மரபு உருவானது. தலித் இலக்கியத்தின் அடுத்த கட்ட வளர்ச்சிக்கு இதுபோன்ற பின்னிழுப்புகள் பெரும் தடைகளாக இருந்தன.

தலித் சிறுத்தைகள் அமைப்பு

'தலித் சிறுத்தைகள்' என்ற அமைப்பு 1972ஆம் ஆண்டு மகாராஷ்டிராவில் தொடங்கப்பட்டது. ராஜா தாலே (1940-2019, நம்தியோ தசல் (1949-2014), ஜே.வி.பவார் (1943) உள்ளிட்ட 'மகர்' எழுத்தாளர்களால் இவ்வமைப்பு வழிநடத்தப்பட்டது. இவர்கள் உயர்சாதி முதலாளிகள் மற்றும் தலித்துகளை ஒடுக்கியவர்கள்மீது கடுமையான விமர்சனத்தை முன்வைத்தனர். தேவைப்பட்டால் வன்முறையைக் கையிலெடுப்பது குறித்தும் சிந்தித்தனர். தலித்துகளின் மீட்சிக்கு ஒரு முழுமையான புரட்சி தேவை என்பதை உறுதிப்படுத்தினர். 1973ஆம் ஆண்டு வெளியிடப்பட்ட தலித் சிறுத்தைகளின் அறிக்கையில், 'எங்களுக்கு ஒரு சிறிய இடம் தேவையில்லை; நாங்கள் முழு நிலத்தின் ஆட்சியை விரும்புகிறோம்' என்ற கருத்தை வலிமையாக முன்வைத்தனர். அம்பேத்கரிய உணர்வை ஒரு பரந்த மார்க்சிய கட்டமைப்பிற்குள் பொருத்தி இவர்கள் அறிக்கையைத் தயாரித்திருந்தனர். அவர்களின் அரசியல் தாக்கம் சர்ச்சைக்குரியதாக இருந்தாலும் இலக்கியம் மற்றும் கலாச்சாரப் பகுதியில் தலித் சிறுத்தைகளின் தாக்கம் மிகவும் முக்கியத்துவம் வாய்ந்தது. தலித் சிறுத்தைகள் அமைப்பு மராட்டிய கலை இலக்கிய மறுமலர்ச்சிக்கு வழிவகுத்தது என்பதை மறுக்க முடியாது. தலித் இலக்கியத்தின் எல்லைகளை விரிவு படுத்தும் ஒரு புதிய எதிர்ப்பு இலக்கியத்தை இவர்கள்தாம் உருவாக்கினர்.

'தலித் சிறுத்தைகள்' அமைப்பின் தீவிரச் செயல்பாடுகள் காரணமாக ஒடுக்கப்பட்ட சமூகத்தைச் சார்ந்த பலர் தாங்கள் தீண்டாமைக்குள்ளாக்கப்பட்ட அனுபவங்களை இலக்கியமாக விவரிக்கத் தொடங்கினர். தன் வரலாற்றுத் தன்மையிலான இதுபோன்ற நூல்கள், எழுத்தாளரின் ஒட்டுமொத்த வாழ்க்கையுடன் சேர்த்து ஒடுக்கப்பட்ட சமூகத்தையும் பிரதி பலித்தது. இவ்வகையான நூல்கள் பலரை எழுதவும் தூண்டி விட்டன. ஆதிக்கச் சாதியினரால் சுரண்டப்பட்ட மக்கள் திரளின் பரந்துபட்ட துயரங்களையும் அவமானங்களையும் புனைவுத் தன்மையில்லாமல் ஒடுக்கப்பட்டோர் இலக்கியங்கள் வெளிப் படுத்தின. ஆதிக்கச் சமூகத்தில் அவர்கள் எதிர்கொண்ட தீண்டாமை பிரச்னைகளை அவர்களுக்குத் தெரிந்த மொழியில் எந்தவித இலக்கிய உத்திகளுக்கும் இடம் கொடுக்காமல் யதார்த்தமாக எழுதினர். இலக்கிய நுணுக்கங்களைப் பற்றி இவர்கள் கவலைப் படவில்லை. என்ன நடந்ததோ அதனை அப்படியே எழுதினர். 'உண்மை நிலவரங்களின்மீது எந்தப் போலிப் பூச்சும் வர்ணனையும் இல்லாமல் எழுதப்பட்ட இந்தத் தன் வரலாற்று இலக்கியங்கள் மராத்திய இலக்கியத்தையே வளப்படுத்தின. சமூக அநீதிகளை வெளிச்சம் போட்டுக் காட்டியது' (2003:47) என்று அர்ஜுன் டாங்ளே குறிப்பிடுகிறார். மராட்டியத்தில் உருவான 'தலித் எழுத்து' இந்திய அளவில் ஓர் இயக்கம்போல வேகமாகப் பரவத் தொடங்கியது.

ஆப்பிரிக்க அமெரிக்கர்களுக்கு எதிரான இன மற்றும் பொருளாதாரப் பாகுபாட்டை எதிர்த்துப் போராட முயன்ற சோசலிச அரசியல் கட்சியான 'பிளாக் பாந்தர்' என்ற கட்சியே தலித் சிறுத்தைகள் இயக்கம் உருவாவதற்குக் காரணமாக இருந்தது. இந்த இயக்கம் ஒடுக்கப்பட்ட தலித்துகளின் நடுவே பெரும் நம்பிக்கையை விதைத்தது. தலித் சிறுத்தைகள் தீவிர அரசியல் தளத்தில் இயங்கியது. மகாத்மா ஜோதிராவ் புலே, அம்பேத்கர் ஆகியோரின் சித்தாந்தம் இவ்வியக்கத்திற்குப் பெரும் பங்காற்றியது. தலித் சிறுத்தைகள் இயக்கம் அனைத்து ஒடுக்கப் பட்ட சாதியினருக்கான குரலை முன்னெடுத்தது. தீண்டாமைக் குள்ளாகும் மக்களை ஒன்றிணைக்க 'தலித்' என்ற சொல்லை இவர்கள் தீவிரமாகப் பயன்படுத்தினர். சாதி அல்லது சமூகத்தை மீறிச் சுரண்டப்படும் அனைத்து மக்களின் பாதுகாவலர்களாக இவர்கள் தங்களைப் பிரகடனம் செய்துகொண்டனர். தலித் இலக்கிய உருவாக்கத்தில் தலித் சிறுத்தைகளின் பங்களிப்பு பொருட்படுத்தத்தக்கது. புதிதாகக் கல்வி கற்ற தலித் இளைஞர்கள்

பலர் தலித் இலக்கிய உலகிற்குள் நுழைவதற்கான அடித்தளத்தை இவ்வியக்கம் உருவாக்கிக் கொடுத்தது.

தலித் சிறுத்தைகள் அமைப்பு தொடங்கப்பட்டதற்குப் பிறகு ஒடுக்கப்பட்டோர் இடையே ஒரு நம்பிக்கை ஏற்பட்டிருக்கிறது. அவர்களின் பேச்சு துணிவுடையதாகவும் கலகக்குரலாகவும் ஒலித்திருக்கிறது. இவர்களின் இந்த அணுகுமுறை ஆதிக்கச் சாதியினரை அதிர்ச்சியடையச் செய்திருக்கிறது. மரபான இலக்கிய வடிவங்களுக்கு மாற்றான எதிர்ப்புக் குரலுடன் இவர்கள் இலக்கியத்தை உருவாக்கினர். இதனால் இந்த இயக்கத்துக்கு ஒரு முற்போக்கு அடையாளம் கிடைத்தது. அம்பேத்கரின் உண்மையான வாரிசுகள் என்ற இவர்களின் முழக்கம் உலகம் முழுவதுமுள்ள ஒடுக்கப்பட்ட அமைப்புகளுக்கும் கேட்கத் தொடங்கியது. அம்பேத்கரை முன்மாதிரியாகக் கொண்டு அவர் விட்ட இடத்திலிருந்து தாங்கள் பணியைத் தொடர்வதாக இவர்கள் அறிவித்தனர். மார்க்சியத்தையும் அம்பேத்கரியத்தையும் ஒன்றிணைத்துச் செயல்படும் முயற்சியில் தலித் சிறுத்தைகள் ஈடுபட்டனர். ஆனால் இந்த முயற்சி முழு வெற்றியைத் தரவில்லை.

2. தலித்திய இயக்கங்கள்

ஒடுக்கப்பட்டோர் இலக்கியத்தின் வளர்ச்சிக்குத் தலித் இயக்கங்களின் பங்களிப்பு முக்கியமானது. ஓர் இயக்கமாகத் திரள்வதன் மூலமாகத்தான் ஒடுக்கப்பட்டோரின் பிரச்னைகளைச் சரிசெய்ய முடியும் என்று நம்பினர். ஜோதிராவ் புலே காலம் முதலே தலித்திய இயக்கங்கள் சாதிய ஏற்றத்தாழ்வுகளைக் களையவும் ஒடுக்கப்பட்டோர் சமூக முன்னேற்றத்திற்காகவும் செயல் பட்டிருக்கின்றன. பேரணிகளையும் மாநாடுகளையும் நடத்தி ஒடுக்கப்பட்ட மக்களிடம் விழிப்புணர்வை ஏற்படுத்தியிருக் கின்றன. தலித் இலக்கிய முயற்சிகளுக்குப் பின்புலமாகச் செயல்பட்டிருக்கின்றன. உதிரிகளுக்கு இயக்கப் பாதுகாப்பு என்பது மிக முக்கியமானது என்பதை இன்றும் கண்டு வருகிறோம். தொடங்கப்பட்டபோது இவ்வியக்கங்கள் காட்டிய தீவிரம் அடுத்தடுத்த காலகட்டங்களில் குறைந்திருக்கிறது; பொதுத் தளத்தில் தன்னை இணைத்துக் கொண்டிருக்கிறது. பின்னாட்களில் இதுபோன்ற சமூக இயக்கங்கள் அரசியல் அதிகாரத்தை நோக்கி நகர்ந்தும் தனி மனிதர்களை முன்னிறுத்தியும் நீர்த்துப்போயின. ஆனாலும் ஒடுக்கப்பட்டோர் இயக்கங்களின் தொடக்க கால முயற்சிகள் பாராட்டத்தக்கவை. ஒருசில இயக்கங்களின் பங்களிப்பை இங்குக் காணலாம்.

நாமசூத்ரா இயக்கம்

நாமசூத்திரர்கள் வங்காளத்தில் தோன்றியவர்கள். அவர்கள் எந்தவொரு இந்து மத வர்ணத்திலும் சேராத அவர்ண சமூகமாகும். இந்தச் சமூகத்தினரைப் பட்டியல் இன மக்களுள் ஒரு பிரிவினராகக்

கருதினர்; 'சண்டாளர்கள்' என அழைத்தனர். இம்மக்கள் வேளாண்மைத் தொழிலில் ஈடுபட்டதுடன், ஆறுகளில் படகோட்டிகளாகவும் மீன் பிடிப்பவர்களாகவும் இருந்தனர். சாதிய அவமானங்களில் இருந்து தங்களைக் காத்துக்கொள்ள இவர்கள் 'மாட்டுவா இயக்கம்' என்ற அமைப்பை 1872ஆம் ஆண்டு தொடங்கினர். இவர்கள், தங்களுக்குரிய மரியாதை கிடைக்கும்வரை ஆதிக்கச் சாதியினர் வீடுகளில் வேலை செய்ய மாட்டோம் என்று அறிவித்தனர். நாமசூத்ரா சமூகத்தின் முக்கிய நபரான ஹரிசந்த் பிஸ்வாஸ்தான் இந்த இயக்கத்தை முன்னெடுத்திருக்கிறார். 'சாதி சமத்துவமின்மையை நீக்க வேண்டும்; பாலினச் சமத்துவம் போற்றப்பட வேண்டும்; மதச்சார்பற்ற நடைமுறைகள் கடைப்பிடிக்கப்பட வேண்டும்' (தலித்துகள்: நேற்று இன்று நாளை, பக்.62) போன்ற கொள்கைகளை இந்த இயக்கம் பிரச்சாரமாகச் செய்திருக்கிறது. பிராமணர்களுக்கு இணையான சாதிய அங்கீகாரம் தங்களுக்கும் வழங்க வேண்டும் என்ற கோரிக்கை மனுவை வங்காள ஆளுநரிடம் இவர்கள் அளித்தனர். ஆதிக்கச் சாதியினருக்கு எதிரான இவர்களது முதல் முயற்சி வரலாற்றில் முக்கியமானது.

சத்யசோதாக் சமாஜம்

'தலித்' என்ற சொல்லை ஒடுக்கப்பட்டோருக்கான பொதுச்சொல்லாக உருவாக்கிய ஜோதிராவ் புலே, தனது ஆதரவாளர்களுடன் இணைந்து 1873ஆம் ஆண்டு செப்டம்பர் 24ஆம் தேதி 'சத்யசோதாக் சமாஜம்' (Satyashodhak Samaj) எனும் அமைப்பைத் தொடங்கினார். இதுவொரு சமூகச் சீர்திருத்த இயக்கமாகும். இந்திய சமூகச் சூழலில் சூத்திரர்கள் மற்றும் தீண்டாமைக்குட்பட்ட சாதிகளைச் சுரண்டல் மற்றும் அடக்கு முறைகளிலிருந்து விடுவிப்பதே இவ்வியக்கத்தின் நோக்கமாகும். ஆதிக்கச் சாதிகளின் சுரண்டல் போக்கையும் தவறான வழிபாட்டுச் சடங்குகளையும் புலே கண்டித்தார். இந்துமத நூல்கள் கட்டமைத்திருக்கும் சாதியப் படிநிலைகளின் தன்மைகளையும் இந்த இயக்கம் சுட்டிக்காட்டியது. ஒடுக்கப்பட்ட பெண்களுக்குக் கல்வி கொடுத்ததில் புலேவின் பங்கு முக்கியமானது. தன் மனைவி சாவித்திரியையே ஆசிரியையாக்கிப் பெரும் புரட்சி செய்தவர். கடும் எதிர்ப்புகளுக்கிடையே புலே உருவாக்கிய சத்யசோதாக் சமாஜம் இயக்கமே பின்னாளில் அம்பேத்கருக்கு உதவியாக அமைந்தது.

மகர்கள் சபை

ஆனந்த் டெல்டும்டே, 'தலித்துகள் நேற்று இன்று நாளை' என்ற நூலில் மகர்கள் சபை உருவாக்கப் பின்புலம் குறித்து விரிவாக எழுதியிருக்கிறார். மகாராஷ்டிராவைச் சார்ந்த சமூகச் செயற்பாட்டாளர் வித்தல் ராவ்ஜி மூன்சந்த் பாண்டே என்பவர் 1908ஆம் ஆண்டு 'மகர்கள் சபை' என்ற அமைப்பை நிறுவி ஒடுக்கப் பட்டோருக்கான சமூக சீர்திருத்தங்களைச் செய்திருக்கிறார். பொதுக்குளத்தில் தலித் மக்களைக் குளிக்கச் செய்திருக்கிறார். தலித்துகளுக்காகத் தனியே ஒரு சிவன் கோயிலையும் கட்டிக் கொடுத்திருக்கிறார். மகர்கள் சாதிக்குள்ளே பல சீர்திருத்தங்களை இவர் செய்திருக்கிறார். இறந்த மிருகங்களின் இறைச்சியைச் சாப்பிடக் கூடாதெனும் உறுதிமொழியை மகர்களை எடுக்கச் செய்திருக்கிறார். 'தலித்துகள் தங்களது அறியாமையை அகற்றவேண்டும்; மூடநம்பிக்கைகளிலிருந்து விடுபடவேண்டும்; கல்வி கற்க வேண்டும் என்று வலியுறுத்தியுள்ளார். மது அருந்தக் கூடாது என்று கூறி, தங்களது சமூக உரிமைகளுக்காகத் துணிந்து போராட வேண்டும்; ஒன்றுபட வேண்டும்' (தலித்துகள்: நேற்று இன்று நாளை, பக்.71) என்று இச்சபையினர் பிரச்சாரம் செய்தனர். இந்து மதத்தை விட்டு அம்பேத்கர் வெளியேற நினைத்தபோது, இந்தச் சபையைச் சார்ந்த கிஸான் ஃபகோஜி பன்சோட் என்பவர், 'இந்து மதத்திற்கு உள்ளிருந்தே முன்னேற்றம் காணவேண்டும்' என்ற கொள்கையை அம்பேத்கரிடம் வலியுறுத்தியிருக்கிறார்.

சித்தார்த்தா இலக்கியச் சங்கம்

அம்பேத்கரால் 1945ஆம் ஆண்டு பம்பாயில் நிறுவப்பட்ட 'மக்கள் கல்விக் கழகம்' நடத்திய சித்தார்த்தா கல்லூரியில் படித்த முதல் அணியினரைக் கொண்டு 'சித்தார்த்தா இலக்கியச் சங்கம்' என்ற அமைப்பு 1950ஆம் ஆண்டு உருவாக்கப்பட்டது. இந்த அமைப்பிலிருந்தே பின்னாளில் 'மராட்டிய தலித் இலக்கியச் சங்கம்' உருவானது. 1958ஆம் ஆண்டு ஒடுக்கப்பட்ட எழுத்தாளர் களின் முதல் இலக்கிய மாநாடு பம்பாயில் நடைபெற்றது. அம்பேத்கரால் ஔரங்காபாத்தில் தொடங்கப்பட்டிருந்த 'மிலிண்ட் கல்லூரி'யின் முதல்வராயிருந்த எம்.என். வாங்கடே அமெரிக்காவில் மேற்படிப்பை முடித்து கறுப்பின இலக்கியத்தின் தன்மைகளையும் அறிந்து வந்தார். கறுப்பின இலக்கியத்தின் கூறுகள் தலித் இலக்கியத்தின் வளர்ச்சிக்குத் துணையாக அமைந்தன.

திராவிட மகாஜன சபை

ஒடுக்கப்பட்டவர்களுக்கு ஆதரவான குரலைத் தமிழ்ச் சூழலில் முதலில் ஒலித்தவர் சேக்கிழார் என்றும் சித்தர்கள் என்றும் வெவ்வேறான கருத்துகள் உள்ளன. சாதியை எதிர்த்தவர்கள் என்ற இடத்தில் வைத்து இவர்களது செயல்பாடுகளைப் பார்க்கலாம். ஆனால் தென்னிந்தியாவின் முதல் சாதி ஒழிப்புப் போராளி அயோத்திதாசப் பண்டிதர்தான் என்று தலித்துகள் கருதுகின்றனர். இதில் மாற்றுக் கருத்துக்கும் இடமிருக்கிறது. அயோத்திதாசப் பண்டிதர், ஒடுக்கப்பட்ட சமூகத்தின் சேவகராகவும் சித்த மருத்துவராகவும் இருந்தவர். ஆதிதிராவிடர் சமூகத்தில் தோன்றிய இவர், பத்தொன்பதாம் (1845-1914) நூற்றாண்டின் இறுதியில் ஆதிதிராவிட மக்களின் முன்னேற்றத்துக்காக அரசியல், சமயம், இலக்கியம் ஆகிய களங்களில் தீவிரமாகச் செயல்பட்டார். இந்து மதத்தை எதிர்த்துப் பௌத்தத்திற்கு மாறினார்; ஆதிதிராவிடர்களின் உண்மை சமயம் பௌத்தம் என்றார். அனைவரையும் பௌத்தத்திற்கு மாறவேண்டும் என்று அறைகூவல் விடுத்தார். ஒடுக்கப்பட்ட மக்களுக்காக இவர் உருவாக்கிய இயக்கம்தான் 'திராவிட மகாஜன சபை'. 1891இல் இச்சபை தொடங்கப்பட்டது. அயோத்திதாசர் 1885 ஆண்டிலேயே 'திராவிட பாண்டியன்' என்னும் இதழைத் தொடங்கினார். அவர் 1886ஆம் ஆண்டில் 'தலித்துக்கள் இந்துக்கள் அல்ல' என்று அறிவித்தார். புத்த மதம் குறித்த ஆய்வில் ஈடுபட்டார். அதன் மீட்சிக்குக் காரணமாக இருந்தார்.

சென்னை இராயப்பேட்டையில் இருந்து ஜூன் 19, 1907 முதல் புதன்கிழமை தோறும் நான்கு பக்கங்களுடன் அன்றைய காலணா விலையில் 'ஒரு பைசா தமிழன்' என்ற இதழை அயோத்திதாசப் பண்டிதர் நடத்தினார். பின்னர் பொதுமக்களின் வேண்டுகோளுக்கு இணங்க ஆகஸ்ட் 26, 1908 முதல் 'ஒரு பைசா' என்ற சொல் நீக்கப்பட்டு 'தமிழன்' என்ற பெயரோடு வெளிவந்தது. அயோத்திதாசப் பண்டிதர் புத்தமதம் தொடர்பான கட்டுரைகளை இதில் எழுதினார். ஒடுக்கப்பட்ட மக்களுக்கு உள்ளாட்சி அமைப்புகளிலும் கல்வி மற்றும் வேலைவாய்ப்புகளிலும் உரிய முக்கியத்துவம் வழங்க வேண்டுமென ஆங்கில அரசுக்குக் கோரிக்கை வைத்தார். சுதந்திரம் பெறுவதைவிடச் சாதிய அமைப்பைத் தகர்ப்பது முக்கியமென அயோத்திதாசர் கருதினார். 'திராவிடன்', 'தமிழன்' என்கிற இரண்டு அரசியல் அடையாளச் சொற்களைத் தமிழகத்துக்கு வழங்கிய பெருமை அயோத்திதாசருக்கு உண்டு. 'ஆதித்தமிழர்கள்' என்கிற அடையாளத்தை முன்வைத்து

அவற்றை மக்கள்தொகை கணக்கெடுப்பில் சேர்க்க வேண்டும் என்கிற கோரிக்கையை அப்போதே முன்வைத்திருக்கிறார் அயோத்திதாச பண்டிதர். 'சாதி பேதமற்ற திராவிடனே தமிழன்' என்கிற வரையறையை அவர் வைத்திருந்தார்.

பறையர் மகாஜன சபை

இரட்டைமலை சீனிவாசன் (1859-1945) என்ற சமூகச் சீர்திருத்தவாதியால் 1891ஆம் ஆண்டு தொடங்கப்பட்ட இயக்கம், 'பறையர் மகாஜன சபை'. ஒடுக்கப்பட்ட ஆதி தமிழர்களுக்காகக் குரல் கொடுத்தவர்; 1923 முதல் 1939 வரை சென்னை மாகாண சட்டசபையின் உறுப்பினராக இருந்தவர். இரட்டைமலை சீனிவாசன் 1939இல் தன்னுடைய வரலாற்றைத் தானே 'திவான் பகதூர் இரட்டைமலை சீனிவாசன் அவர்கள் ஜீவிய சரித்திர சுருக்கம்' என்ற பெயரில் எழுதி வெளியிட்டுள்ளார். 'பறையன்' (1893-1900) என்ற திங்கள் இதழை நடத்தினார். தான் படிக்கும் காலத்திலேயே சாதியக் கொடுமைகளை நேரடியாக அனுபவித்தவர் இரட்டைமலை சீனிவாசன். தாழ்த்தப்பட்ட மக்களுக்குக் கல்வி மறுக்கப்படுவதைக் கண்டு, அதற்கெனப் போராடத் துணிந்தார்.

பறையர் மகாஜன சபை மூலம் மாநாடுகளை நடத்தி ஒடுக்கப்பட்டோர் உரிமைகள் குறித்துப் பிரச்சாரம் செய்தார். 'சூத்திரரைத் தொட்டால் தீட்டு, பஞ்சமரைப் பார்த்தாலே தீட்டு' எனக் கொடூரமாக வெளிப்பட்ட சாதியத்துக்கு எதிராக, தமது எழுத்துகளை ஆயுதமாகப் பயன்படுத்தினார். தாழ்த்தப்பட்ட மக்களுக்கான நில மீட்புப் போராட்டத்தில் இரட்டைமலை சீனிவாசனின் பங்கு முக்கியமானது. எந்தச் சாதியின் பெயரால் மக்களைத் தாழ்த்தினார்களோ, அதே பெயரில் இரட்டைமலை சீனிவாசன் பத்திரிகை தொடங்கி நடத்தியது கலகத்தின் செயல்பாடாகவே பார்க்கப்படுகிறது. 'பறையன்' இதழ் ஒடுக்கப்பட்ட மக்களை ஒன்று திரட்ட உதவியது. ஒடுக்கப்பட்ட மக்களுக்கான நிதியைத் திரட்ட வெளிநாடு சென்றார். இலண்டனில் நடைபெற்ற வட்டமேசை மாநாட்டில் அம்பேத்கருக்கு உதவினார். அதேநேரத்தில் மதமாற்றம் தொடர்பான அம்பேத்கரின் முடிவுடன் இவர் முரண்பட்டார். தென்னாப்பிரிக்காவில் காந்திக்குத் தமிழ் கற்றுக்கொடுத்தவர் இரட்டைமலை சீனிவாசன். அவரே, இரட்டை வாக்குரிமைக்கு எதிராகச் செயல்பட்ட காந்தியைக் கடுமையாக விமர்சனம் செய்தார்.

சென்னை மாகாண சட்டசபையின் உறுப்பினராக இருந்தபோது ஒடுக்கப்பட்டோருக்காகத் தன் வாழ்நாளெல்லாம் போராடிய இரட்டைமலை சீனிவாசனுக்கு ஆங்கில அரசு 'ராவ் சாகிப் (1926)', 'ராவ் பகதூர் (1930)', 'திவான் பகதூர் (1936)' ஆகிய பட்டங்களை வழங்கியது. 1940ஆம் ஆண்டு திரு.வி.க. இவருக்குத் 'திராவிட மணி' என்ற பட்டத்தை ராஜாஜி முன்னிலையில் வழங்கிச் சிறப்பித்தார். அயோத்திதாசர் தன் முதல் மனைவி இறப்புக்குப் பிறகு, இரட்டைமலை சீனிவாசனின் தங்கை தனலட்சுமியை இரண்டாவதாகத் திருமணம் செய்து கொண்டார் என்பது குறிப்பிடத்தக்கது.

புலையர் இயக்கம்

கேரளாவின் தெற்கு திருவாங்கூர் பகுதியில் தாழ்த்தப்பட்ட புலையர் சாதியில் பிறந்தவர் அய்யன்காளி (1863-1941). அய்யன்காளி சிறுவனாக இருந்தபோது தனது சாதியைச் சார்ந்தவர்கள் அடிமைகளாக நடத்தப்படுவதைக் கண்டார். புலையர் சாதியில் பிறந்த அவர்களுக்குச் சாலையில் நடக்க அனுமதியில்லை. நல்ல உடையணிய அனுமதி மறுக்கப்பட்டது. செருப்புப் போட முடியாது; தலைப்பாகை கட்டக்கூடாது எனப் பல்வேறு அடக்குமுறைகளை ஆதிக்கச் சாதியினரால் அனுபவித்தனர். வர்ணாசிரம அடுக்கில் கீழே இருந்ததால், புலையர்களை உழவில் பூட்டி வயலை உழச்செய்தனர். ஆதிக்கச் சாதியினரான நம்பூதிரிகளும் நாயர்களும் இவர்களை அடிமைகளாக நடத்தினர். பெண்களுக்கும் தனிப்பட்ட முறையில் பல்வேறு தீண்டாமைக் கொடூரங்களை உயர் சாதியினர் நிகழ்த்தினர். பெண்கள் மேலாடை அணியவும் கல்வி கற்கவும் அனுமதிக்கப்படவில்லை.

உயர் சாதியினரைக் கோபமடையச் செய்ய அய்யன்காளி அவர்களைப் போலவே நல்ல உடை உடுத்தினார். தாழ்த்தப்பட்ட மக்கள் நடக்கக்கூடாது என்று கட்டுப்பாடுகள் விதிக்கப்பட்ட தெருக்களில் மணிச்சத்தத்துடன் மாட்டுவண்டியில் பயணம் செய்தார். தனது விடுதலை மட்டுமல்ல, ஒட்டுமொத்தச் சமூகத்தின் விடுதலையே உண்மையான விடுதலையாக இருக்க முடியுமென்பதை அய்யன்காளி உணர்ந்தார். ஒடுக்கப்பட்ட மக்கள் அனைவரையும் ஒன்றுதிரட்டி எந்தத் தெருக்களில் நடக்க உரிமை மறுக்கப்பட்டதோ அதே தெருக்களின் வழியாக விடுதலை ஊர்வலம் போனார்.

அக்காலகட்டத்தில் புலையர்களுக்கு அரசு கல்வி நிலையங்களில் அனுமதி மறுக்கப்பட்டிருந்தது. புலையர்கள் பள்ளிக்கூடத்தில் நுழையக்கூடாது என்ற நிலையைத் தகர்க்க, 1904ஆம் ஆண்டு கல்வி நிலையம் ஒன்றைப் புலையர்களுடன் சேர்ந்து அய்யன்காளி அமைத்தார். இதன்மூலம் மறைமுகமாகக்கூட புலையர்கள் கல்வி கற்கக் கூடாது என்ற நிலை அகற்றப்பட்டது. பட்டியல் வகுப்பினருக்காக முதன் முதலில் அமைக்கப்பட்ட கல்வி நிலையம் இதுவாகும். ஒரு கட்டத்தில் 'எங்கள் குழந்தைகள் கல்வி கற்க முடியாதென்றால், உங்கள் வயல்களில் நாங்கள் வேலை பார்க்க முடியாது' என்று அறிவித்தார் அய்யன்காளி. பல்வேறு கோரிக்கைகளை வலியுறுத்தி புலையர்களையும் பிற விவசாயி களையும் ஒன்றுதிரட்டிப் போராட்டம் நடத்தினார். 1912இல் பட்டியல் வகுப்பு மக்களுக்கு அனுமதி மறுக்கப்பட்ட பொதுச் சந்தையில் அய்யன்காளி நுழைந்தார். போராட்டத்திற்குப் பிறகு அனைவரும் சந்தையில் அனுமதிக்கப்பட்டார்கள். அய்யன்காளி 1940ஆம் ஆண்டு 'புலையர் மகாசபை' என்ற அரசியல் அமைப்பை உருவாக்கினார். இன்றும் இவ்வமைப்பு செயல்படுகிறது.

பாம்செஃப்

பாம்செஃப் (BAMCEF) என்பது பிற்பட்ட மற்றும் சிறுபான்மைச் சமூக அரசு ஊழியர் கூட்டமைப்பாகும். பஞ்சாப் மாநில தலித் இளைஞரான கன்ஷிராம் (1934-2006), தன் நண்பர்களான டி.கே.கோபர்டே, ராம் கோப்ரகடே, நம்தியோ காம்ப்ளே ஆகியோருடன் இணைந்து 1971ஆம் ஆண்டில் இந்த அமைப்பைத் தொடங்கினார். பிற்படுத்தப்பட்டோர் என்ற சொல்லாடலில் பட்டியல் சாதியினரும் பட்டியல் பழங்குடியினரும் பிற பிற்படுத்தப்பட்டோரும் அடங்குவர் என்பது இவ்வமைப்பின் கருத்தாகும். சமூகத்தால் பெற்றதை அந்தச் சமூகத்திற்கே திருப்பிச் செலுத்த வேண்டும். ஒடுக்கப்பட்ட எளிய மக்களுக்கு உதவி செய்வதற்குத் தலித் அதிகாரிகளை ஊக்கப்படுத்த வேண்டும். இந்த இயக்கம் அரசியல் பக்கமும் தன் கவனத்தைச் செலுத்தத் தொடங்கியது. 'தலித் சோஷித் சமாஜ் சங்கர்ஷ் சமிதி' எனும் பெயரில் கட்சியொன்றை 1981ஆம் ஆண்டு தொடங்கினார் கன்ஷிராம்.

தலித் சங்கர்ஷ் சமிதி

கர்நாடகாவில் தலித்துகளுக்கு அதிகாரமளிக்கும் தலித் இயக்கங்களில் முக்கியமானது தலித் சங்கர்ஷ் சமிதி. இது 1977இல்

ஆரம்பிக்கப்பட்டது. அம்பேத்கர் விசார வேதிகே மற்றும் பிற்படுத்தப்பட்ட மாணவ அமைப்புகளின் ஒழுங்கமைவில் நடந்த கூட்டமொன்றில், 'கன்னட இலக்கியங்கள் அனைத்தும் வெறும் மாட்டுத் தீவனம்' என்று அப்போதைய தலித் மாநில அமைச்சராக இருந்த பி.பசவலிங்கப்பா வெளிப்படையாகக் கருத்துத் தெரிவித்தார். இது கன்னட இலக்கியத்தில் பெரும் வெடிப்பினை ஏற்படுத்தியது. கன்னட இலக்கியவாதிகள் இரு அணிகளாக மோதிக்கொண்டனர்.

தேவனூரு மகாதேவ, டி.பி.சித்தலிங்கய்யா, தேவய்யா ஹராரே, கோவிந்தய்யா, பேரா. பி.கிருஷ்ணப்பா உள்ளிட்ட முக்கிய ஆர்வலர்கள் அனைவரும் இணைந்து 'தலித் சங்கர்ஷ் சமிதி' என்ற இயக்கத்தை உருவாக்கினர். 1978இல் நடைபெற்ற மாநில ஒருங்கிணைப்பாளர் கூட்டத்தில் பேரா. பி.கிருஷ்ணப்பா ஒருங்கிணைப்பாளராகத் தேர்ந்தெடுக்கப்பட்டார். 'பஞ்சமா' என்ற வார இதழ் ஒன்றையும் இவர்கள் தொடங்கினர். பின்வருவன இந்த அமைப்பின் நோக்கங்களாக முன்மொழியப்பட்டன.

- தலித்துகளைச் சமூகப் பொருளாதாரக் கலாச்சாரச் சுரண்டலிலிருந்து வன்முறையற்ற பாதையின் மூலம் விடுவிப்பது.
- தனியார் நிலங்கள், தொழிற்சாலைகள் அனைத்தையும் தேசியமயமாக்குவது.
- சாதிகளும் வர்க்கங்களுமற்ற சமுதாயம் அமைப்பது.
- தேசிய அளவிலும் உலக அளவிலும் செயல்படும் சுயமரியாதை இயக்கங்களையும் சுதந்திரப் போராட்டங் களையும் அங்கீகரிப்பது.
- சுதந்திரத்தை முதன்மையாகக்கொண்ட நீதி நெறியான சமூகத்தை உருவாக்குவது என்றும் இவற்றின்மூலம் அரசியல் சட்டத்தின்படியான வன்முறையற்ற பாதையில் பயணிப்பதென அறிவிக்கப்பட்டது (தலித்துகள்: நேற்று இன்று நாளை, பக்.123).

தொடக்கத்தில் தலித்துகள் எதிர்கொள்ளும் நிலத்தகராறுகள் மற்றும் சமூகப் பிரச்னைகளுக்கு இவ்வியக்கம் முன்னுரிமை அளித்தது. தலித் பெண்களின் நிர்வாண ஊர்வலச் சடங்கை இவர்கள் எதிர்த்தனர். தலித்துகளுக்கு எதிரான காவல்துறையின் அலட்சியங்கள், சாதிய அட்டூழியங்கள், தலித்துகளுக்கான கல்வி,

இட ஒதுக்கீட்டைத் திறம்படச் செயல்படுத்துதல், நிலச் சீர்திருத்தங் களுக்கு எதிரான போராட்டங்கள் ஆகியவற்றில் 'தலித் சங்கர்ஷ் சமிதி' கவனம் செலுத்தத் தொடங்கியது. இந்தப் போராட்டங் களினூடாகத் தாழ்த்தப்பட்ட மக்கள் பயனடையத் தொடங்கினர். நாளடைவில், இந்த இயக்கத்தின் தலைவர்கள் பொருளாதாரப் பலன்களுக்காகவும் அதிகாரமிக்க பதவிகளுக்காகவும் இயக்கத்தைத் தொலைத்துவிட்டனர்.

தலித்திய இயக்கங்கள் அம்பேத்கரின் சித்தாந்தங்களை முன்னிறுத்தியே இன்று இயங்குகின்றன. அவருக்கு முன்பும் பலரது சமூகச் செயற்பாடுகள் ஆக்கப்பூர்வமாக இருந்திருக்கின்றன. ஆனால் அம்பேத்கரே ஒடுக்கப்பட்டோருக்கான பிரதிநிதியாக இருக்கிறார். சமூகத்திலும் இந்திய அரசியலைக் கட்டமைப்பதிலும் அம்பேத்கரின் பங்களிப்புதான் முதன்மையானதாக இருக்கிறது. அதனால் அவருக்குப் பிறகான தலித்திய இயக்கங்கள் அவரை மையமிட்டே செயல்பட்டிருக்கின்றன. ஜோதிராவ் புலேவும் அம்பேத்கரும் மகாராஷ்டிராவில் பிறந்த காரணத்தால் தலித் இயக்கத்தின் தோற்றம் மராட்டியமாக இருக்கிறது. இதனூடாக உருவான தலித் இலக்கியத்தின் தொடக்கமாகவும் மராட்டிய நிலமே இருந்திருக்கிறது என்பதை மறுக்க முடியாது.

தலித்தியத்திற்கும் பௌத்தத்திற்குமான உறவுகள்

சக மனிதர்களிடம் தீண்டாமையைக் கடைப்பிடிப்பதற்கு அடிப்படைக் காரணமாக இருப்பது சாதிதான். சாதி, மதத்தின் ஆதிக்கத்திற்குக் கட்டுப்பட்டதாக இருக்கிறது. தீண்டத்தகாதவர் கள் குறிப்பிட்ட அந்தச் சாதியில் பிறப்பதற்குக் காரணமாக இருப்பது, அவர்கள் முற்பிறவியில் செய்த பாவம் என்று இந்து மதத்தால் கற்பிக்கப்பட்டது. உயர் சாதியினருக்குச் சேவை செய்வதினூடாக அவர்கள் அந்தப் பாவத்தைக் கடக்க முடியும் என்ற விமோசனத்தையும் தாழ்த்தப்பட்டவர்களுக்குச் சமயம் சலுகையாக வழங்கியது.

நான்கு வர்ணங்களின் பிறப்பு குறித்த சனாதன இந்துமதத்தின் கற்பிதங்களைத் தாழ்த்தப்பட்டவர்களையே நம்ப வைத்ததுதான் இந்துமதத்தின் வெற்றியாகக் கருதப்படுகிறது. எனவே தங்களைத் தீண்டாமைக்கு உட்படுத்தி, தாழ்த்தப்பட்டவர்களாகவே நீடிக்கச் செய்கிற சமய அடையாளத்தைத் துறப்பதன் மூலமாகத்தான் தீண்டாமையிலிருந்து விடுபட முடியும் என்று தலித்துகள் நம்பினர்.

தொழில்தான் தொடக்கத்தில் தீண்டாமைக்குக் காரணமாக இருந்திருக்கிறது. பின்பு தொழில் சாதியாக மாற்றப் பட்டிருக்கிறது. ஒருவர் செய்கின்ற தொழில், மற்றொருவரால் 'இழிவானது' என்று சுட்டிக்காட்டப்படாதவரை அந்தத் தொழில் இழிவானதாகக் கருதப்பட வாய்ப்பே இல்லை. உயர்வு, தாழ்வு என்ற கருத்து மனிதர்களுக்குள் எப்போது உருவாகியிருக்கும் என்ற ஆய்வு இங்குத் தேவைப்படுகிறது. இந்து மதத்திற்கு உட்பட்டதாக இருக்கும் பல்வேறு உட்சாதிகளில் சில சாதிகள் உயர்ந்ததெனவும் சில சாதிகள் தாழ்ந்ததெனவும் சமயநூல்கள்தாம் கற்பித்தன. சமயம் இறைவனோடு தொடர்புப்படுத்தப்பட்டிருக்கிறது. சமயத்தை மீறுவதும் இறைவனை மீறுவதும் ஒன்றென அறிவுறுத்தப் பட்டிருக்கிறது. ஒடுக்கப்பட்டவர்கள் சமயத்தையும் புராணங் களையும் நம்பும்வரை தீண்டாமையிலிருந்து தங்களை விடுவித்துக் கொள்ள முடியாது என்ற கருத்துக்கு ஒருகட்டத்தில் வரவேண்டிய சூழல் உருவானது.

நாங்கள் இந்துவாக இருப்பதால்தான் எங்களைத் தீண்டத்தகாதவர் களாகக் கருதுகிறீர்கள் என்றால், நாங்கள் இனி இந்துக்கள் அல்ல என்ற இடத்தை நோக்கி தலித்துகள் நகர்ந்தனர். ஒடுக்கப்பட்ட சமூகத்தில் பிறந்த அயோத்திதாசர், அம்பேத்கர் உள்ளிட்ட சமூகச் சீர்த்திருத்தவாதிகள் மதம் குறித்து ஆழமான உரையாடலை நிகழ்த்தினர். சமணம், பௌத்தம், இஸ்லாம், கிறித்தவம் ஆகிய சமயங்களின் தன்மைகள் குறித்தும் இவ்வுரையாடல் அமைந்தது. சமண சமயத்தில் சாதியப் பிரச்னை இருக்கிறது என்பதால் அந்தச் சமயத்தை இவர்கள் நிராகரிக்கின்றனர். கிறித்துவர்கள் தங்களது ஆலயங்களில் தாழ்த்தப்பட்டவர்களுக்குத் தனி இருக்கைகள் ஏற்படுத்திச் செயல்பட்டனர். எனவே அவர்களுக்குள்ளும் சாதிய வேற்றுமைகள் உண்டு. தாழ்த்தப்பட்டவர்கள் கிறித்துவர்களாகச் சமயம் மாறுவதால் ஒரு பயனும் விளையாது என்பதை அயோத்திதாசர் கண்டறிந்தார்.

இஸ்லாமியர்கள் கல்வி உள்ளிட்ட அடிப்படைத் தேவைகளில் தலித்துகளைப் போன்றே பின்தங்கியிருக்கின்றனர். அவர்களே அரசாங்கத்தின் கருணையை எதிர்பார்த்துக்கொண்டிருக்கிற நிலையில், தாழ்த்தப்பட்டவர்கள் இஸ்லாமியர்களாக மாறுவதும் சரியான தீர்வாக இருக்காது என்பதையும் அயோத்திதாசர் உணர்ந்திருந்தார். பௌத்த மதத்தில்தான் சாதியப் படிநிலைகள் குறித்துத் தலித்துகளுக்கு ஆதரவான குரல்கள் ஒலித்திருக்கின்றன. ஆனால் புத்தரின் சீடர்களில் பலர் உயர்சாதியைச் சார்ந்த

பிராமணர்கள் என்பதையும் இவர்கள் அறிந்தனர். பிற மதங்களை ஒப்பிடும்போது பௌத்தமே சாதிய இறுக்கமற்ற நெகிழ்ச்சியான மதமாக இருந்தது. தலித்துகள் பூர்வீகப் பௌத்தர்கள் என்பதற்கான ஆதாரங்களையும் அயோத்திதாசர் திரட்டினார்.

அயோத்திதாசரின் பௌத்தச் சிந்தனைகள்

இந்து மதம்தான் தங்களது தீண்டாமைக்கு அடிப்படைக் காரணமாக இருக்கிறது என்பதைக் கண்டுகொண்டார் அயோத்திதாசர். 1891ஆம் நடத்தப்பட்ட மக்கட்தொகை கணக்கெடுப்பில், ஆதிதிராவிடர்களாகிய தங்களை இந்துக்கள் என அடையாளப்படுத்திக் கொள்ளாமல், 'சாதியற்ற தமிழர்கள்' எனப் பதிவு செய்யுமாறு வலியுறுத்தினார். ஆதிதிராவிட மக்களை ஒடுக்குவதற்குப் பயன்படும் சமயத்தடைகளை நீக்குவதுதான் ஒடுக்கப்பட்ட மக்களின் மெய்யான விடுதலையைக் கொண்டு வரும் என்று அயோத்திதாசர் கருதினார். சாதி, வருண எதிர்ப்புச் சமயமான பௌத்தமே அதற்கு ஏற்றது என்று கருதினார். பௌத்தமே ஆதிதிராவிடர்களின் மூல சமயம்; அந்தப் பௌத்த சமயம்தான் ஆதிதிராவிடர் விடுதலைக்கும் அதிகாரம் பெறுதலுக்கும் உறுதுணையாக இருக்கும் எனக் கருதினார்.

தன் சமயத்தவர் என்று சொல்லிக்கொண்டே மனிதத் தன்மையற்ற முறையில் தீண்டாமையின் பேரால் தலித்துகளை இந்து மதத்தவர் ஒடுக்குகின்றனர். இந்து மதத்தைவிட்டு வெளியேறி, யாவரையும் சகோதரர்களாக நினைக்கும் சாதிபேதமற்ற புத்த மார்க்கத்தைத் தழுவுவது என்றும் முடிவெடுத்தார். பௌத்தம் தழுவுவது தொடர்பாக 1898ஆம் ஆண்டு கர்னல் ஹெச்.எஸ். ஆல்காட் அவர்களைச் சந்தித்தார் அயோத்திதாசர். சென்னை தியாசபிகல் சொசைட்டியின் தலைவரான ஹெச்.எஸ்.ஆல்காட், புத்தமதத்தின் தத்துவங்கள்மீது மிகுந்த ஈடுபாடு கொண்டவராக இருந்தார். அவரிடம், 'தமது மக்கள் பூர்வ காலத்தில் பௌத்தர்களாக இருந்தனர்; பார்ப்பனர்களால் பறையர்கள் என்று தாழ்த்தப் பட்டார்கள்' என விளக்கினார். அசுவகோசரின் 'நாரதீய புராண சங்கைத் தெளிவு' என்னும் ஓலைச்சுவடி அதற்கு ஆதாரமாக விளங்குகிறது என்றுரைத்தார்.

ஆல்காட், பண்டிதரையும் அவருடன் சிலரையும் அழைத்துக் கொண்டு இலங்கைக்குச் சென்றார். கொழும்புவில் நடந்த பௌத்த நிகழ்வில் பஞ்சசீலம் பெற்று முறைப்படி பௌத்தம் தழுவினார் பண்டிதர்.

அயோத்திதாசர் இலங்கையிலிருந்து திரும்பியதும் சென்னை இராயப்பேட்டையைத் தலைமை இடமாகக்கொண்டு 'சாக்கிய பௌத்த சங்கம்' நிறுவினார். பௌத்தம் தமிழ்மொழி, இலக்கியம், பண்பாடுகளுடன் இரத்தமும் சதையுமாகக் கலந்துவிட்டதாக அயோத்திதாசர் கூறினார். தலித்துகளுக்கும் பௌத்தத்துக்குமான பூர்வகாலத் தொடர்புகளையும் விளக்கி தலித்துகளுக்கான மதமாக அதனை மீட்டுருவாக்கம் செய்ய முனைந்தார். சமூக ஆய்வாளர்கள் அயோத்திதாசரின் பௌத்தத்தைத் 'தமிழ் பௌத்தம்' என்று குறிப்பிடுகின்றனர். 'அயோத்திதாசரைப் பொறுத்தவரையில் பௌத்தம் இந்திய அளவிலான மதமாக இருப்பினும் அவற்றைத் தமிழ் என்னும் வட்டாரத்திற்குள் வைத்தே புரிந்துகொள்கிறார். மணிமேகலை ஒரு தமிழ்க் காப்பியம்; அதைத் தமிழ் வட்டாரத்தின் பின்புலத்தில் வைத்துப் பொருள்கொள்ள முடியுமே தவிர, நவீனப் பௌத்த வரலாற்றின்படி இந்தியப் பின்னணியில் வைத்துப் புரிந்துகொள்ள முடியாது. அவரைப் பொறுத்தவரையில் பௌத்தத்தில் மணிமேகலை அல்லது மணிமேகலையில் பௌத்தம் என்று இரண்டையும் வேறுவேறாகப் பார்ப்பதை விடுத்து ஒன்றாகவே விளங்கிக்கொள்ள முயன்றார்' *(2019:25)* என்று ஸ்டாலின் ராஜாங்கம் குறிப்பிட்டிருக்கிறார்.

அயோத்திதாசர் பௌத்தச் சிந்தனைகளை வாழ்க்கை முறையிலிருந்தே கண்டடைகிறார். தமிழ் மொழிக்கும் பாலி மற்றும் சமஸ்கிருதத்திற்கும் உள்ள தொடர்புகள் குறித்து ஆராய்ந்த பண்டிதர், பௌத்த சமயம்தான் இந்த உறவுக்குக் காரணமாக இருந்திருக்கிறது என்கிறார். ஆதிதிராவிடர்களது அன்றாட வாழ்க்கை பௌத்த சமயம் சார்ந்ததாகவே இருப்பதைப் பல்வேறு பண்பாட்டுத் தரவுகளுடன் ஒப்பிட்டு அயோத்திதாசர் புரிந்து கொள்கிறார். இதனைத் 'தமிழ் பௌத்தம்' என்று வரையறுக்கிறார். பூர்வ பௌத்தர்களாக இருந்த பறையர்களைப் பிராமணர்கள்தாம் தங்களது சூழ்ச்சியின் காரணமாகத் தாழ்த்தப்பட்டவர்களாக மாற்றினார்கள். இன்றைய பிராமணர்களின் நிலையில் அன்றிருந்தவர்கள் பறையர்கள்தாம் என்பது அயோத்திதாசரின் ஆய்வுக் கருத்து.

அம்பேத்கரும் பௌத்தமும்

தமிழகத்தில் அயோத்திதாசர் தங்கள் சாதியின் வேரைத் தேடிச்சென்று பௌத்தத்தைக் கண்டடைந்ததைப் போன்று, மராட்டியில் அம்பேத்கரும் செய்தார். தொல்பழங்கால

இந்தியாவைப் பற்றியும் மானிடவியலைப் பற்றியும் ஆய்வுசெய்த அம்பேத்கர், தம் ஆய்வுகளினூடாக 'மகர்' சாதியைச் சேர்ந்தவர்கள் பூர்வ பௌத்தர்கள் என்பதை உணர்ந்தார். இவர்கள் நீண்டகாலம் பௌத்த மதச் சடங்குகளைப் பின்பற்றி வாழ்ந்தவர்கள் என்பதையும் அம்பேத்கர் அறிந்தார். இத்தன்மையே இவர்களைத் தாழ்த்தப்பட்ட சாதியைச் சார்ந்தவர்களாகக் கருதவும் ஆதிக்கச் சாதியினரால் ஒடுக்கவும் காரணமாக இருந்திருக்கிறது என்றார் அம்பேத்கர். 'உங்களுக்குச் சம தகுதியும் மரியாதையும் அளிக்கும் எந்த மதத்தையும் தேர்ந்தெடுத்து அதற்கு மாறிவிடுங்கள்' என்று தன்னுடைய தொண்டர்களுக்கு அறிவுறுத்தினார்.

அம்பேத்கரின் ஆலோசனைப்படி 1935ஆம் ஆண்டு தாழ்த்தப்பட்ட மக்களின் கூட்டம் நாசிக் நகரில் நடந்தது. 'இந்து மதத்திலிருந்து வெளியேறி, சம தகுதி அளிக்கும் பிற மதத்தைத் தழுவுங்கள்' என்ற தீர்மானம் அக்கூட்டத்தில் நிறைவேற்றப்பட்டது. 'இந்து மதத்திலிருந்து வெளியேறுவேன்' என்று அம்பேத்கர் கூறியவுடன் இஸ்லாம், கிறித்துவ மதத்தைச் சேர்ந்தவர்கள் அவருடன் தொடர்பு கொண்டனர். அவ்விரண்டும் இந்தியாவில் தோன்றிய மதங்கள் அல்ல என்பதால் அவர்களுடைய அழைப்புகளை அம்பேத்கர் நிராகரித்தார். சீக்கிய மதத்தில் சேருவது பற்றிச் சில காலம் பரிசீலித்தார். அங்கும் இந்து மதத்தைப் போல சாதிப் பிரிவுகள் இருக்கின்றன என்பதை அறிந்ததும் அந்த முடிவைக் கைவிட்டார் என்று ராமசந்திர குஹா (16.10.2016, இந்து தமிழ் திசை) எழுதியுள்ளார்.

இக்கால கட்டத்தில் பிற சமயங்கள் மீதான தன்னுடைய மதிப்பீட்டை அம்பேத்கர் வெளிப்படுத்துகிறார். இஸ்லாம் சமயத்துக்கு மாறிய தலித்துகள் சிலர் அங்குச் சுயமரியாதையுடன் நடத்தப்படவில்லை என்பதை அறிகிறார். இஸ்லாமியர்களின் சமயக் கொள்கை உயர்ந்ததாக இருந்தாலும் சாதியொழிப்பில் இஸ்லாம் தீவிரக் கவனம் செலுத்தவில்லை என்பது அம்பேத்கரின் கருத்து. இந்நிலையில் தீண்டாமையிலிருந்து விடுவித்துக் கொள்ளப் பலர் கிறித்துவ மதத்தையும் நாடினர். 'தலித்துகளும் ஏதோ ஆன்மீகத் தாகத்தில் கிறித்துவ மதத்துக்கு மாறவில்லை. உணவு, உடை, இருப்பிடம், வேலைவாய்ப்பு, மருத்துவ உதவி மற்றும் சாதிய ஒடுக்குமுறைகளிலிருந்து பாதுகாப்புப் பெறுவது என்கிற தேவைகளுக்காகத்தான் மாறினர்' (2020:52) என்று இம்மதமாற்றம் குறித்து அனந்த் டெல்டும்டே கூறியுள்ளார். இது பிற்கால அவதானிப்பு.

எல்லாச் சமயங்களையும் பற்றித் தீவிரமாகச் சிந்தித்த அம்பேத்கர், புத்த சமயத்தின்பால் பெரிதும் ஈர்க்கப்பட்டார். புத்த சமயம்தான் நவீனத் தன்மைகளை உள்வாங்கிக் கொள்ளக்கூடிய சமயமாக இருக்கிறது. அமானுஷ்யங்களுக்கு எதிரான அறிவு, பிறருடனான அன்பு, முழுமையான சமத்துவம் ஆகிய புத்த சமயத்தின் கொள்கைகள் அம்பேத்கருக்குப் பிடித்திருந்தன. புத்த சமயக் கருத்துகளைப் படிப்பதையும் அவை பற்றி எழுதுவதையும் தீவிரப்படுத்தினார். 1954ஆம் ஆண்டு ரங்கூனில் நடைபெற்ற உலக புத்த சமய மாநாட்டில் அம்பேத்கர் பங்கேற்றார். இக்காலத்தில் அவர் புத்த சமயத்தில் சேருவது என்ற முடிவை எடுத்துவிட்டார். அவரது அரசியல், சமூகச் சீர்திருத்த நடவடிக்கைகளும் உடல் நலத்தில் ஏற்பட்ட பின்னடைவும் சமயமாற்ற நிகழ்ச்சியைத் தாமதப்படுத்தின என்று ராமசந்திர குஹா கூறுகிறார். 1956 மே மாதம், 'புத்தமும் தம்மமும்' என்ற நூலை எழுதி முடித்தார். 1956, அக்டோபர் 14ஆம் நாள் தனது விசுவாசமிக்க தொண்டர்கள் ஐந்து இலட்சத்திற்கும் அதிகமானவர்களுடன் நாக்பூரில் பௌத்த சமயத்தைத் தழுவினார்.

அம்பேத்கர் பௌத்த சமயத்தைத் தழுவியதும் தம் தொண்டர் களுடன் பின்வரும் உறுதிமொழியை எடுத்துக்கொண்டார்.

- தீண்டாமையைக் கடைப்பிடிக்க மாட்டேன்; அனைத்து மனித உயிர்களையும் சமமாக மதிப்பேன்.
- என்னுடைய அன்றாட வாழ்க்கையில் கொல்லாமை, களவு செய்யாமை, புலனடக்கம், கள்ளுண்ணாமை, பொய்யுரைக் காமை எனும் பஞ்சசீலத்தைக் கடைப்பிடிப்பேன்.
- அறிவு, கருணை, கடமை என்ற முந்நெறிகளை அடிப்படையாகக் கொண்ட பௌத்தமே உண்மையான மதம் என்று நம்புகிறேன்.
- இந்து மதத்தைக் கைவிட்டுப் புத்த மதத்தைத் தழுவியதன் மூலம் மறு பிறவியை அடைகிறேன் (16.10.2016, இந்து தமிழ் திசை).

அம்பேத்கர், புத்த சமயத்தைச் சமத்துவத்தைப் பாதுகாக்கும் புரட்சிகரமான சமயமாகக் கருதியிருந்தார். புத்த சமயம் சமூகத்தில் மிகப்பெரும் மாற்றங்களை ஏற்படுத்தும் என்று பூர்வீகப் பௌத்தர்களைவிட அம்பேத்கர் அதிகமாக நம்பினார். தான் பௌத்த சமயத்திற்கு மாறியதும் ஏராளமானவர்கள் அச்சமயத்தைத் தழுவுவார்கள் என்று எதிர்பார்த்தார். அது நடக்கவில்லை.

‘புத்தமதம் என்பது மகர்களோடு மட்டுமே இணைந்துபோனது. இந்த மதமாற்றமும் சமூகரீதியில், அரசியல் ரீதியில், கலாச்சார ரீதியில் எந்த மாற்றத்தையும் ஏற்படுத்த முயலவில்லை’ (2020:138) என்று ஆனந்த் டெல்டும்டே குறிப்பிட்டிருக்கிறார். மதம் மாறிய சில வாரங்களுக்கெல்லாம் அம்பேத்கர் மறைந்ததுதான் (06.12.1956) மிகப்பெரிய சோகம். இன்னும் சில ஆண்டுகள் அம்பேத்கர் இருந்திருந்தால் பௌத்த சமயத்தைக் கொண்டு இந்து மதத்தை அசைத்துப் பார்த்திருப்பார். ஆனாலும் சாதியைத் துறந்து தலித்துகள் பௌத்த சமயத்திற்கு மாறியது அம்பேத்கரின் சாதனையாகப் பார்க்கப்படுகிறது.

இந்து மதத்திலிருந்தே ஒடுக்கப்பட்டவர்களுக்கான மீட்சியை அடைய வேண்டும் என்ற குரல்களும் அம்பேத்கருக்கு எதிராக ஒலித்தன. ‘நான் இந்துவாகப் பிறந்துவிட்டேன்; ஆனால் இந்துவாகச் சாக மாட்டேன்’ என்று அம்பேத்கர் குறிப்பிட்டார். பௌத்த மத சடங்குகள்படி அவரது உடல் நல்லடக்கம் செய்யப்பட்டது. ஆனால் அம்பேத்கருக்குப் பிறகு பௌத்த சமய மாற்றம் சரியாக முன்னெடுத்துச் செல்லப்படவில்லை. இன்றும் தலித்துகள் அம்பேத்கரின் வழியைப் பின்பற்றி தங்களைப் பௌத்தர்களாக அறிவித்துக்கொள்கிறார்கள். ஆனால் அவர்கள் நடைமுறை வாழ்க்கையில் இந்துக்களாகவே இருக்கிறார்கள். பௌத்த சமயத்திற்கு மாறினாலும் இந்துக் கடவுளர்களை அவர்கள் முற்றாகக் கைவிடுவதில்லை. அதாவது பௌத்த சமயத்திற்கு மாறியவர்களின் மனம் உள்ளார்ந்தபடி இந்துவாகவே இருக்கிறது. யதார்த்தத்தில் அப்படித்தான் இருக்க முடிகிறது.

இந்து மத தர்ம சாஸ்திரங்களில்தான் சாதி, வேர் பிடித்து நிற்கிறது. அந்தச் சாஸ்திரங்களை அழிக்காமல் சாதியை அழிக்க முடியாது என்பது அம்பேத்கரின் கருத்து. பௌத்தம் அதற்குத் தீர்வாக அமையும் என்று எண்ணினார். ஒடுக்கப்பட்ட சாதிக்குள் இருந்த படித்தவர்கள், தங்களை உயர்சாதிக்காரர்களாக நினைத்துக்கொண்டனர். ஆதிக்க மனோபாவத்துடன் நடந்து கொண்டனர். உட்சாதிக்குளேயே சாதிய மனநிலை வேரோடிப் போயிருப்பதை அம்பேத்கர் உணர்ந்தேதான் இருந்தார். தன் சாதியைச் சார்ந்தவர்களே தன்னை ஏமாற்றி விட்டதாகவும் கருதினார். தலித்துகள் பௌத்த சமயத்திற்கு மாறியவுடன் அவர்களுக்குரிய இட ஒதுக்கீட்டுச் சலுகைகள் நின்று போனதும் இதற்குக் காரணமாகச் சொல்லப்படுகிறது. 1990இல் தான் பௌத்த சமய தலித்துகளுக்கும் அச்சலுகைகள் மீண்டும் வழங்கப்பட்டிருக்கின்றன.

அயோத்திதாசர், அம்பேத்கர் உள்ளிட்ட தலைவர்களின் பௌத்த சமயம் சார்ந்த சிந்தனைகள் தற்போது மீண்டும் மறுவாசிப்புச் செய்யப்படுகின்றன. இருவரது பௌத்த சமயம் சார்ந்த உரைகளும் எழுத்துகளும் நூல்வடிவம் பெற்றிருக்கின்றன. ஏற்கெனவே பிரசுரமான நூல்கள் மறுபதிப்புச் செய்யப்பட்டிருக்கின்றன. அம்பேத்கரின் 'புத்தமும் அவர் தம்மமும்' என்ற நூலும் 'அயோத்திதாசர் சிந்தனைகள்' (மூன்று தொகுதிகள், 1999) என்ற நூலும் அவர்களது பௌத்த சமயச் சிந்தனைகளை முழுமையாக அறிந்துகொள்ள உதவும் முதன்மை நூல்களாகும். ராஜ் கௌதமனின் 'க.அயோத்திதாசர் ஆய்வுகள்' (2012), ஸ்டாலின் ராஜாங்கம் எழுதியுள்ள 'அயோத்திதாசர்: வாழும் பௌத்தம்' (2016), டி.தருமராஜின் 'அயோத்திதாசர் 'பார்ப்பனர் முதல் பறையன் வரை' (2020) ஆகிய ஆய்வு நூல்களும் குறிப்பிடத் தகுந்தவை.

தலித்தியத்தையும் தலித் இலக்கியத்தையும் புரிந்துகொள்ளப் பூர்வ பௌத்தத்தின் வரலாற்றை உள்வாங்கிக்கொள்ள வேண்டும். பார்ப்பனர்களாக இருந்தவர்கள்தான் இன்று பறையர்களாக மாற்றப்பட்டார்கள் என்ற வரலாற்றை அயோத்திதாசரின் ஆய்விலிருந்தே புரிந்துகொள்ள முடியும். எனவே பௌத்தமும் தலித்தியமும் ஒன்றோடொன்று இணைந்தவை. இவர்களின் பௌத்தச் சிந்தனைகள் அவர்களது படைப்புகளிலும் காத்திரமாக எதிரொலிக்கின்றன.

3. 'தலித்' இலக்கியத்தின் தன்மைகள்

தமிழில் எழுதப்பட்டுள்ள 'தலித்' இலக்கியத்தின் தன்மைகள் குறித்துச் சிந்திக்கும்போது, ஒட்டுமொத்தமாக மரபைப் புறக்கணிக்கும் தன்மை கூடுதலாக இருப்பதை அவதானிக்க முடியும். 'தலித்' இலக்கியம் முழுக்க முழுக்க புறவயத் தன்மையைத் தன் முகமாக வெளிப்படுத்துகிறது. மரபுகளைப் புறக்கணிப்பதனூடாகவும் விமர்சிப்பதன் வழியாகவும் இவ்வகையான இலக்கியம் தனக்கென்று ஒரு புதிய வடிவத்தையும் போக்கையும் உருவாக்க முடியுமென நம்புகிறது. இலக்கியத்தின் எல்லாக் கூறுகளையும் மறுப்பதன் மூலமாகத் தலித் இலக்கியம் கலக இலக்கியமாகத் தன்னை வெளிப்படுத்திக் கொள்கிறது. ஒடுக்கப்பட்டோர் தம் வாழ்க்கையில் சந்தித்த தீண்டாமைக் கொடுமைகள், அவமானங்கள், போராட்டங்கள் ஆகியவற்றை உரக்கக் கூறுவதன் மூலமாக வாசகர்களின் கவனத்தை எளிமையாகத் தம் பக்கம் திருப்ப முடியும் என எண்ணுகின்றனர். ஆதிக்கச் சாதியினர் உள்ளே வரமுடியாத அளவுக்குச் சில வரையறைகளைத் தலித் இலக்கியம் வகுத்துக் கொண்டது.

தமிழில் எழுதப்பட்டுள்ள தலித் இலக்கியங்களை வாசிக்கும்போது பின்வரும் தன்மைகளுடன் அவ்விலக்கியங்கள் இருக்கின்றன என்பதைப் புரிந்துகொள்ள முடிகிறது.

- தலித் இலக்கியம், கோட்பாடுகளுக்கு முக்கியத்துவம் கொடுக்காமல் மக்களுக்கு முக்கியத்துவம் தருகிறது.
- வைதீக மரபுக்கும் ஆதிக்கச் சாதிகளின் பண்பாட்டுக்கும் எதிரானதாகத் தலித் இலக்கியம் படைக்கப்படுகிறது.

- ஆதிக்கச் சாதியினர் இலக்கியத்தில் கட்டமைத்துள்ள அழகியலை உடைக்க தலித் இலக்கியம் முயன்றிருக்கிறது. அதேநேரத்தில் தங்களுக்கான மாற்று அழகியலையும் அது முன்வைத்திருக்கிறது.
- ஒடுக்கப்பட்ட சாதியைச் சார்ந்த தலைவர்களின் மறைக்கப் பட்ட சமூகப் பங்களிப்பை ஆவணப்படுத்தும் பணியையும் தலித் இலக்கியம் செய்து வருகிறது.
- தலித் இலக்கியம், அதிகாரத்தை நேரடியாகக் கேள்வி கேட்கிறது; சமூக ஏற்றத் தாழ்வுகளைப் பாரபட்சமில்லாமல் விமர்சிக்கிறது.
- தலித்துகளிடம் உள்ள அதிகார மனநிலையையும் தலித் இலக்கியம் சுட்டிக் காட்டுகிறது.
- சமூகத்தின் மீதான கோபத்தை ஒடுக்கப்பட்டோருக்கான அரசியலாகத் தலித் இலக்கியம் வெளிப்படுத்துகிறது.
- பிற இலக்கிய வகைமைகளில் இருந்து தலித் இலக்கியத்தை வேறுபடுத்திக் காட்டும் மீறல் உணர்வு, தலித் இலக்கியத்தின் அடிப்படைகளில் ஒன்றாக இருக்கிறது.
- தலித் பிரதியில் வாசகன்தான் அழகியலை உருவாக்கிக் கொள்கிறான்; எனவே படைப்பாசிரியர் அழகியல் குறித்துக் கவலைப்படுவதில்லை.
- ஒடுக்கப்பட்டவர்களின் அரசியல் செயல்பாடுதான் தலித் இலக்கியம்; எனவே, தலித் சார்பாகப் பேசும் ஆதிக்கச் சாதிகளின் பின்புலத்தையும் தலித் இலக்கியங்கள் சந்தேகிக்கின்றன.
- தலித் இலக்கியம், தலித்துகளுக்கு எதிரான வன்முறைக்கும் ஒடுக்குமுறைக்கும் எதிரான ஆயுதமாகப் பயன்படுத்தப் படுகிறது.

தலித் இலக்கியங்கள் எழுதியவர்களின் பிரக்ஞையையும் மீறிச் சில பொதுத் தன்மைகளுடன் இருந்ததைத் திறனாய்வாளர்கள் கண்டனர். தலித் சிந்தனையாளர்கள், ஒடுக்கப்பட்டோர் இலக்கியத்தின் தன்மைகள் குறித்தும் அதன் பிரச்னைகளைத் தீர்க்கும் வழிமுறைகள் குறித்தும் உரையாடலை நிகழ்த்தினர். உரையாடலின் முடிவில் 'தலித்' எழுத்தாளர்கள் தங்களைத் தாங்களே பரிசோதனைக்கு உட்படுத்திக்கொள்ள சில தீர்வுகளை முன்வைத்தனர்.

- சமூக அநீதிகள் அல்லது அடக்கு முறைகள் மீதான சிறுகதைகளை ஒடுக்கப்பட்டோர் இலக்கியம் என்ற பேரால் எழுதுவதற்கு மிகவும் முரட்டுத்தனமான, கரடுமுரடான வலிந்து தாக்கும் ஒரு மொழிநடை பயன்படுத்தப்படுகிறது. கவிதையில் இது மிகவும் கூடுதலாகவே இருக்கின்றது.
- புத்தமதத்தைத் தழுவிய முன்னாளைய மகர்களுக்கு மட்டுமானதேயல்ல ஒடுக்கப்பட்டோர் இலக்கியம்.
- ஒரு சிறுகதையையோ கவிதையையோ யாரும் வலிந்து ஒரு ‘இயத்’தின் கட்டமைப்பிற்குள் திணிக்க முயலக்கூடாது.
- ஒடுக்கப்பட்டோர் வாழ்க்கையின் எதிர்வினையால் வெளிப் படும் உணர்வுகள் பற்றிய படைப்பிடிப்பு என்பது பல்வேறு மட்டங்களில் படைக்கப்பட வேண்டும்.
- உலக இலக்கியத்தின் புரட்சிகரக் கூறுகளோடு ஒடுக்கப் பட்டோர் இலக்கியத்தின் புரட்சிகரக் கூறுகளையும் இணைப்பது தேவையானதாகும்.
- சமூகத்தில் மற்றவர்களைவிட எழுத்தாளர்கள் மாறுபட்டவர் கள் என்று காட்டிக் கொள்ளும் போக்கை ஒடுக்கப்பட்ட எழுத்தாளர்கள் தவிர்க்க வேண்டும் (தலித் இலக்கியம்: போக்கும் வளர்ச்சியும், பக்.49-50).

சாதியத்திற்கும் இலக்கியத்திற்குமான உறவுகள்

‘தலித்’ என்ற சொல் ஒடுக்கப்பட்ட அனைவருக்குமான சொல்லாக அம்பேத்கர் உள்ளிட்ட தலைவர்கள் கருதினாலும் நடைமுறையில் தாழ்த்தப்பட்ட சாதியைச் சார்ந்தவர்களையே அச்சொல் சுட்டிக் காட்டியது. அதேபோல ஒடுக்கப்பட்டோரால் படைக்கப்பட்ட இலக்கியமும் சாதிய அடையாளத்துடன்தான் பார்க்கப்பட்டது. ‘தலித் இலக்கியம் சாதி சார்ந்த இலக்கியமா?’ என்ற விவாதம் தொடர்ச்சியாக நடைபெற்று வருகிறது. தமிழில் தலித் இலக்கிய அறிமுகத்துக்கு முன்பு எழுதப்பட்டுள்ள இலக்கியங்களை ஒட்டுமொத்தமாக ஆய்வுக்கு எடுத்துக்கொள்ளும்போது ஆதிக்கச் சாதிகளின் ஆதரவுத் தன்மையே அவ்விலக்கியங்களில் பதிவாகியிருப்பதைக் காணலாம். ஒடுக்கப்பட்டவர்களுக்கு இவ்விலக்கியங்கள் ஏன் இடமளிக்கவில்லை என்ற கேள்வி இங்கு எழுகிறது. இந்த இடத்தில் தலித் இலக்கிய வருகைக்கு முன்பான படைப்பாளிகளின் பின்புலத்தை ஆராய வேண்டியிருக்கிறது. சாதி மற்றும் மத அடிப்படையிலான புறக்கணிப்பு, தமிழ் உள்ளிட்ட எல்லா மொழி இலக்கியங்களிலும் நடந்துள்ளது.

தமிழில் சங்க இலக்கியத்திலேயே வெவ்வேறு தன்மைகளில் தொழில் சார்ந்த படிநிலைகள் பதிவாகியிருப்பதை அறியலாம். சங்க காலத்தில் திடீரென இத்தன்மை உருவாகியிருக்க வாய்ப்பில்லை. ஏற்கெனவே இருக்கக்கூடிய குடி சார்ந்த வேறுபாடுகள்தாம் சங்க இலக்கியங்களில் வெளிப்பட்டிருக்க வேண்டும். அரசர், அந்தணர், வணிகர், வேளாளர் ஆகிய நான்கு வர்ணங்களின் ஆதிக்கம் கி.பி. நான்காம் நூற்றாண்டுக்குப் பிறகு உருவாகியிருக்கலாம் என ஆய்வாளர்கள் கருதுகின்றனர். இந்த நான்கு வர்ணங்களுமே தொழில் சார்ந்து உருவாகியிருக்கின்றன. இவர்களுக்கு ஏவல் செய்யக்கூடிய சூத்திரர்களை இந்நான்கு பிரிவுகளைச் சார்ந்தவர்களும் தங்களுக்குக் கீழானவர்களாக நடத்தியிருக்கின்றனர். இவர்களுக்குச் செய்த சிறுசிறு உதவிகளினூடாகத் தங்கள் வள்ளல் தன்மையை வெளிப்படுத்திக் கொண்டனர். எனவே, அவர்கள் வள்ளல்களாக இருக்க இவர்கள் வறுமையுடன் வாழவேண்டிய சூழல் ஏற்பட்டிருக்கிறது என்ற வாசிப்பும் இன்று நிகழ்த்தப்படுகிறது.

ஆசிரியன், பொன் வணிகன், மருத்துவன், தச்சன், கணக்காயன், கணியன், கீரன், வள்ளுவன், அறுவை வணிகன், பொற்கொல்லன், கூத்தன் போன்ற தொழிலால் பெயர்பெற்ற புலவர்கள் பலர் சங்க இலக்கியத்தில் பாடல்களைப் பாடியுள்ளனர். புலவர்களாக இருந்தாலும் தொழில்களின் அடிப்படையில் உயர்வு தாழ்வு கற்பிக்கப்பட்டது. சங்க இலக்கியத்தில் சாதி நேரடியான ஆதிக்கம் செலுத்தவில்லை என்றாலும் தொழில் சார்ந்த உயர்வு தாழ்வு இல்லை என்று கூறமுடியாது. சங்க நூல்கள் தொகை நூல்கள். இதனைத் தொடர்ந்து கிடைக்கப்பெற்ற நீதிநூல்களில் எழுதிய புலவர்களின் சமயம் தெளிவாகக் குறிப்பிடப்பட்டிருக்கிறது. இப்படியொரு அடையாளப்படுத்தலுக்குப் பின்னால் சமயப் பெருமிதம் மறைந்திருப்பதை உணரலாம். இன்று சாதிகள் ஒன்றையொன்று ஆதிக்கம் செலுத்த முயலுவதைப் போன்று, அன்று சமயங்கள் ஒன்றின்மீது ஒன்று அதிகாரம் செலுத்தியிருக்கின்றன. சைவம், வைணவம், சமணம், பௌத்தம் போன்ற சமயம் சார்ந்த இலக்கியங்கள்தாம் மரபிலக்கியங்கள். சமயமே தெளிவாகக் குறிப்பிடப்படவில்லை என்றால், அவர்களெழுதிய நூல்களிலுள்ள சில தரவுகளின் வழியாகத் தங்கள் சமயத்தில் அவர்களைச் சேர்த்துக்கொள்ளத் தீவிர முயற்சிகள் செய்தனர். உதாரணம்: திருவள்ளுவர்.

எல்லாக் கடவுளருக்குப் பின்னாலும் ஒரு சமயம் செயல்படுகிறது. இது இலக்கியத்திலும் வெளிப்படுகிறது. பக்தி இயக்கக் காலத்தில்

சாதியம் வெளிப்படையாகவே தெரியத் தொடங்கியது. உதாரணத்துக்குச் சைவத்தில் நந்தனார் புராணத்தையும் வைணவத்தில் திருப்பாணாழ்வார் வரலாற்றையும் எடுத்துக் கொள்ளலாம். காவிரிக்கரையில் ஆதனூர் என்ற ஊரைச் சார்ந்தவர் நந்தன். புலையர் சமூகத்தைச் சார்ந்தவர்; தீண்டத்தகாதவர். ஆனால் சிவபெருமான்மீது மிகுந்த பக்தி கொண்டவர். நந்தன் சிதம்பரத்தில் இருக்கும் நடராசரை வழிபட விரும்புகிறார். இதற்கு அவரது சாதி தடையாக இருக்கிறது. நாளை போகலாம்; நாளை போகலாம் என்று ஒவ்வொரு நாளும் தள்ளிப்போட்டுக்கொண்டே வருகிறார். ஆதிக்கச் சாதியினர் மீதான அச்சம்தான் இதற்குக் காரணம். சிவபெருமான் திருநாளைப் போவாரது கனவில் தோன்றினார். 'இப்பிறவி போய் நீங்க எரியினிடை நீ மூழ்கி, முப்புரிநூல் மார்புடன் முன்னணைவாய்' என்று சிதம்பரம் கோயிலுக்குள் வருவதற்கு ஆலோசனை சொல்கிறார் நடராசர். அவ்வாறே வேள்வியில் மூழ்கி, தன்னைத் தூய்மை செய்து கொண்டு கோயிலுக்குள் செல்கிறார் நந்தனார். இது பெரிய புராணம் குறிப்பிடும் நந்தனாரின் வரலாறு.

உறையூரில் பாணர் குலத்தில் பிறந்தவர் திருப்பாணர். பின்னர் திருப்பாணாழ்வாராகத் தகுதி பெற்றவர். திருமாலின் அடியவர். என்னதான் திருமாலின் அடியவராக இருந்தாலும் திருவரங்கக் கோயிலுக்குள் செல்ல திருப்பாணருக்குத் தகுதி இல்லை. இது திருப்பாணருக்கும் தெரிந்துதான் இருந்தது. இறைவனே மயங்கக்கூடிய அளவுக்கு இசைத் திறமை உள்ளவர் திருப்பாணர். ஆனாலும் திருவரங்கக் கோயில் பட்டர் லோகசாரங்கனிடம் கல்லடிபட்டு, இறைவன் லோகசாரங்கனின் கனவில் தோன்றி திருப்பாணரை அழைத்துவர பணித்த பிறகுதான் கோயிலுக்குள் செல்ல அனுமதி கிடைக்கிறது. நந்தனாரும் திருப்பாணரும் சாதியத்தால் அவமானப்பட்டவர்கள். இறைவனின் தலையீடு காரணமாக அவர்களுக்கு மாற்று ஏற்பாடு செய்யப்படுகிறது. சமூகத்தின் மனநிலையைத்தான் இலக்கியங்கள் வெளிப்படுத்து கின்றன. இந்நிலை மாறிவிடவில்லை. கோயில்களில் இறைவனின் முகவர்களாகச் செயல்படும் ஆதிக்கச் சாதியைச் சார்ந்தவர்கள் அனுமதித்தால்தான் தாழ்த்தப்பட்டவர்கள் இன்றும் கோயிலுக்குள் செல்ல முடியும். எனவே, சாதியும் இலக்கியமும் ஒன்றோடொன்று பின்னிப்பிணைந்தவை. இதனைப் பல்வேறு தரவுகளினூடாக நிறுவ முடியும். நவீன இலக்கியத்தின் தன்மைகள் வேறானவை.

பக்தி இயக்கக் காலத்தில் கடவுளர்களின் பெருமிதங்களை நிறுவிக்கொள்ள இலக்கியங்களுக்குச் சாதி தேவைப்

பட்டிருக்கிறது. தாழ்த்தப்பட்ட சாதியைச் சார்ந்தவர்களுக்கு இறைவன் காட்சியளிப்பதன் மூலமாக இறைவன் தன்னை நிலைநிறுத்திக் கொண்டிருக்கிறார். தாழ்த்தப்பட்ட சாதியைச் சார்ந்தவர்களையே இதுபோன்ற செயலுக்குப் புளகாங்கிதம் அடையச் செய்ததில்தான் மரபிலக்கிய ஆசான்கள் வெற்றி பெற்றிருக்கிறார்கள். பக்தி இலக்கியங்கள் முழுவதுமே சாதியையும் சமயத்தையும் முன்னிறுத்தி வளர்ந்த இலக்கியங்கள் தாம். இன்று இத்தகைய இலக்கியங்கள்மீது மறுவாசிப்பு நிகழ்த்தப்படுகிறது. 'நம் கடவுள் சாதி காப்பாற்றும் கடவுள், நம் மதம் சாதி காப்பாற்றும் மதம், நம் அரசாங்கம் - சாதி காப்பாற்றும் அரசாங்கம், நம் இலக்கியம் - சாதி காப்பாற்றும் இலக்கியம், நம் மொழி - சாதி காப்பாற்றும் மொழி, இதை உயர்ந்த மொழி என்கிறார்கள். என்ன வெங்காய மொழி? இரண்டாயிரம் வருடங்களாக இருக்கும் தமிழ்மொழி சாதியை ஒழிக்க என்ன செய்தது? மொழிமீது என்ன இருக்கிறது? ஏதோ மொழிமீது நம்முடைய பற்று; விவரம் தெரியாமல் சிலருக்குப் பற்று. எந்த இலக்கியம் சாதியை ஒழிக்கிறது? நெஞ்சையள்ளும் சிலப்பதிகாரம் - வெங்காயம் என்று பாடியிருக்கிறான்; இந்த மடையனும் தினமும் படிக்கிறான். அது முதல் பக்கத்தில் இருந்து கடைசிப் பக்கம் வரை சாதியைக் காப்பாற்றுவதுதானே? அதை அனுசரித்துத் தானே புலவன் பாடியிருக்கிறான்? கோபித்துக் கொள்ளாதீர்கள்! நிலைமை அப்படி' (16.09.1961) என்று சென்னையில் நிகழ்த்திய சொற்பொழிவில் பெரியார் குறிப்பிட்டிருக்கிறார்.

நாயக்கர் ஆட்சிக் காலத்தில்தான் ஒடுக்கப்பட்ட சாதியைச் சார்ந்த பள்ளர்களும் குறவர்களும் இலக்கியங்களில் முதன்மைக் கதாபாத்திரங்களாக இடம் பெற்றார்கள். அவர்களின் பெயரால் இலக்கியங்கள் இயற்றப்பட்டன. இதுவும் அரிதாகவே நடைபெற்றிருக்கிறது. தாழ்த்தப்பட்ட மக்கள், காலந்தோறும் சமயத்தாலும் ஆதிக்கச் சாதிகளாலும் ஒடுக்கப்பட்டே வந்திருக்கிறார்கள். அவர்களைப் பற்றிய வரலாறுகள் இலக்கியங்களில் கொஞ்சமாகவே பதிவாகியிருக்கின்றன. நவீன இலக்கியங்கள்தாம் அனைவரையும் பொருட்படுத்தின. அனைவருக்கும் எழுத இடமளித்தன. இறுக்கமான இலக்கிய வடிவங்களைப் புறக்கணித்தன. புதுக்கவிதை, சிறுகதை, நாவல், நாடகம், தன்வரலாறு, நினைவுக் குறிப்புகள் என மக்களுக்கான இலக்கிய வடிவங்களைப் புதிது புதிதாக உற்பத்திச் செய்தன. ஒடுக்கப்பட்ட மக்கள் தங்களுக்கான இலக்கிய வடிவங்களைத் தாங்களே தெரிவு செய்துகொண்டனர்.

சாதியையும் சமயத்தையும் ஒதுக்கிவிட்டு இலக்கியத்தைப் பார்க்க வேண்டும் என்று நவீனத்துவம் வலியுறுத்துகிறது. ஒரு படைப்புக்கு வாசகனே அர்த்தத்தை உருவாக்குகிறான்; படைப்பாளிக்கு அங்கே இடமில்லை என்று நவீனக் கோட்பாடுகள் மொழிந்தாலும், பெரும்பாலான ஆய்வுகள் எழுதியவரின் சாதியையும் உள்ளடக்கியே மேற்கொள்ளப்படுகின்றன. சாதியும் சமயமும் இலக்கியத்தில் மறைமுகமாகச் செயல்படுகின்றன. இந்தப் புரிதலுடன்தான் தலித் இலக்கியத்தை அணுக வேண்டும். தீண்டாமைக்கு அடிப்படை காரணமாக இருப்பது சாதியம். ஆக, தலித் இலக்கியம் சாதியையும் சேர்த்துத்தான் பேசவேண்டி இருக்கிறது. ஏனெனில், சமூகத்தில் சாதியும் இருக்கத்தானே செய்கிறது. தலித் இலக்கியம் சமூகத்தில் சாதியை நிரந்தரமாகத் தக்கவைக்கவே பயன்படுகிறது என்ற விமர்சனமும் முன்வைக்கப் படுகிறது. இந்த விமர்சனத்தையும் தலித் இலக்கியம் கவனத்தில் கொண்டுள்ளது.

இட ஒதுக்கீடும் அதனூடாகப் பெற்ற கல்வியும் வேலை வாய்ப்புகளுமே ஒடுக்கப்பட்ட சாதியினரைப் பூர்வீகத் தொழிலில் இருந்து ஓரளவு விடுவித்துள்ளன. அதற்கு முன்புவரை அவர்கள் செய்த தொழில் அவர்களது சாதியை அடையாளப்படுத்திக் கொண்டே இருந்தது என்பதுதான் உண்மை. குலத்தொழில் முழுமையாக ஒழிந்துவிடவில்லை. எனவே, வாழ்க்கையின் அனுபவத்திலிருந்து இலக்கியம் உருவாகும்போது தொழிலும் அதனோடு இணைந்த சாதியும் வெளிப்பட்டு விடுகிறது. பெரிய புராணத்தையும் கம்பராமாயணத்தையும் சமயப் பின்னணியில் வைத்துத்தான் அடையாளப்படுத்துகின்றனர். எழுதியவரும் எழுதப்பட்ட பொருளும் இந்தப் பின்னணிக்குக் காரணமாக இருக்கின்றன. சாதியையும் சமயத்தையும் தவிர்த்துவிட்டு இலக்கியத்தை அணுகும் போக்கு இன்றுவரை உருவாகவில்லை என்றே கருதலாம். நவீன இலக்கியத் திறனாய்வுகள் இதற்கு முக்கியத்துவம் கொடுக்கவில்லை என்றாலும் இந்த அணுகுமுறை முற்றாக அற்றுப்போய்விடவில்லை. சாதிக்கும் இலக்கியத்திற்கு மான தொடர்புகள் குறித்து காத்திரமான ஆய்வுகள் தேவைப்படுகின்றன.

4. மராட்டிய தலித் இலக்கியம்

சாதியக் கொடுமையால் பாதிக்கப்பட்ட ஒடுக்கப்பட்டோர் அனைவரும் ஒன்று திரள்கின்றனர். அதற்கு ஜோதிராவ் புலே முதலில் தலைமையேற்று வழிகாட்டினார். அவரைத் தொடர்ந்து அம்பேத்கர் உள்ளிட்ட ஒடுக்கப்பட்டோர் சமூகத் தலைவர்கள் அவர்களை வழிநடத்திச் சென்றனர். தீண்டாமையிலிருந்து தங்களைப் பாதுகாத்துக் கொள்ளவும் தங்களுக்கான அடிப்படை உரிமைகளை மீட்டெடுக்கவும் முதலில் இயக்கமாகத் தலித்துகள் ஒன்றிணைந்தனர். புலே, அம்பேத்கர் உள்ளிட்டோரின் முன்னெடுப்பால் அவர்களுக்குக் கிடைத்த கல்வி வாய்ப்பு அவர்கள் வாழ்க்கையில் ஒரு புதிய வெளிச்சத்தைப் பாய்ச்சுகிறது. அடுத்த தலைமுறை இளைஞர்கள் அரசு வேலைக்குச் செல்கின்றனர். அங்கும் சாதிப் பாகுபாட்டை எதிர்கொள்கின்றனர்.

சாதியப் பாகுபாடுகள் ஒழியாதவரை தாழ்த்தப்பட்ட மக்கள் மீதான தீண்டாமைக் கொடுமைகள் தொடரும் என்பது அவர்களுக்குத் தெரிய வருகிறது. இந்தச் சூழலில்தான் தங்களது வலிகளையும் கோபத்தையும் எழுத்தாக மாற்ற, தலித்துகள் முயல்கின்றனர். இதுவரையிலான இலக்கிய வடிவத்துக்கு மாற்றான வடிவமாகத் தலித் இலக்கியத்தை முன்னிறுத்துகின்றனர். தலித் இலக்கியத்தின் உள்ளடக்கமும் அனைவருக்கும் தெரிந்த ஒன்றாக இருக்கிறது. தலித் இலக்கியம், ஆப்பிரிக்க கறுப்பர் இலக்கியத்தைத் தனக்கு முன்மாதிரியாக எடுத்துக்கொள்கிறது.

'தலித்' இலக்கியத்தின் தோற்றம்

நெடுங்காலமாக அடக்குதலுக்கு உட்படுத்தப்பட்டு அடிமைகளாக நடத்தப்பட்ட 'தலித்' மக்கள் முதன்முதலாக மீண்டெழுந்தது

மராட்டிய மண்ணில்தான். மராட்டியத்தை அடுத்து கர்நாடகா, குஜராத், தமிழ்நாடு என 'தலித்' இன மக்களின் எழுச்சி இந்தியா முழுக்கப் பரவியது. ஆதிக்கத்திற்கெதிராக மீண்டெழுந்ததோடு மட்டுமல்லாமல் அவர்களுக்கான இலக்கியத்தை அவர்களே பதிவுசெய்யும் முயற்சியும் மராட்டிய இலக்கியத்தில்தான் முதலில் நடந்தது. தமிழக 'தலித்' இலக்கியத் தோற்றத்தைப் புரிந்து கொள்ள, மராட்டிய 'தலித்' இலக்கியத்தின் உருவாக்கச் சூழலையும் நாம் முதலில் தெரிந்துகொள்வது அவசியம்.

மராட்டியில் தலித்துகளின் எழுச்சி

ஊருக்கு வெளியே குடியிருப்பு, தனிச் சுடுகாடு, தனிக் குளக்கரை, தனித் தேநீர்க் குவளை, ஊர்க்கிணற்றில் குடிநீர் எடுக்கத் தடை, காலில் செருப்பும் தோளில் துண்டும் போடத் தடை, உயர் சாதியினர் தெருக்களில் நடக்கத் தடை போன்ற எண்ணற்ற துயரங்களைத் தாழ்த்தப்பட்ட சாதியில் பிறந்த ஒரே காரணத்துக்காகத் தலித்துகள் அனுபவித்து வருகின்றனர். தலித்துகள், ஆதிக்கச் சாதியினருக்கு எதிராக வெகுண்டெழக் காரணமாக இருந்தவர் பி.ஆர். அம்பேத்கர். அவரது தீண்டாமை குறித்த எதிர்வினைகளும் சுரண்டலுக்கெதிரான போராட்டங்களும் தலித் மக்களை ஒன்றிணைத்தன.

தமிழ்நாட்டைவிட மராட்டியத்தில் மிகவும் வக்கிரமான தீண்டாமைக் கொடுமைகள் நடந்திருக்கின்றன. 'ஒரு காலத்தில் சூத்திரர்கள் தங்கள் கழுத்தில் ஒரு மண்பாண்டத்தைக் கட்டித் தொங்கவிட்டுக் கொண்டிருக்கவேண்டும் என்று கட்டாயப் படுத்தினர். இது, அதன் மூலம் அவர்களது எச்சிலோ, கோழையோ நிலத்தின் மீது விழுந்து அதைக் களங்கப்படுத்திவிடாமலிருக்க, மற்றொன்று ஒவ்வொரு தீண்டப்படாதவரும் ஒரு துடைப்பத்தைத் தங்களின் பின்புறம் கட்டிக்கொண்டு வர வேண்டும் என்று கட்டாயப்படுத்தினர்; அதன் மூலமாக மற்றவர்களின் பார்வையில் படுவதற்கு முன்பாகவே நடந்துவந்த தீண்டப்படாதவர்கள் காலடிச் சுவடுகள் அழிக்கப்பெற்றுவிடும்' (2003:8) என்று அர்ஜுன் டாங்ளே எழுதியிருக்கிறார். தீண்டாதார்கள் பள்ளிகளில் அனுமதிக்கப்படுவதில்லை. இவர்களை அனுமதித்தால் உயர் சாதியினர் தங்கள் பிள்ளைகளை அந்தப் பள்ளிகளுக்கு அனுப்பமாட்டார்கள். இது தீண்டாமையின் ஒரு பகுதிதான். இதுபோன்ற எண்ணற்ற கொடுமைகள் நடைபெற்றுள்ளன. அம்பேத்கர் இது பற்றி விரிவாக எழுதியுள்ளார்.

தாழ்த்தப்பட்டவர்கள்மீது நிகழ்த்திய தீண்டாமைக் கொடுமைகள் குறித்து இலக்கியங்களிலும் பதிவு செய்யப்பட்டிருக்கின்றன. முல்க்ராஜ் ஆனந்த் எழுதிய 'தீண்டாதான்' நாவலில் இப்படியொரு காட்சி வருகிறது: 'சிகப்பு பாம்பு சிகரெட் ஒரு பெட்டி வாங்குவதற்காகப் பணத்தை எவ்விடத்தில் வைக்கலாம்? என்று பணிவுடன் கேட்டான். கடைக்காரன் தன் அருகில் உள்ள ஒரு பலகையைக் காண்பித்தான். பாக்கா அதில் தன் அணாவை வைத்தான். கடைக்காரச் சிறுவன் வெற்றிலைக்குத் தெளித்துக் கொண்டிருந்த தண்ணீரிலிருந்து சிறிது எடுத்து அந்த அணாவின்மீது தெளித்தான். அங்ஙனம் சுத்தம் செய்தபின் அந்த நிக்கல் நாணயத்தை எடுத்துப் பெட்டியில் போட்டுக் கொண்டான். பின், கசாப்புக் கடைக்காரன் தன் கடையைச் சுற்றி வட்டமிட்டுக் கொண்டிருக்கும் நாய்க்கு எலும்புத் துண்டை வீசுவதுபோல் 'சிகப்பு பாம்பு' மார்க் சிகரெட் பெட்டி ஒன்றை விட்டெறிந்தான்' (2023:59). இதுபோன்று ஏராளமான தரவுகளைக் கொடுக்க முடியும். இந்தியாவின் முதுகெலும்பாகக் கருதப்படும் கிராமங்களில் தீண்டாமைக் கொடுமைகள் இன்றும் நேரடியாக நடைபெறுகின்றன. நகரங்களில் இது உள்ளொடுங்கிக் காணப்படுகிறது. அவ்வளவு தான் வேறுபாடு.

மராட்டியில் தலித் இலக்கிய முயற்சி

அம்பேத்கர் பௌத்த சமயத்திற்கு மாறிய பிறகு, 1956இல் தனது தலைமையில் ஒடுக்கப்பட்டோர் சார்பாக ஒரு மாநாட்டை நடத்தத் திட்டமிடுகிறார். எதிர்பாராதவிதமாக அம்பேத்கர் இறந்து விடுகிறார். மாநாடு தள்ளிப் போடப்படுகிறது. 1958இல் பந்து மாதவ் என்பவர் 'பிரபுத்த பாரத்' இதழில் ஒடுக்கப்பட்டோர் மாநாட்டின் தேவையையும் அதன் நோக்கத்தையும் பற்றிப் பின்வருமாறு எழுதுகிறார்: 'அரசியல் என்பது எதிராளியைத் தாக்குவதற்கான வழி முறைகளில் ஒன்று, அவ்வளவுதான். எல்லாத் திசைகளிலிருந்தும் நாம் தாக்குதல் தொடுக்காமல் போனால், ஆயிரக்கணக்கான ஆண்டுகளாக நம்மீது அநீதியை மட்டுமே சுமத்திக் கொண்டிருப்பவர்களை நம்மால் தோற்கடிக்க முடியாது' (தலித் இலக்கியம்: போக்கும் வளர்ச்சியும், ப.20). இந்நிலையில் 'மரத்வாடா' (1969) எனும் மாத இதழ் ஏற்பாடு செய்திருந்த ஒரு கூட்டத்திற்குப் பிறகுதான் 'தலித் இலக்கியம்' என்னும் சொல்லாடல் மராட்டியில் தீவிரமாகப் புழக்கத்திற்கு வருகிறது.

தலித் சிந்தனையாளர்கள் ஒடுக்கப்பட்டோர் இலக்கியம் பற்றி விரிவாக விவாதிக்கின்றனர்; பல்வேறு தீர்மானங்களைக் கொண்டு வருகின்றனர். மராட்டியில் ஒடுக்கப்பட்டோரால் எழுதப்பட்ட இலக்கியமும் ஒடுக்கப்பட்டோர் பற்றி மற்றவர்களால் எழுதப்பட்ட இலக்கியமும் 'தலித் இலக்கியம்' என்ற முடிவுக்கு வருகின்றனர். எனவே, 'தலித் இலக்கியம்' என்னும் சொல் பல்வேறு விவாதங்களையும் கருத்து மோதல்களையும் கடந்துதான் இந்நிலையை அடைந்திருக்கிறது. இன்றும் இச்சொல்லைத் தமிழில் ஏற்றுக்கொள்வதில் முரண்படுகின்றனர். பல்வேறு கருத்து மாறுபாடுகளுக்கு இடையேதான் தலித் இலக்கியம் தொடங்கியது. இன்றும் இந்நிலை மாறிவிடவில்லை. தலித் இலக்கியத்துடன் சாதி நேரடித் தொடர்பில் இருக்கிறது. அதனால்தான் இவ்விலக்கியம் பல்வேறு விமர்சனங்களையும் கருத்து மோதல்களையும் தொடர்ந்து சந்தித்து வருகிறது.

அமெரிக்க நாட்டின் கறுப்பர் இயக்கத்தையும் அவர்களின் இலக்கியங்களையும் பற்றி மராட்டிய தலித்துகள் அறிகின்றனர். கறுப்பர் இலக்கியத்தின்மீது இவர்களுக்கு ஈடுபாடு வருகிறது. மராட்டிய தலித் எழுத்தாளர்கள் அனைவரும் சேர்ந்து அநீதிகளுக்கு எதிராக உசுப்பிவிடும் கவிதைகளை வெறுமனே எழுதிக் கொண்டிருப்பதால் எந்தப் பயனும் இல்லை என்ற முடிவுக்கு இவர்கள் வருகின்றனர். இதன் விளைவாக நாம்தியோதாசல், அர்ஜுன் டாங்ளே மற்றும் ஜே.வி. பவார் ஆகிய இளைஞர்கள் முன்னெடுத்து 1972 ஜூலை 9ஆம் நாள் பம்பாயில் ஒடுக்கப்பட்ட சிறுத்தைகள் இயக்கத்தை (Dalit Panthers) நிறுவினர். பின்னாட்களில் இந்தக் குழுவே கருத்து ரீதியாக இரண்டாகப் பிரிந்து செயல்பட்டது. அம்பேத்கருடன் பௌத்த மதத்தில் சேர்ந்த புதிய பௌத்தவர்கள், பௌத்த மதம் சார்ந்த கொள்கைகளுக்கு இலக்கியத்தில் இடமளிக்க வேண்டும் எனக் கோரினர். கூட்டு மனப்பான்மையும் குழு உணர்வும் ஒன்றிணைந்த செயல்பாடும் மறைந்து உட்பூசல்களும் உட்கருத்து வேறுபாடுகளும் பெருகி விட்டதாக அர்ஜுன் டாங்ளே குறிப்பிடுகிறார்.

'தலித் இலக்கியம்' என்ற சொல்லே எழுபதுகளின் பிற்பகுதியில்தான் புழக்கத்திற்கு வந்தது. ஆனால் சில ஆய்வாளர்கள் தலித் இலக்கிய இயக்கம் புத்தரின் காலத்தில் தோன்றியதாகக் கணிக்கின்றனர். சிலருக்கு ஞானியும் கவியுமான சொக்க மேளா (கி.பி.14ஆம் நூற்றாண்டு) இதைத் தொடங்கி வைத்தவராகத் தெரிகின்றார். சிலர் அந்தப் பெருமையை மகாத்மா

புலேவிற்கும் சிலர் பேராசிரியர் எம்.எஸ். மாதேவிற்கும் (1886-1957) அளிக்கின்றனர். இந்தக் காலகட்டங்களில் 'தலித் இலக்கியம்' என்னும் சொல்லாட்சி இருந்ததில்லை என்று ஆய்வாளர்கள் கருதினாலும் ஒடுக்கப்பட்டோர் மீதான அக்கறையும் அவர்கள்மீது இழைக்கப்பட்ட அநீதிகள் பற்றியும் முதலில் இந்தப் படைப்பாளிகளின் எழுத்துகள் எதிரொலித்தன. எனவே, ஒடுக்கப்பட்டோர் இலக்கிய இயக்கத்தின் முன்னோடிகள் என்று இவர்கள் அனைவருமே அழைக்கப்படலாம் (தலித் இலக்கியம்: போக்கும் வளர்ச்சியும், ப.12) என்ற முடிவிற்கு இறுதியில் வருகின்றனர்.

ஒடுக்கப்பட்டோர் மாநாடும் ஒடுக்கப்பட்ட சிறுத்தைகள் இயக்கமும் மராட்டியில் 'தலித் இலக்கியம்' உருவாகக் காரணங்களாக அமைந்தன. மேலும் அறுபதுகளில் வெளிவந்த சில சிறுகதைகளும் ஒடுக்கப்பட்டோர் இலக்கியத்திற்கு ஒரு தீவிரத்தை அளித்தன. குறிப்பாக, பாபுராவ் பாகுல் எழுதிய 'என் சாதியை நான் மறைத்து வைத்தபோது' என்ற சிறுகதைத் தொகுப்பைக் கூறுகின்றனர். தலித்துகள், பெண்கள், பாலியல் தொழிலாளிகள், விளிம்புநிலையினர் எனப் பலரின் அக உலகத்தையும் திறந்து காட்டிய சிறுகதைத் தொகுப்பு 'When I Hide My Caste'. 1963இல் இச்சிறுகதைத் தொகுப்பு வெளியானது. சாதியும் அதன் கொடுமைகளும் பாபுராவ் பாகுல் புனைவுகளில் காத்திரமாக வெளிப்பட்டன. இவர், மராட்டியில் நவீன இலக்கியத்தின் முன்னோடியாகக் கருதப்படுகிறார். தொடர்ந்து இவரெழுதிய கவிதைகளும் புனைவுகளும் மராட்டிய இலக்கிய உலகத்தால் கூர்மையாகக் கவனிக்கப்பட்டன. மராட்டிய ஒடுக்கப்பட்டோர் எழுத்தின் அடையாளமாக இவர் பார்க்கப்படுகிறார்.

தலித் சிறுத்தைகள் அமைப்பில் தீவிரமாக இயங்கியவர்கள் கவிதைகளையும் புனைவுகளையும் எழுதினர். அர்ஜுன் டாங்ளேவின் 'தலித் இலக்கியம்: போக்கும் வளர்ச்சியும்' என்ற நூலின் பின்னிணைப்பில் இடம்பெற்றுள்ள பின்வரும் கவிதை களை மராட்டிய தலித் இலக்கியத்தின் முகமாகப் பார்க்கலாம்.

1. எந்த மொழியை நான் பேசுவது?

பன்றிக்கறியை மென்றுகொண்டு
பாழ்நிலத்தில் என் பாட்டன்
என்னுடலின் குடியெரை இழுப்பான்

மரபுச் சுமையின் குடும்பக்கோலம்
முதுகில் குவிய
அலறினான் என் மீது
'முண்ட பெத்த மூதேவி
பேசேன் எங்களைப் போல
பேசு... நான் சொல்றேன்... என் பேச்சை'

வேதங்கள் ஊடே விரல்கள் ஓட
உச்சுக்குடுமி நெய்பூசி நிழலாட
என் பிராமண குரு எனக்குச் சொல்வார்:

'மூடமுண்டமே... பாஷையை சரியா பிரயோகிடா'
நான் கேட்கிறேன் உங்களை இப்போது
எந்த மொழியை நான் பேசுவது? (அருண் காம்ளே, தலித் இலக்கியம்: போக்கும் வளர்ச்சியும், பக்.73)

2. தாதர் பாலத்தின் கீழே

'ஓ தாயே! நான் எந்தமதம் சொல்லு
நான் யார்?
நான் என்பது என்ன?
நீ இந்துவும் இல்லை; முஸ்லீமும் இல்லை
உலகம் எறிந்த காமத் தீயின்
கைவிடப்பட்ட ஒரு சிறு பொறி நீ
மதமா? இங்கேதான் அடைத்து வைத்திருக்கிறேன்
மதத்தை.
விலை மாதுக்கு ஒரே மதம்தான்
என் மகனே,
நீ துருத்த ஒரு துளை வேண்டுமானால்
உன் குறியைக் கூராக்கி பையில் வை.

முலைகளை மூடிய புடவையை அவிழ்த்து
பாலத்தின் மீது
கேள்விக் குறியான உன் முகத்தின்மீது வீசி எறிவாள்
விரக்திச் சிரிப்பை ஒன்றன்பின் ஒன்றாக
கற்களைப் போல.

நான் மூத்திரம் கழிப்பேன் நாறும் சாக்கடையில்
அதற்கும் உண்டு தொடர்பு
உயர்குடி கழிவு நீரோடு

அவன் யார்?
என் தகப்பன் யார்?' (பிரகாஷ் ஜாதவ், 'தலித் இலக்கியம்:
போக்கும் வளர்ச்சியும்', பக்.74)

இரு கவிதைகளுமே ஒடுக்கப்பட்டவர்களின் துயரத்தை வலிமையாகப் பேசுபவை. இக்கவிதைகளில் பயன்படுத்தப் பட்டிருக்கும் மொழி கவிதைக்குப் புதியது. செவ்வியல் தன்மையுடைய மரபான மொழியை இக்கவிதைகள் புறக்கணித்துள்ளன. புதியதொரு உருவத்தை ஒடுக்கப்பட்டவர்களின் மொழி கொடுக்க முயல்கிறது. எனக்கு எந்த மொழியில் இயல்பாகப் பேச வருமோ அந்த மொழியில் பேசுவதுதான் சரியாக இருக்கும் என்பது அக்கவிஞர்களின் வாதம். இதனைத்தான் முரட்டுத்தனமான மொழி என்று விமர்சனம் செய்கின்றனர். கவிதைகளில் வெளிப்பட்டிருக்கும் உள்ளடக்கமும் கவிதைக்குப் புதியது. கவிதைகள் வேசிகளுக்கும் விளிம்புநிலை மக்களுக்கும் பேச இடமளித்திருக்கின்றன. பன்றிக்கறி, மூதேவி, முண்டம், குறி, மூத்திரம், சாக்கடை போன்ற சொற்கள் கவிதைகள் கண்டிராதவை. இவை இடக்கர் அடக்கல் சொற்கள். தலித் கவிதைகள் இதனைத்தான் தங்களது அடையாளமாக முன்னெடுத்தன. பிற கவிதை மரபிலிருந்து இச்சொற்களினூடாகத்தான் தனித்துத் தெரிந்தன.

சுரண்டலுக்கும் அதிகாரத்துக்கும் எதிரான குரல் தலித் இலக்கியத்தில் சத்தமாகக் கேட்கத் தொடங்கியது. நியாயமான கேள்விகளை இவ்விலக்கியங்கள் எழுப்பின. சமூகத்தில் புறக்கணிக்கப்பட்ட உதிரிகளுக்கு இவ்விலக்கியங்கள் முக்கியத்துவம் கொடுத்தன. அவர்களின் குரலையும் உள்வாங்கி ஒலித்தன. சாதி, மத அமைப்புகளைக் கடுமையாக விமர்சித்தன. எதிர்ப்பே இல்லாத உயர்சாதியினர் தலித் இலக்கியங்களால் பெரும் சங்கடத்துக்குள்ளாயினர். 'உச்சிக்குடுமி' என்ற சொல் கவிதைக்குள் வருகிறது. அது பிராமணர்களின் அடையாளம். அதாவது அடையாளமில்லாதவர்களாக இருந்த தலித்துகள் இலக்கியத்திற்குள் தங்களுக்கான அடையாளத்தைக் கட்டமைக்கத் தொடங்கினார்கள். ஆதிக்கச் சாதியினரின் அடையாளங்களை வம்புக்கு இழுத்தனர். கேள்விகளை எழுப்பினர். அடையாளத்தின்

மூலத்தை ஆராய்ந்தனர். இதுபோன்ற பல கலகத்தைத் தலித் இலக்கியங்கள் தொடக்கத்திலேயே செய்தன.

இந்திரன் மொழிபெயர்த்துள்ள 'பிணத்தை எரித்தே வெளிச்சம்' என்ற தலித் இலக்கியத் தொகுப்பிலுள்ள அர்ஜுன் டாங்ளேவின் 'பதவி'[1] என்ற சிறுகதையினூடாக மராட்டிய தலித் புனைகதை இலக்கியத்தின் தன்மையைப் புரிந்துகொள்ள இயலும். இச்சிறுகதை ஒடுக்கப்பட்டவர்கள் குறித்த பல்வேறு திறப்புகளை வெளிப்படுத்துகிறது. தலித்துகளுக்குத் தகுதியின் அடிப்படையில் கிடைக்கும் அரசு வேலைகளையும் பதவி உயர்வுகளையும் பொதுச்சமூகம் எப்படிப் பார்க்கிறது என்பதை இக்கதை நுட்பமாக வெளிப்படுத்துகிறது. தலித்துகள் அதிகாரிகளாக இருந்தாலும் உயர்சாதியினர் அவர்களுக்குரிய மரியாதையை அளிப்பதில்லை. அதேநேரத்தில் ஒடுக்கப்பட்ட சமூகத்தைச் சார்ந்த ஒருவர், பதவி உயர்வுபெற்று வாழ்க்கைத் தரத்தில் முன்னேறும்போது அவருக்குள் உருவாகும் ஆதிக்க மனநிலையையும் உயர்சாதித் தன்மையையும் இக்கதை சிறப்பாகச் சித்திரித்திருக்கிறது.

---

[1] இச்சிறுகதையைப் பின்னிணைப்பில் காண்க.

5. கன்னட தலித் இலக்கியம்

கர்நாடகாவில் தலித் எழுத்தாளர்களும் சிந்தனையாளர்களும் ஒன்றிணைந்து 1973ஆம் ஆண்டில் பத்ராவதி நகரில் ஒரு மாநாட்டை நடத்தினர். அத்தருணத்தில் தலித் சங்கர்ஷ் சமிதி உதயமானது. தலித்துகளுக்கு எதிரான சுரண்டலை அமைப்புரீதியாக எதிர்கொள்ளவும் தலித்துகளின் உரிமைகளைப் போராடிப் பெற்றுத் தரவும் இவ்வமைப்பு முனைந்தது. இந்த அமைப்பும் ஒரு நெருக்கடியின் காரணமாகத்தான் உருவாக்கப்பட்டது. அம்பேத்கர் விசார வேதிகே மற்றும் பிற்படுத்தப்பட்ட மாணவ அமைப்புகளின் ஒழுங்கமைவில் நடந்த கூட்டமொன்றில், 'கன்னட இலக்கியங்கள் அனைத்தும் வெறும் மாட்டுத் தீவனம்' என்று அப்போது தாழ்த்தப்பட்டவர்களின் தலைவராகவும் அமைச்சராகவும் இருந்த பி.பசவலிங்கப்பா வெளிப்படையாகக் கருத்துத் தெரிவித்தார். இது கன்னட இலக்கியத்தில் பெரும் வெடிப்பினை ஏற்படுத்தியது. கன்னட இலக்கியவாதிகள் இரு அணிகளாக மோதிக்கொண்டனர். பி.பசவலிங்கப்பாவுக்கு ஆதரவாகச் செயல்பட்ட தலித் இளைஞர்கள் தாக்கப்பட்டனர்.

தேவனூரு மகாதேவ (1948), டி.பி. சித்தலிங்கய்யா (1954-2021), தேவய்யா ஹராரே, எச். கோவிந்தய்யா (1954), பேரா. பி.கிருஷ்ணப்பா உள்ளிட்ட முக்கிய ஆர்வலர்கள் இணைந்துதான் 'தலித் சங்கர்ஷ் சமிதி' இயக்கத்தை உருவாக்கினர். 1978ஆம் ஆண்டு நடைபெற்ற மாநில ஒருங்கிணைப்பாளர் கூட்டத்தில் பேரா. பி. கிருஷ்ணப்பா ஒருங்கிணைப்பாளராகத் தேர்ந்தெடுக்கப்பட்டார். 'பஞ்சமா' என்ற வார இதழ் ஒன்றையும் இவர்கள் தொடங்கினர். பல நூற்றாண்டுகளாகச் சமூகத்திலும் அரசியலிலும் சுரண்டலுக்கு

உள்ளானவர்கள்; சமூகத்தோடு வாழ இயலாமல் ஊருக்கு வெளியே வசித்து, கீழான வேலைகளைச் செய்தவர்கள்; தம் பெயரையும் வெளியே சொல்லக் கூச்சப்படுகிறவர்கள்; ஆதிக்கச் சாதியினரால் தீண்டாமைக்கு உள்ளாகிறவர்கள்; இவர்கள் அனைவரும் தலித்துகள்தாம் என்ற பார்வையை இவர்கள் உருவாக்கினர்.

மராட்டிக்கு அடுத்து கன்னடத்தில்தான் தலித் இலக்கியம் செல்வாக்குப் பெற்ற இலக்கிய வடிவமாக உருவானது. தமிழ் இலக்கியத்திற்கும் கன்னட இலக்கியத்திற்கும் தம் மொழிபெயர்ப்புகளின் வழியாகப் பெரும் உறவை ஏற்படுத்தியவர் பாவண்ணன். அவர் கன்னட தலித் இலக்கிய உருவாக்கம் குறித்துப் பின்வரும் கருத்தைத் தெரிவிக்கிறார்: 'தலித்துகளிடையே ஒரு படித்த மத்திய வர்க்கம் உருவாகியபோது, அம்பேத்கரின் கருத்துகளை உடனடியாக அது ஏற்றுக் கொள்ளத் தொடங்கியது. கன்னட இலக்கிய உலகில் தலித் சமூகத்தில் சித்தலிங்கையாவுக்கு முன்னரே சில படைப்பாளிகள் தோன்றியிருந்தாலும்கூட, அவர்கள் எழுத்து முயற்சிகளைத் தலித் இலக்கியம் என்று சொல்லிவிட முடியாது. அவை தலித்துகள் பற்றிய படைப்புகளாக மட்டுமே இருந்தன. தலித் பிரக்ஞை (Dalit sensibility) உள்ள படைப்புகளாகக் கூறிவிட முடியாது. முதன் முதலாக அந்தப் பிரக்ஞையோடு தோன்றியது சித்தலிங்கையாவின் எழுத்தே ஆகும். சித்தலிங்கையாவின் பாடல்கள் உரத்த குரல் கொண்ட, நேரிடைத் தன்மை கொண்ட, சித்தரிப்புத் தன்மை கொண்ட, உணர்ச்சிப் பிழம்பான ஒரு சொற்பொழிவை நிகழ்த்துகிற பாங்கிலமைந்தவை. இப்போக்கின் ஈர்ப்பில் லயித்த படைப்பாளிகள் பலர்' (தலித்: கலை - இலக்கியம் - அரசியல், பக்.23).

பாவண்ணன் கருத்துப்படி, கன்னட இலக்கியத்தின் வேராக இருந்தவர் டி.பி. சித்தலிங்கையா என்பதைப் புரிந்துகொள்ள முடிகிறது. இவரது பாடல்களிலும் கவிதைகளிலும் ஒலித்த கோபம், கன்னட இலக்கியத்தில் புதிய போக்கை உருவாக்கியது. இவரது 'ஹொலெமாதிகரஹாடு' எனும் கவிதைத் தொகுதி கன்னட தலித் இலக்கியத்தின் முக்கியக் குரலாக இன்றுவரை எதிரொலித்துக்கொண்டிருக்கிறது. கன்னட மண்ணில் தலித் இலக்கியம் உருவாக விதையாக இத்தொகுப்பு இருந்திருக்கிறது. இவர் பெங்களூர் பல்கலைக்கழகத்தில் கன்னடப் பேராசிரியராக இருந்தவர். கர்நாடக சட்டமேலவையின் உறுப்பினராகவும் கன்னட வளர்ச்சிக் கழகத்தின் தலைவராகவும் இவர் பணியாற்றியுள்ளார். இவரது 'ஊரும் சேரியும்', 'வாழ்வின் தடங்கள்' ஆகிய தன்வரலாற்று நூல்கள், ஒடுக்கப்பட்டோர் தன்வரலாற்று நூல்களின் முன்மாதிரியாக விளங்குபவை.

பழைய மரபுகளையும் புராணங்களையும் மீள்கட்டமைப்புச் செய்த தலித் எழுத்தாளர்களுள் தேவனூரு மகாதேவவுக்கு முக்கிய இடமுண்டு. இவர் தலித் மக்களிடையே நிலவிய நம்பிக்கைகளைத் தம் படைப்புகளின் வழியாக மறுபரிசீலனைக்கு உட்படுத்தினார். கன்னட தலித் இலக்கியத்தில் சித்தலிங்கையாவுக்குப் பிறகு தாக்கம் செலுத்தியவர் தேவனூரு மகாதேவ. அவருடைய 'ஒடலாள', 'குஸும பாலை' ஆகிய நாவல்கள் கன்னட நாவல் இலக்கியத்திற்கே பெருமை சேர்த்தவை. 'குஸும பாலை' நாவல் சாகித்திய அகாதெமி விருதைப் பெற்றிருக்கிறது. இவரது 'பசித்தவர்கள்' என்ற குறுநாவல் கன்னட மொழியின் மிகச் சிறந்த படைப்புகளில் ஒன்றாகப் பார்க்கப்படுகிறது. புதிய தலைமுறையைச் சார்ந்த தலித் எழுத்தாளர்களுக்கு முன்னோடியாக இவரது படைப்புகள் மதிப்பிடப்படுகின்றன.

டி.பி. சித்தலிங்கையா, தேவனூரு மகாதேவ ஆகியோரைத் தொடர்ந்து கன்னட இலக்கிய உலகில் குறிப்பிடத்தகுந்த படைப்பாளிகளில் ஒருவர் அரவிந்த மாளகத்தி (1956). கவிதை, சிறுகதை, நாவல், நாடகம், கட்டுரை, நாட்டுப்புறவியல், ஆய்வு என்று பரந்த தளத்தில் இயங்கியவர். இவரது 'கவர்ன்மென்ட் பிராமணன்' (1994) என்ற தன் வரலாற்று நூல் தலித் இலக்கியத்தில் பெரும் தாக்கத்தை ஏற்படுத்தியது. இந்நூலுக்காகக் கர்நாடக சாகித்திய அகாதெமி விருது இவருக்கு வழங்கப்பட்டது. இவர்களைத் தொடர்ந்து கன்னட தலித் இலக்கியத்திற்குப் பங்களித்தவர்களாக ம.ந. ஜவரய்யா (1946), முள்ளூரு நாகராஜ், கே.பி. சித்தய்யா (1954), எல். ஹனுமந்தய்யா (1958), எச்.கோவிந்தய்யா (1954), வி.முனி வெங்கடப்பா (1949), கே.கோவிந்தராஜு, சோமண்ணா ஹொரங்கள்ளி ஆகியோரைக் குறிப்பிடலாம்.

பாவண்ணனின் மொழிபெயர்ப்பில் 'ஆயிரம் மரங்கள் ஆயிரம் பாடல்கள்' (அன்னம் வெளியீடு, 2004) என்ற நூலிலுள்ள டி.பி.சித்தலிங்கையாவின் பின்வரும் தலித் பாடல்கள்தாம் கன்னட தலித் இலக்கிய உருவாக்கத்திற்கு அடிப்படையாக அமைந்தவை என்று கருதப்படுகிறது.

1. எங்க சனங்க

பசியாலே செத்தவங்க பட்டக்கல்லு சொமந்தவங்க
ஒதைபட்டுச் சுருண்டவங்க எங்க சனங்க.
கைய கால புடிக்கறவங்க கைகட்டி நடக்கறவங்க
பக்தருப்பா பக்தருங்க எங்க சனங்க.

கலப்பையோட்டி வெதச்சவங்க பயிரறுத்துக் களைச்சவங்க
வெய்யிலிலே வெந்தவங்க எங்க சனங்க.
வெறும்கையோட வந்தவங்க உஸ்ஸுன்னு உக்காந்தவங்க
வாயும் வயிறும் காஞ்சவங்க எங்க சனங்க.

மாளிகைய எழுப்பனவங்க பங்களாங்க கட்டனவங்க
அடிமட்டத்துல மாட்டனவங்க எங்க சனங்க.
தெருவிலேயே உழுந்தவங்க சத்தமில்லாம கெடந்தவங்க
மனசுக்குள்ளயே அழுதவங்க எங்க சனங்க.

வட்டிக்காசு கொடுக்கறவங்க சொற்பொழிவு நெருப்புக்குள்ள
வெந்து சாம்பலானவங்க எங்க சனங்க.
ஆண்டவனின் பேரச்சொல்லி விருந்துசோறு தின்னவங்களுக்கு
செருப்புதச்சி குடுத்தவங்க எங்க சனங்க.

தங்கத்த எடுக்கறவங்க சோத்தயே பாக்காதவங்க
துணிமணிய நெஞ்சவங்க அம்மணமா போனவங்க
சொன்னபடி கேக்கறவங்க எங்க சனங்க.
காத்துலயே வாழறவங்க எங்க சனங்க.

2. தலித்துகள் வருகை

தலித்துகள் வருவார்கள் வழிவிடுங்கள்
தலித்துகளிடம் அரசாட்சியைக் கொடுங்கள்
கோடி கோடிக் கனவுகளோடு
மின்னல் இடி போன்ற முழக்கங்களோடு
பூகம்பம் போன்ற மொழியோடு
வந்ததோ தலித்துகள் அணிவகுப்பு
மண் முழுக்க அவர் கால்களின் கையெழுத்து (தலித்துகள்...)

கடவுள்கள் குருக்களைக் குப்பையில் தள்ளி
ஆளும் அமைச்சர்களைச் சாக்கடையில் தள்ளி
தாமே கண்ட புதியபாதையில்
புறப்பட்டது தலித்துகள் அணிவகுப்பு
எரியும் பந்தங்கள் கைகளிலே
புரட்சியின் பொறிகள் கண்களிலே
வெடித்தன நெருப்புக் கங்குகள் (தலித்துகள்...)

சாதி மதமெனும் முட்புதருக்கே
முள்ளாய் மாறினர் இவர்கள்.
தம்மை விழுங்கிய ஏழுகடல்களுக்கு
முகிலாய் மாறினர் இவர்கள்:
இந்து மதத்தைக் கொன்றனர் தலித்துகள்
ஆண்டைகள் கூட்டம் விடவில்லை
யாருக்கும் சலுகை கொடுக்கவில்லை
பணக்காரர்களின் கொழுப்புருண்டைகளை
அடித்துப் பந்தாடினார்கள்
ராமனின் கால்கள் கிருஷ்ணனின் கால்கள்
காந்தி காந்தியரின் கால்களில் விழுந்து
கைகூப்பித் தலைவணங்கிய தலித்துகள்
போராட்டத்தைத் தொடங்கினார்கள்   (தலித்துகள்...)

வளர்ந்து துளிர் விட்டது
முடிவே அற்ற தலித்துகள் பேரணி.
குண்டுக்குக் குண்டு ரத்தத்துக்கு ரத்தம்
தோளுக்குத் தோள் உயிருக்கு உயிர்   (தலித்துகள்...)

தலித்துகளின் பாரத் கொடியின் கீழ்
நின்றனர் விவசாயிகள் தொழிலாளிகள்
சிதறின பூக்கள் பல வண்ணத்தில்
தாவின பறவைகள் ஏராளம்
எழுந்தது செந்நிறம் கீழ்வானில்
விடிந்தது ஏழையருக்கு
தலித்துகள் வருவார்கள் வழிவிடுங்கள்
தலித்துகளிடம் அரசாட்சியைக் கொடுங்கள்

தேவனூரு மகாதேவ எழுதி, பாவண்ணனின் மொழிபெயர்ப்பில் வெளிவந்துள்ள நூல் 'பசித்தவர்கள்' (என்.பி.டி. வெளியீடு, 1999) இந்நூலிலுள்ள 'பீடிக்கப்பட்டவர்கள்'[2] என்ற சிறுகதையைக் கன்னட தலித் சிறுகதை இலக்கியத்திற்கான உதாரணமாகக் கொள்ளலாம்.

---

[2] இச்சிறுகதையைப் பின்னிணைப்பில் காண்க.

6. குஜராத்திய தலித் இலக்கியம்

மராட்டியில் உருவான தலித் இலக்கியத்தின் தாக்கம் அடுத்தடுத்த மாநிலங்களிலும் பரவத் தொடங்கியது. அப்படித்தான் குஜராத்திலும் தலித் இலக்கியம் உருவானது. மராட்டியைப் போன்று குஜராத்தில் தலித் இலக்கியம் பெரிய அளவில் தாக்கத்தை ஏற்படுத்தியதாகச் சொல்ல முடியாது. ஜோதிராவ் புலே, அம்பேத்கர் போன்ற சக்திவாய்ந்த தலைவர்கள் குஜராத்தில் உருவாகாததே இதற்குக் காரணமாகச் சொல்லப்படுகிறது. முதல் குஜராத்தி தலித் எழுத்து எப்போது தோன்றியது என்று சொல்வது கடினம். ஆனால், குஜராத் இலக்கியத்தில் தலித் இலக்கியப் போக்கு 1975ஆம் ஆண்டிலேயே தொடங்கிவிட்டதாக ஆய்வாளர்கள் கருதுகின்றனர். 1981இல் குஜராத்தில் நடந்த இடஒதுக்கீட்டுக்கு எதிரான போராட்டங்கள் தலித் உரிமைகள் பற்றிய விழிப் புணர்வைத் தீவிரமாக உருவாக்கியிருக்கிறது. இப்போராட்டங்கள் தலித் இலக்கியத்தின் ஆக்கப்பூர்வமான வெளியீடுகளுக்கு வழிவகுத்தது.

தலித் சிறுத்தைகளின் தலைவர்களான ராஜா தாலே, ஜெ.பி. பவார், பாய் சங்கோ போன்றவர்களை அம்பேத்கரின் பிறந்த நாள் விழாவிற்குக் குஜராத்தில் இருக்கும் தலித் இளைஞர்கள் அகமதாபாத்துக்கு வரவழைத்தனர். அகமதாபாத்திலுள்ள நாகின்பாய் பார்மர், தள்பத் ஸ்ரீமாலி, வால்ஜிபாய் பட்டேல், பகுல்வகில், பி.டி. வகேலா போன்ற செயல்பாட்டாளர்கள் தலித் சிறுத்தைகளின் கூட்டங்களைப் பல இடங்களில் நடத்தினர். ரமேஷ்சந்திர பார்மர் மற்றும் நாரான் வோரா போன்றவர்களும் தலித் சிறுத்தைகளுக்கு ஒத்துழைப்பு வழங்கினார்கள். ஜெதல்பூரில்

சகாராபாய் எனும் தலித் இளைஞர் எரிக்கப்பட்டுக் கொண்டிருந்த சூழ்நிலையில் அங்குவந்த தலித் சிறுத்தைகள் அவரை மீட்டுத் தூக்கிச் சென்ற சம்பவம் பெரிதும் பேசப்பட்டது. நிலமற்றவர் களுக்கு நிலம் என்பதற்கான போராட்டம் நடத்தினர். அந்தவகையில் குஜராத் தலித் சிறுத்தைகள் தலித் சக்தியை நிலைநாட்டினர் என்று ஆனந்த் டெல்டும்டே (தலித்துகள்: நேற்று இன்று நாளை, பக்.122) குறிப்பிட்டிருக்கிறார்.

மராட்டியில் இந்திய விடுதலைக்கு முன்பே தலித் இலக்கிய உருவாக்கத்திற்கான சூழல்கள் தோன்றிவிட்டன. குஜராத்தில் அப்படியொரு சூழல் உருவாகவில்லை. மேலும் மராட்டிய தலித் இலக்கிய ஆக்கங்கள் குஜராத் மொழியில் குறைவாகவே மொழிபெயர்க்கப்பட்டுள்ளன. தவிர, 'தலித்' என்ற சொல்லுக்கு மாற்றாக அவர்கள் 'பகுஜன்' என்ற சொல்லைப் பயன்படுத்தவும் முடிவெடுத்தனர். 'பகுஜன் சாகித்ய சங்குல்' என்ற அமைப்பை 1990இல் அவர்கள் உருவாக்கினர். இதுவும் ஒடுக்கப்பட்டவர்கள் ஒன்றிணைவதில் உடைப்பை ஏற்படுத்தியதாக ஆய்வாளர்கள் கருதுகின்றனர். ஜோசப் மக்வான், மோகன் பார்மர் ஹரீஷ் மங்களம், மங்கள் ரத்தோட், கிசான் சோசா உள்ளிட்டோர் குஜராத் தலித் இலக்கியவாதிகளில் முக்கியமானவர்களாகக் கருதப்படுகின்றனர்.

கவிஞரும் மொழிபெயர்ப்பாளருமான இந்திரன், குஜராத் தலித் இலக்கியத்தின் முக்கிய பண்புகளாகப் பின்வருவனவற்றைக் குறிப்பிடுகிறார்:

1. குஜராத் பேச்சு மொழியிலிருந்தும், நாட்டுப் பாடல்கள், நாட்டுப்புற நிகழ்கலை வடிவங்கள் ஆகியவற்றிலிருந்தும் ஏராளமாகப் பெற்றிருக்கிறது குஜராத்தி தலித் இலக்கியம்.
2. மரபுரீதியான 'கஜல்', 'முக்டக்' போன்ற வகைகளைத் தலித் இலக்கியம் புரட்சிகரமாக மாற்றி இருக்கிறது.
3. புராண இதிகாசங்களில் ஏகலைவனைப் போன்ற விளிம்பு நிலைக் கதாபாத்திரங்களையும், இராவணன் போன்ற தீயோனாகச் சித்திரிக்கப்படும் கதாபாத்திரங்களையும் புதிய பார்வையோடு மறுவார்ப்பு செய்தது குஜராத்தி தலித் இலக்கியம். புத்தர் தனது சுதர்சன சக்கரத்தை ஆயுதமாக ஏந்துகிறார்.
4. தலித்துகளின் பொற்காலமாக மொகெஞ்சதாரோ, ஹரப்பா, பிம்பெட்கா போன்றவற்றின் காலத்தையும், அதனைச் சமைத்தவர்களாகத் தங்களையும் உயர்த்திப் பேசும் போக்கு (பிணத்தை எரித்தே வெளிச்சம், பக்.20-21).

இந்திரன் மொழிபெயர்த்துள்ள 'பிணத்தை எரித்தே வெளிச்சம்' (அலைகள் வெளியீட்டகம், 1995) என்ற நூலிலுள்ள யஷ்வந்த் வகேலா, ஜெயந்த் பார்மர் ஆகிய இருவரின் கவிதைகளையும் தல்பத் சௌஹான் எழுதிய 'மாற்றம்'[3] சிறுகதையையும் குஜராத்தி தலித் இலக்கியப் போக்குகளுக்கான உதாரணங்களாக எடுத்துக் கொள்ளலாம்.

1. **அடையாளம் (யஷ்வந்த் வகேலா)**

இங்கே
அவர்களுக்குத் தெரியும்
நான் யாரென்று.
ஆனால் ஒன்றும் தெரியாதது போல்
அவர்கள் கேட்கிறார்கள்
நீ யார்?

நான் அவர்களுக்குச் சொல்கிறேன்:

இந்தத் தலை சம்புகனுடையது,
இந்தக் கரங்கள் ஏகலைவனுடையது,
இந்த இதயம் கபீரினுடையது.
நான் ஜபாலி சத்யகம்
ஆனால் இந்தக் கால்கள்
இன்னமும் தீண்டத்தகாதவைதான்.

இன்று
நான் ஒரு மனிதன்
அது போதுமானது இல்லையா?
சரி, நீ யார்?

2. **நானும் மனிதன் தான் (ஜெயந்த் பார்மர்)**

முதுகில் ஒரு பாறையாய்
இந்த நாளைச் சுமந்தபடி
அழுக்கும், குப்பையும் நிறைந்த சந்தில்
அலையும் நான்
ஒரு தனிமையான மனிதன்.

---
[3] இச்சிறுகதையைப் பின்னிணைப்பில் காண்க.

நான் நடக்கையில்
அந்தி என்மீது கவிகிறது
இரவு பயமாய் இருக்கிறது.

அழுக்கை அள்ளும் இந்தப் பானை
எனது இன்னொரு முகம்
இந்தத் துடைப்பம்
எனது மூன்றாவது கால்
இருப்பினும்
நானும் உங்களைப் போலவே
ஒரு மனிதன்.

என்னைப்போல் இரண்டு முகங்களும்
மூன்று கால்களையும் கொண்டவனை
மனிதனென்று அழைக்க முடியாதுதான்...

இருப்பினும்
நானும் உங்களைப் போலவே
ஒரு மனிதன்.

என்னைப்போல் இரண்டு முகங்களும்
மூன்று கால்களையும் கொண்டவனை
மனிதனென்று அழைக்க முடியாதுதான்..

இருப்பினும்
நானும் உங்களைப் போலவே
ஒரு மனிதன்.

கோணிகளாலும் மூங்கில் சுவர்களாலும் கட்டப்பட்டு
பசியினாலும், நோயினாலும், வறுமையினாலும்
அலங்கரிக்கப்பட்டு
புழுக்களுக்காகத் துளைகள் உள்ள
இந்தக் குடிசையில்
நீங்கள் என்னை வைத்திருக்கிறீர்கள்.

இந்தக் குடிசையில் என்னைத் தவிர
வேறு யார் நுழையமுடியும்?
அந்தி கவிகிறபோது
நான் இந்த உடைந்த கட்டிலில் விழுகிறேன்

இரவு முழுவதும்
வலியினால் முனகும் என்நிழலை
நான் வருடிக் கொடுக்கிறேன்
இந்த இருட்டைக் கிழித்துக்கொண்டு
நிச்சயமாக ஒருநாள்
ஒருவன் வருவான்
மேசையின்மீது கிடக்கும்

விளக்கை ஏற்றுவதற்காக.

7. தமிழ்ச் சூழலில் தலித் இலக்கிய உருவாக்கம்

நாடு முழுக்க கொண்டாடப்பட்ட அம்பேத்கர் நூற்றாண்டு விழாவின் தொடர்ச்சியாக அவரது சிந்தனைகள் மீண்டும் பேசுபொருளாயின. அவரது நூல்கள் தொகுக்கப்பட்டன. இதன் மூலமாக ஒடுக்கப்பட்டோர் குறித்த விவாதங்களில் ஆய்வாளர்கள் தீவிரம் காட்டினர். பிற மொழிகளில் எழுதப்பட்ட தலித் இலக்கியங்கள் தமிழில் மொழிபெயர்க்கப்பட்டன. தலித் இலக்கியம் தமிழுக்கு அறிமுகமாகிறது. இவ்விலக்கிய வகைமை பற்றிய விவாதங்கள் சிறுபத்திரிகைகளின் வழியாக நடைபெறுகின்றன. அ.மார்க்ஸ், ரவிக்குமார் உள்ளிட்டோர் இந்த உரையாடலை 'நிறப்பிரிகை' என்ற சிற்றிதழ் வழியாக முன்னெடுத்தனர்.

தமிழில் நடைபெற்ற தலித் இலக்கியக் கருத்துருவாக்க விவாதங்களில், தலித்துக்கள் யார்? யார் எழுதுவது தலித் இலக்கியம்? என்பது போன்ற வினாக்கள் முன்வைக்கப்பட்டன. இவ்விவாதங்களில் இருவிதமான கருத்துகளும் பகிரப்பட்டன. தலித்துகள் தங்களுக்கான அரசியலை அறிக்கையாக வெளியிட்டனர். அதேபோல தலித் இலக்கியத்திற்கென தனி அழகியலையும் கட்டமைத்தனர். தலித் இலக்கியத்திலிருந்து 'தலித் பெண்ணியம்' என்ற இலக்கிய வகைமை உருவானது.

தமிழில் 'தலித்' இலக்கியத்தின் தோற்றம்

தமிழில் தலித் இலக்கியத்தின் தோற்றம் எண்பதுகளுக்குப் பிறகுதான் நிகழ்கிறது. அதற்கு முன்பே சாதி எதிர்ப்புக் கவிதைகள் வெவ்வேறு காலகட்டங்களில் ஆங்காங்கே எழுதப்பட்டுள்ளன.

சித்தர்கள் சாதிய ஏற்றத்தாழ்வுகளுக்கு எதிராகச் செயல் பட்டிருக்கிறார்கள். நவீன இலக்கியத்திலும் தலித்துகளுக்கு ஆதரவான குரல்கள் பதிவாகி இருக்கின்றன. கவிமணி தேசிக விநாயகம் பிள்ளை, 'ஓடும் உதிரத்தில் வடிந்து / ஒழுகும் கண்ணீரில் / தேடிப் பார்த்தாலும் சாதி / தெரிவதுண்டோ...' என்று பாடினார். மகாகவி பாரதியார் இன்னும் கடுமையாகச் சாதி குறித்த தம் கருத்துகளைக் கவிதைகளினூடாகப் பதிவு செய்திருக்கிறார். 'எல்லாரும் ஒரு குலம் எல்லாரும் ஓரினம் / எல்லாரும் இந்திய மக்கள்' என்ற அவரது பார்வை முக்கியமானதாகக் கருதப்படுகிறது. அவர்தம் செயல்பாடுகளிலும் சில முன்னெடுப்பு களைச் செய்தார். 'சூத்திரனுக்கொரு நீதி - தண்டச் / சோறுண்ணும் பார்ப்புக்கு வேறொரு நீதி / சாத்திரம் சொல்லிடுமாயின் - அது / சாத்திரம் அன்று சதியென்று கண்டோம்' என்ற கவிதையும் பாரதியின் மனநிலையைச் சுட்டிக் காட்டுகிறது. பாரதியார், தாழ்த்தப்பட்ட மக்களுக்கு ஆதரவாகச் செயல்பட்டதால் அவரது சாதியினரால் விலக்கி வைக்கப்பட்டார் என்பது வரலாறு.

ஓர் இலக்கிய வகைமை எந்தவித முன்தொடர்ச்சியும் இல்லாமல் திடீரென உருவாகிவிடாது; தலித் இலக்கியத்தையும் அப்படித் தான் புரிந்துகொள்ள வேண்டும். 1980, மே 28ஆம் தேதி அரியலூருக்கு அருகே 'குளப்பாடி' என்ற கிராமத்தில் ஆதிக்கச் சாதியினரின் கிணற்றில் குளிக்கப்போன தாழ்த்தப்பட்ட சாதியைச் சார்ந்த குழந்தைகளைத் தண்ணீரில் மின்சாரம் பாய்ச்சிக் கொன்றனர். இதன் நினைவாக இன்குலாப் எழுதிய பின்வரும் பாடல் ஒடுக்கப்பட்டோர் இலக்கியத்திற்கான முன்மாதிரியாகத் திகழ்கிறது.

'மனுசங்கடா - நாங்க
மனுசங்கடா
ஒன்னைப்போல அவனைப்போல
எட்டுச் சாணு ஒசரமுள்ள
மனுசங்கடா - டேய்
மனுசங்கடா

எங்களோட மானம் என்ன தெருவுல கெடக்கா - ஒங்க
இழுப்புக்கெல்லாம் பணியுறதே எங்களின் கணக்கா?
ஒங்களோட முதுகுக்கெல்லாம் இரும்புல தோலா? - நாங்க
ஊடுபுகுந்தா ஒங்கமானம் கிழிஞ்சு போகாதா?

மனுசங்கடா - டேய்
மனுசங்கடா

ஒங்க தலைவன் பொறந்தநாளு போஸ்டர் ஒட்டவும் - ஒங்க
ஊர்வலத்துல தரும அடியை வாங்கிக் கட்டவும்
எங்க முதுகு நீங்க ஏறும் ஏணியாகவும் - நாங்க
இருந்தபடியே இருக்கணுமா காலம் பூராவும்? - மனுசங்கடா

சதையும் எலும்பும் நீங்கவச்ச தீயில் வேகுதே - ஒங்க
சர்க்காரும் கோர்ட்டும் அதிலே எண்ணெ ஊத்துதே!
எதை எதையோ சலுகையின்னு அறிவிக்கிறாங்க - நாங்க
எரியும்போது எவன் மசுரைப் புடுங்கப் போனீங்க?- மனுசங்கடா

கிணத்துத் தண்ணியும் சாதி எழவை எழுதிக்காட்டுமா - எங்க
கொழந்தையெல்லாம் ஒங்க சாதி வெவரம் எட்டுமா?
குளப்பாடி கிணத்துத்தண்ணி புள்ளையைச் சுட்டது -
எங்க புள்ளய சுட்டது
தண்ணியும் தீயாச் சுட்டது - இந்த
ஆண்டைகளின் சட்டம் எந்த மிராசைத் தொட்டது?
எந்த மிராசைத் தொட்டது?

மனுசங்கடா - நாங்க
மனுசங்கடா

ரத்தக் கணக்கைத் தீக்கவந்த மனுசங்கடா - ஒங்க
கட்டை எல்லாம் வெட்டி எறியும் மனுசங்கடா - டேய்
மனுசங்கடா! (பிணத்தை எரித்தே வெளிச்சம், பக்.132)

இந்தக் கவிதை இன்றுவரை ஒரு தலித்தின் குரலாகவே ஒலிக்கிறது. எண்பதுகளுக்குப் பிறகு தமிழில் தலித் இலக்கியம் குறித்த உரையாடல் தீவிரமாகத் தொடங்கினாலும் அதற்கு முந்தைய தலித் இலக்கியத்திற்கான தோற்றப் பின்புலத்தையும் தெரிந்துகொள்ள வேண்டும். 1891இல் 'தமிழகப் பறையர் மகாஜன சபை'யை இரட்டைமலை சீனிவாசன் தொடங்கினார். இவரே 1893இல் 'பறையன்' என்றொரு இதழையும் நடத்தினார். பின்னர் அயோத்திதாசர் 1917ஆம் ஆண்டு 'ஒரு பைசா தமிழன்' என்ற இதழைத் தொடங்கினார். இந்தக் காலச் சூழலில் மராட்டிய மண்ணின் புலேவும் கேரளத்தில் நாராயண குருவும் அவர்கள் மண்ணில் சீர்திருத்தத்திற்காகச் செயல்பட்டனர். எனவே, 'தலித்' இலக்கியத்திற்கான வேர் பத்தொன்பதாம் நூற்றாண்டின் இறுதியிலேயே தமிழில் விழுந்திருக்கிறது என்பதை உணரலாம்.

அயோத்திதாசர், இரட்டைமலை சீனிவாசனுக்குப் பிறகு இந்த இயக்கத்தை முன்னெடுத்துச் செல்லச் சரியான தலைவர்கள் இல்லாத காரணத்தால் தலித் இலக்கிய அறிமுகம் தமிழில் காலதாமதமாக நிகழ்ந்திருக்கிறது. 'இந்திய மொழிகளிலிருந்து இலக்கியங்கள் தமிழிற்கு மொழிபெயர்க்கப்பட வலுவான நிறுவனங்கள் இல்லாமை, தமிழ்நாட்டின் தீவிரமான இந்தி எதிர்ப்புப் பாரம்பரியம் போன்றவை இந்தத் தாமதத்திற்குப் பின்னணியான சில காரணங்கள் எனக் கூறலாம். இவை தவிர அரசியல் தளத்தில் தலித்துகளை மையப்படுத்தி சாதி எதிர்ப்பு என்பது மராட்டிய மொழியில் பேசப்பட்டது போலில்லாமல் பிற்பட்ட வகுப்பினரை மையப்படுத்தித் தமிழ்நாட்டில் பேசப்பட்ட திராவிட அரசியலின் தாக்கம் மிக முக்கியமானதொரு காரணம் என்றும் பார்க்கலாம். இது சுயேச்சையான தலித் இயக்கமொன்று தோன்றுவதற்கு ஒரு விதத்தில் இடையூறாக அமைந்துவிட்டது' (கோடாங்கி, சனவரி - மார்ச் 1995, 61) என்று பிரதிபா செயச்சந்திரன் கூறுகிறார்.

தமிழில் தலித் இலக்கிய உருவாக்கம் குறித்து ராஜ் கௌதமன் பின்வரும் கருத்தைத் தெரிவிக்கிறார்: 'தமிழகத்தில் தலித் இலக்கியம், தலித் இயக்கங்கள் தோன்ற அடிப்படையாக அமைந்தவை, பெரியாரின் பகுத்தறிவுச் சிந்தனைகளும் திராவிட எண்ணங்களின் பரவலும்தான். மார்க்சிய அரசியலும் பொருளாதாரச் சித்தாந்த அறிமுகமும் வாய்ப்பான சூழலை உருவாக்கிக் கொடுத்தன. இங்குத் தலித் எழுச்சி என்பது தலித் இயக்கத்தால் மட்டுமே வரையறுக்கப்படவில்லை. சாதிப் போராட்டங்கள், சமூக நீதிக்கான இடஒதுக்கீட்டுக் கிளர்ச்சிகள், பொருளாதாரச் சமத்துவத்தை நோக்கிய போராட்டங்கள், அரசியல் கிளர்ச்சிகள் ஆகியவற்றின் துணையோடுதான் தலித் இலக்கியம் எழுந்துள்ளது' (இந்தியா டுடே இலக்கிய ஆண்டுமலர் 1995:61). தலித்துகளுக்கான பெரியாரின் பங்களிப்புகள் இன்று மறுவாசிப்புச் செய்யப்படுகின்றன. தலித்திய ஆய்வாளர்கள் பெரியாரின் தலித்தியப் பார்வைமீது விமர்சனங்களை முன்வைக்கின்றனர். இதே விமர்சனம் மார்க்சியத்தின் மீதும் வைக்கப்படுகிறது. ஆனால் ராஜ் கௌதமன் இவ்விரு சிந்தனைகளும் தமிழ் மண்ணில் ஒடுக்கப்பட்டோருக்கான தலித் இலக்கியம் தோன்றுவதற்குக் காரணங்களாக இருந்தன என்பதைத் திட்டவட்டமாகக் கூறுகிறார்.

கறுப்பினக் கவிதைகளை மொழிபெயர்த்தல்

அம்பேத்கரின் நூற்றாண்டையொட்டி இந்தியச் சூழலில் சில மாற்றங்கள் நிகழ்ந்தன. பார்ப்பனர்களுக்கெதிராகப்

பிற்படுத்தப்பட்டவர்கள் கிளர்ச்சிகள் செய்தனர். தாழ்த்தப் பட்டவர்கள் தங்களைத் தனி அடையாளங்களாகக் காட்டிக் கொள்ள விரும்பினர். தலித் அரசியல், தலித் பண்பாடு, தலித் இலக்கியம் என்று பகுத்துப்பார்க்க முனைந்தனர். 1982ஆம் ஆண்டு ஆப்பிரிக்க கறுப்பர்களின் கவிதைகளையும் கதைகளையும் இந்திரன் தமிழில் மொழிபெயர்த்தார். ஆனால் போதிய கவனம் பெறவில்லை. இச்சூழ்நிலையில் இதன் மறுபதிப்பு 1993ஆம் ஆண்டு வெளிவருகிறது. இந்தக் கவிதைகள் தலித்துகளின் மத்தியில் ஒரு புது எழுச்சியை ஏற்படுத்தியது. இத்தொகுப்பில் கவிதைகள் கூடுதலாக இருந்தாலும் ஆப்பிரிக்கர்கள் எழுதிய சிறுகதைகள், கட்டுரைகள், நாடகங்கள் ஆகியனவும் இடம் பெற்றிருந்தன என்பது குறிப்பிடத்தக்கது.

பொருளாதாரரீதியாக ஒடுக்கப்பட்டவர்களை மட்டுமே பாடிக் கொண்டிருந்த தமிழ்க் கவிதைக்கு, சமூக மற்றும் கலாச்சாரரீதியாக ஒடுக்கப்பட்ட தலித்துகளைப் பற்றிப் பாட வேண்டிய அவசியம் ஏற்பட்டது. இந்திரன் மொழிபெயர்த்த 'அறைக்குள் வந்த ஆப்பிரிக்க வானம்' என்ற தொகுப்பு இந்த அவசியத்தை உருவாக்கியது. இத்தொகுப்பிலுள்ள கவிதைகள் தமிழ்க் கவிதையின் தளத்தையும் மாற்றி அமைத்தது. 'புதிய தலைமுறையைச் சேர்ந்த நீக்ரோ கலைஞர்களான நாங்கள், எங்களது தனிப்பட்ட கறுப்புத்தோல் போர்த்திய பண்புகளை எவ்வித பயமோ, வெட்கமோ இன்றி வெளிப்படுத்த முனைகிறோம். நாங்கள் அழகானவர்கள் என்று எங்களுக்குத் தெரியும். அசிங்கமானவர்கள் என்றும் தெரியும். முரசுகள் சில நேரம் சிரிக்கின்றன; சில நேரம் அழுகின்றன. நாங்கள் எங்களுக்குத் தெரிந்த முறையில் எங்களுக்கான நாளைய கோயில்களைக் கட்டுவோம்' (அறைக்குள் வந்த ஆப்பிரிக்க வானம், பக்.10) என்பது போன்ற குரல்கள் தமிழுக்குப் புதியதாக இருந்தன.

'அறைக்குள் வந்த ஆப்பிரிக்க வானம்' (தொகுப்பும் மொழி பெயர்ப்பும்: இந்திரன், 1993), தொகுப்பிலிருந்து உதாரணத்திற்கு இரண்டு கவிதைகளைப் பார்க்கலாம்.

1. **கறுப்பு இயேசுநாதர் (லாங்ஸ்டன் ஹ்யூக்ஸ் - அமெரிக்கா)**

இயேசுவானவர்
ஒரு கறுப்பனாகத் திரும்பி வருவாரானால்
அது நல்லதல்ல.

அவர் சென்று பிரார்த்தனை செய்ய முடியாத
தேவாலயங்கள்
இங்கு ஏராளமாய் உள்ளன.
எவ்வளவு புனிதப்படுத்தப்பட்டாலும்
நீக்ரோக்களுக்கு
அங்கே வாயில்கள் மறுக்கப்படும்,
அங்கே இனம்தான் பெரிதே தவிர
சமயம் அல்ல.

ஆனால்
இதை மட்டும் உறுதியாகச் சொல்லலாம் -
இயேசுவே!

நீர்
நிச்சயமாக
மீண்டும்
சிலுவையில் அறையப்படுவீர்.

2. கறுப்பு நங்கையின் கண்ணீர் (ரே டுரம் - சீட்ஸ்)

மிகமிகத் துயரமான கண்ணீர்
ஒரு கறுப்பு நங்கையின் கண்ணீர்தான்.

ஏனெனில்,
அவளை அழவைப்பது சுலபமல்ல.

அவள் மகனை அவளிடமிருந்து
எடுத்துச் செல்.
அவனைப் போதைப் பழக்கத்துக்கு ஆளாக்கு.
வயலில் அவளை உழைக்கவை.
கொரியாவில் அவனைக் கொன்றுபோடு.

ஒரு பி.எச்.டி. பட்டத்துடன்
ஓட்டலில் உணவு பரிமாறச் செய்.

அவள் உதிர்ப்பாள் ஒரு புன்னகை
தனக்கே உரித்தான
கசப்புப் புன்னகையை

கேடயமாகப் பயன்படும்
தன் கறுப்பு முகமூடியின் ஊடாக
அவள் உதிர்ப்பாள்.
கண்ணீர் பெருகும்
உள்ளுக்குள்
இரத்தச் சிவப்பாக.

அவள் கணவனை
அவளிடமிருந்து பிரித்துவை.
சமையல் அறையிலேயே சாகவை.

பெரிய கடன் ஒன்றை உண்டாக்கி
ஆயிரம் நாட்களில் அதை
திருப்பிக் கொடுக்கச் செய்.
அவள் கொடுப்பாள்.

தண்டனை ஒன்று கொடுத்து
ஆயிரம் இரவுகளைக் கழிக்கவை.
அவள் கழிப்பாள்.

ஆயினும்
வெள்ளையனே,

நீ அவளிடமிருந்து
கண்ணீரை மட்டும் பெறமுடியாது.

ஏனெனில்
அவள்
துயரங்களின் அரசி.

ஆப்பிரிக்க கவிதைகள், தலித் மக்களின் துயரங்களையும் எழுச்சியையும் தமிழ்க் கவிதைகளில் பதிவு செய்வதற்கு ஒரு தூண்டுகோலாக அமைந்தன. இந்தக் கவிதைகளைப் பற்றிக் கொண்டு பலர் கவிதை எழுத முனைந்தனர். தலித் கவிதைக்கான வடிவத்தை ஆப்பிரிக்கக் கவிதைகள் வழங்கின. கவிதைகளுக்கான உள்ளடக்கம் தலித்துகளிடம் ஏராளமாக இருந்தன. ஆப்பிரிக்க நாடுகளில் நிறத்தின் காரணமாக நடைபெற்ற ஒடுக்குதலுக்கும் தமிழகத்தில் சாதியின் காரணமாக நடைபெற்ற ஒடுக்குதலுக்கும் நெருக்கமான தொடர்பு இருந்தது. அதனால்தான் இக்கவிதைகள்

தமிழில் பெரும் தாக்கத்தை ஏற்படுத்தின. ஒடுக்கப்பட்டவர்களிடம் இக்கவிதைகள் இயல்பான தன்னெழுச்சியை உருவாக்கின. அதுவரையிலான கவிதை குறித்த பொதுப் பிம்பங்களை உடைத்தன. ஆப்பிரிக்கக் கவிதைகளின் மொழியும் மிக எளிமையானதாகவும் நேரடியாக உரையாடும் தன்மையிலும் இருந்தது. இக்கவிதைகள் அழகியலைவிட மனித உணர்வுகளுக்கு முக்கியத்துவம் கொடுத்தன. எனவே, தமிழில் தலித் கவிதை உருவாக்கத்திற்கு 'அறைக்குள் வந்த ஆப்பிரிக்க வானம்' தொகுப்பின் பங்களிப்பு முக்கியமானதாகக் கருதப்படுகிறது.

தமிழில் தலித் இலக்கியம் உருவாதல்

1991ஆம் ஆண்டு இந்தியா முழுவதும் பாபாசாகேப் அம்பேத்கர் நூற்றாண்டு கொண்டாடப்பட்டது. இதன் தொடர்ச்சியாக அவரது எழுத்துகள் அனைத்தும் தொகுக்கப்பட்டு அந்தந்த மாநில மொழிகளில் மொழிபெயர்த்து வெளியிடப்பட்டன. அம்பேத்கரின் சிந்தனைகள் மீண்டும் பேசுபொருளாயின. இட ஒதுக்கீட்டினூடாகப் படித்த அடுத்த தலைமுறையைச் சார்ந்த ஒடுக்கப்பட்ட இளைஞர்களிடம் அம்பேத்கரின் எழுத்துகள் பெரும் தாக்கத்தை ஏற்படுத்தின. ஏற்கெனவே நடைபெற்ற தீண்டாமைக் கொடுமைகள், சாதியப் போராட்டங்கள், பொருளாதார ஏற்றத்தாழ்வுகள், வர்க்க முரண்பாடுகள், அரசியல் செயல்பாடுகள் என எல்லாம் இணைந்துதான் ஒடுக்கப்பட்டவர்களுக்கான தலித் இலக்கியம் தமிழில் உருவானது. எனவே, தலித் இலக்கியம் திடீரெனத் தமிழில் உருவாகிவிடவில்லை. அதற்கு நூற்றாண்டுத் தொடர்ச்சி இருக்கிறது.

இந்தச் சூழலில்தான் அர்ஜுன் டாங்ளே மராட்டியில் எழுதிய 'தலித் இலக்கியம்: போக்கும் வளர்ச்சியும்' (1992) என்ற சிறுநூல் தி.சு.சதாசிவம் மொழிபெயர்ப்பில் தமிழில் வெளியானது. இந்திரன் மொழிபெயர்த்த 'அறைக்குள் வந்த ஆப்பிரிக்க வானம்' (1993) தொகுப்பு மறுபதிப்புச் செய்யப்படுகின்றது. 'தலித் இலக்கியம்: போக்கும் வளர்ச்சியும்' நூலின் பின்னிணைப்பில் இடம்பெற்றிருந்த மராட்டிய தலித் கவிதைகளும் இந்திரன் மொழிபெயர்த்த ஆப்பிரிக்கக் கவிதைகளும் ஒரே தன்மையில் இருந்தன. வெவ்வேறு நிலங்களைச் சார்ந்த ஒடுக்கப்பட்டவர் களின் குரல்களாக அவை எதிரொலித்தன. இவற்றைத் தொடர்ந்து தலித் இலக்கியம் என்ற சொல்லாடல் தமிழில் உருவாக்கப் பட்டது. சிந்தனையாளர்கள் தலித் இலக்கியத்தின் தன்மைகள்

குறித்த உரையாடல்களை முன்னெடுத்தனர். ராஜ் கௌதமன், ரவிக்குமார், அ.மார்க்ஸ் உள்ளிட்ட ஆளுமைகள் தலித் இலக்கியத்தின் அரசியலை உருவாக்குவதில் தீவிரம் காட்டினர். தலித் இலக்கியம், ஆதிக்கத்துக்கு எதிரான மாற்று அரசியலை முன்வைப்பதில் கூடுதல் கவனம் செலுத்தியது. கவிதை, சிறுகதை, நாவல், நாடகம், கட்டுரை, தன்வரலாறு என வெவ்வேறு இலக்கிய வடிவங்களில் தலித் இலக்கியம் தமிழில் எழுதப்பட்டது.

ஈழத்தில் கே.டானியல் எழுதிய நாவல்களும் தமிழகத்தில் தலித் இலக்கியம் உருவாகக் காரணமாக அமைந்ததெனக் கூறலாம். இவர் 1972ஆம் ஆண்டு எழுதிய 'பஞ்சமர்' என்ற நாவல்தான் தமிழ்மொழியில் எழுதப்பட்ட முதல் தலித் இலக்கியமாகக் கருதப்படுகிறது. இந்நாவல், பஞ்சமர் சாதியைச் சார்ந்தவர்கள் சாதிய இழிவுகளுக்கு எதிராகத் திரண்டெழுந்து போராடிய வரலாற்றை விளக்குவதாக எழுதப்பட்டுள்ளது. தொடர்ந்து இவரெழுதிய 'கோவிந்தன்' *(1983)*, 'அடிமைகள்' *(1984)*, 'கானல்' *(1986)* உள்ளிட்ட நாவல்களும் சிறுகதைகளும் தலித்துகளிடம் பெரும் தாக்கத்தை ஏற்படுத்தின. கே.டானியல் ஈழத்தைச் சார்ந்தவராக இருந்தாலும் தமிழில் தலித் இலக்கியத்தின் முன்னோடியாக இவரே கருதப்படுகிறார். தமிழில் பூமணி எழுதிய 'பிறகு' *(1979)* நாவலும் அருந்ததியர் வாழ்க்கையை உள்ளடக்கமாகக் கொண்டது. இந்நாவலின் கதையும் மொழியும் தலித் இலக்கியத்திற்கான முன்னோட்டமாகப் பார்க்கப்படுகிறது.

தமிழில் 'தலித் இலக்கியம்' என்ற சொல்லாடல் தொண்ணூறுகளுக்குப் பிறகு அதிக அளவில் கவனப்பட்டிருந்தாலும் எழுபதுகளிலேயே ஒடுக்கப்பட்டோர் இலக்கியம் தமிழில் உருவாகிவிட்டது எனலாம். தமிழில் தலித் இலக்கிய உருவாக்கத்திற்கு ஒற்றைக் காரணத்தை முன்னிறுத்த இயலாது. இது ஒடுக்கப்பட்டவர்களின் சமூகப் பங்கேற்பினூடாக உருவான இலக்கிய வடிவம். இதற்கு இயக்கங்களின் பங்களிப்பும் முக்கியம். ஒடுக்கப்பட்டோர் இயக்கங்களை முன்னெடுத்த தலைவர்களும் தலித் இலக்கிய உருவாக்கத்திற்குக் காரணமாக இருந்திருக்கிறார்கள். அவ்வகையில் ஜோதிராவ் புலே, அம்பேத்கர், அயோத்திதாசர், பெரியார், இரட்டைமலை சீனிவாசன் போன்றோரின் சிந்தனைகள் இவ்விலக்கிய உருவாக்கத்திற்கு உரமாக இருந்தன. மராட்டியம், கன்னடம் போன்ற அயல் மொழிகளில் நடைபெற்ற தலித் இலக்கிய முயற்சிகளும் தமிழில் தலித் இலக்கியம் உருவாகக் காரணமாக இருந்தன.

ரவிக்குமார் எழுதியுள்ள பின்வரும் கவிதை, தலித் கவிதைகளின் அரசியலையும் அழகியலையும் ஒருசேர வெளிப்படுத்துவதாக அமைந்துள்ளதைக் காணலாம்.

அது தவிர

காடாக சம்பு
கரையோரம் அடர்ந்திருக்கும்
கை கோர்த்து ரகசியமாய்
'முதலைப் பூண்டு' நீந்திவர
நடு நடுவே நீர் சிரிக்கும்

ஊற வைத்த மூங்கில்
துளிர்த்திருக்கும்.
ஓரத்தில்
மீன்கொத்தி குறி பார்த்திருக்கும்

சில சமயம்
கெண்டைக்கால் பெரிய
விரால் மீன்கள் துள்ளி விழும்.
காலையிலும் மாலையிலும்
சிவன் கோயில் கலசங்கள்
முகம் பார்க்கும் ஊர்க் குளத்தில்

மாடு குளிப்பாட்டலாம்
பீத்துணி அலசலாம்
சூத்தும் கழுவலாம்

நாங்கள் மட்டுந்தான்
தண்ணீர் மொள்ளக் கூடாது

(பிணத்தை எரித்தே வெளிச்சம், பக்.118)

ஒடுக்கப்பட்ட மக்களின் நியாயமான குரலை இக்கவிதை எதிரொலிக்கிறது. சமூக யதார்த்தத்தைத் தலித்துகளுக்கே உரிய விமர்சனப் பார்வையுடன் ரவிக்குமார் எழுதியுள்ளார். இக்கவிதையில் வெளிப்படும் அழகியலும் அரசியலும் தனித்துவமானவை. தமிழ்க் கவிதைகளில் அரசியலை வெளிப்படையாக எழுதியதில் தலித் கவிதைகளுக்கு முக்கிய இடமிருக்கிறது. ஊர்ப் பொதுக்குளத்தை அடிப்படையாகக்கொண்டு இக்கவிதை எழுதப்பட்டுள்ளது.

தமிழகத்திலுள்ள ஒடுக்கப்பட்டவர்களின் இருப்பு சார்ந்து இக்கவிதை விவாதிக்கிறது. ஆடு, மாடுகளுக்குக் கொடுக்கப்படும் முக்கியத்துவம்கூட பல இடங்களில் தலித்துகளுக்குக் கொடுக்கப் படுவதில்லை என்ற குற்றச்சாட்டை யதார்த்தத்துடன் இக்கவிதை பகிர்ந்து கொள்கிறது. ஒரு குளத்தில் அன்றாடம் நடைபெறும் நிகழ்வுகளைப் படிமமாக்கியதில் தமிழ்க் கவிதையின் நெடிய மரபில் தன்னையும் இணைத்துக் கொள்கிறது.

தலித் கவிதைகளைவிடத் தலித்துகள் எழுதிய புனைகதைகள் ஒடுக்கப்பட்டவர்களுக்கான வாழ்க்கையையும் அரசியலையும் காத்திரமாகப் பேசின. தலித் அழகியலைக் கட்டமைத்ததில் இப்புனைகதைகளுக்குப் பெரும் பங்குண்டு. ஒடுக்கப் பட்டோருக்கான குரல்கள் தமிழ்ச் சிறுகதை வரலாற்றில் தொடக்கம் முதலே எதிரொலித்து வருகின்றன. புதுமைப்பித்தன், கு.ப. ராஜகோபாலன், ஜெயகாந்தன் உள்ளிட்டோர் கதைகளில் ஒடுக்கப்பட்டோர் வாழ்க்கை பல சிறுகதைகளில் பதிவாகியுள்ளது. இவர்களது கதைகள் புறப்பார்வையிலிருந்து உருவானவை. ஆனால், அந்த வாழ்க்கையை நேரடியாக எதிர்கொண்டவர்கள் எழுதிய சிறுகதைகளே தலித் இலக்கியமாகக் கருதப்படுகிறது. அந்த வகையில் அபிமானி, விழி.பா. இதயவேந்தன், உஞ்சை ராசன், பாப்லோ அறிவுக்குயில், பிரதிபா ஜெயச்சந்திரன், அன்பாதவன், சிவகாமி, பாமா உள்ளிட்டோர் எழுதிய கதைகளே தொடக்கக் காலத்தில் தலித் சிறுகதைகளாகக் கருதப்பட்டன.

ப. சிவகாமி தொகுத்துள்ள 'தலித் சிறுகதைத் தொகுப்பு' (சாகித்திய அகாதெமி வெளியீடு) தமிழில் உருவான தலித் சிறுகதைகளின் போக்கை அறிந்துகொள்ள உதவும். இத்தொகுப்பில் மொத்தம் இருபத்தாறு சிறுகதைகள் உள்ளன. இந்நூலின் முதல் கதையாக இருப்பது விழி.பா. இதயவேந்தன் எழுதிய 'பள்ளத்தெரு' என்ற கதையாகும். தமிழில் தலித் இலக்கியம் உருவான தொடக்கக் காலத்தில் எழுதப்பட்ட கதை இது. தலித்துக்களுக்குப் பெரும் பிரச்னையாக இருப்பது உட்சாதிகளுக்கு இடையிலான ஒற்றுமையின்மை. தாழ்த்தப்பட்ட சாதிகளுக்கு உள்ளேயே தம்மைப் பிற ஒடுக்கப்பட்ட சாதிகளைவிட உயர்வானவர்களாகக் கருதிக்கொள்ளும் மனப்பான்மை அதிகரித்திருக்கிறது. பி.ஆர். அம்பேத்கரே இப்பிரச்னை குறித்து விரிவாகப் பேசியுள்ளார். மகாராஷ்டிராவில் மகர் சாதிக்கான தலைவராகவே அவரைச் சுருக்கியவர்களும் உண்டு. சுயசாதிப் பெருமை என்பது சாதிய

இழிவுகளுக்கே இட்டுச்செல்லும் என்பதை அம்பேத்கர் தொடர்ந்து வலியுறுத்தி வந்திருக்கிறார்.

'பள்ளத்தெரு'[4] கதையிலும் விழி.பா. இதயவேந்தன் இப்பிரச்னை பற்றி விவாதித்திருக்கிறார். ஒடுக்கப்பட்டவர்களுக்குள் ஒற்றுமை யில்லாதபோது உயர்சாதியினர் அதனைப் பயன்படுத்திக் கொள்வார்கள்; ஒடுக்கப்பட்டவர்கள் பொது எதிரியை அடையாளம் காண்பதிலும் இந்த மனப்பான்மை தடையாக இருக்கும். அடுத்து, தலித்துகளின் இரு தலைமுறையினருக்கான அரசியலையும் இக்கதை பேசியிருக்கிறது. திருப்பியடிக்கும் தலைமுறை உருவாகிவிட்டதற்கான சமிக்ஞையைப் புனைவு வெளிப்படுத்தியிருக்கிறது. தலித்துகளுக்கான மொழியும் அவர்களது அன்றாட வாழ்க்கையும் அழகியலாக இச்சிறுகதையில் தொழிற்பட்டுள்ளன. ஆதிக்கச் சாதியினரின் மனப்பான்மையையும் ஒடுக்கப்பட்டவர்களின் இயல்பையும் 'பள்ளத் தெரு' கதை ஒருசேர வெளிப்படுத்துகிறது.

ரவிக்குமாரின் கவிதையையும் விழி.பா. இதயவேந்தனின் சிறுகதையையும் தலித் இலக்கியத்திற்கான இருவகை உதாரணங்களாக எடுத்துக்கொள்ளலாம். தலித் இலக்கியம் தொடர்ச்சியான இலக்கியப் பங்களிப்பினூடாகத் தன் இடத்தை விரிவுபடுத்திக் கொண்டது. தலித் அரங்கமும் தனியாக உருவானது. அவர்களது மரபான இசைக்கருவிகள் அரங்கங்களில் பயன்படுத்தப்பட்டன. ஒடுக்கப்பட்டவர்களின் துயரங்களையும் சாதியின் மூலமாக வெளிப்பட்ட வன்மத்தையும் நாடகங்களாக எழுதினர். ஏற்கெனவே எழுதப்பட்ட புராணங்களிலிருந்து ஒடுக்கப்பட்ட கதாபாத்திரங்களை மட்டும் எடுத்துக்கொண்டு தனிப் பிரதியாக்கினர். புதிய புதிய எழுத்தாளர்கள் இச்சமூகத்திலிருந்து உருவாகிக்கொண்டே இருக்கின்றனர். மரபிலக்கியத்தின் மீதான விமர்சனத்தையும் தலித் இலக்கியம் முன்வைத்தது; மீள் வாசிப்புக்கு உட்படுத்தியது. இதுவரை ஆதிக்கச் சாதியினரால் எழுதப்பட்ட இலக்கியங்களிலுள்ள ஏற்றத்தாழ்வுகளையும் போதாமைகளையும் சுட்டிக்காட்டியது. தமிழில் தலித் இலக்கிய உருவாக்கம் பல்வேறு விவாதங்களை உருவாக்கியது. எதிர்ப்பும் கலகமும் இவ்விலக்கியத்தின் முக்கியப் பண்புகளாக இருக்கின்றன.

---

[4] இச்சிறுகதையைப் பின்னிணைப்பில் காண்க.

8. தலித் தன் வரலாற்று நூல்கள்

தலித்திய சிந்தனை தீவிரமடைந்தபிறகு ஒடுக்கப்பட்டவர்கள் தங்களது துயரங்களையும் வலிகளையும் தன்வரலாறுகளாக எழுதத் தொடங்கினர். இதுவும் முதன்முதலில் மராட்டியில்தான் நிகழ்ந்தது. தங்கள் அனுபவங்களைப் புனைவுத் தன்மைகள் இல்லாமல் எழுதுவது அவர்களுக்கு எளிதாக இருந்தது. அந்த எழுத்தில் ஓர் உண்மை இருந்தது. அதனால் வாசகர்களிடம் எளிதில் சென்று சேர்ந்தது. இது போன்ற தன் வரலாற்று நூல்கள் அடுத்து எழுதவிருக்கும் பலருக்கு உந்துசக்தியாக இருந்தது; புதிய உற்சாகத்தை அளித்தது. அந்நூல்களில் பயன்படுத்தப்பட்டிருக்கும் மொழி வாசிப்பவர்களுக்கு மிக நெருக்கமானதாக இருந்தது. அன்றாட வாழ்க்கையின் வெளிப்பாடாகத் தன்வரலாற்று நூல்கள் இருந்தன. ஒடுக்கப்பட்டவர்களது துயரங்களைப் பகிர்ந்து கொள்ளும் ஒரு வடிகாலாகவும் இந்தத் தலித் தன்வரலாற்று நூல்கள் இருந்தன. இதனைத் தொடர்ந்து தலித்துகள் எழுதிய புனைவுகளில்கூட தன்வரலாற்றுக் கூறுகள் அதிக அளவில் காணப்பட்டன.

மராட்டிய தன்வரலாற்று நூல்கள்

தமிழில் மொழிபெயர்க்கப்பட்ட சில மராட்டிய தன்வரலாறுகள் குறித்துத் தெரிந்துகொள்வது அவசியம். ஏனெனில் இம்மொழி பெயர்ப்புகள் தமிழில் எழுதப்பட்ட தலித் தன்வரலாறுகளாகவே இன்றும் தமிழ் இலக்கியத்தில் ஆதிக்கம் செலுத்தி வருகின்றன. இந்திய சுதந்திரத்திற்கு முன்னும் பின்னுமான தலித் மக்களின் வாழ்வியலை எளிமையாகச் சுட்டிக்காட்டிச் செல்லும் தயா

பவாரின் தன் வரலாற்று நூலான 'பலூட்டா' (விடியல் பதிப்பகம், 2016) அவ்வகையில் முக்கியமானது. மராட்டி மொழியின் முதல் தலித் தன்வரலாறாக இது கருதப்படுகிறது. மும்பையில் வாழும் குடிசைப் பகுதி மக்களை, அவர்களின் வாழ்க்கை முறையைக் கண்முன்னே கொண்டு வந்து நிறுத்துகிறது இந்நூல். ஊர்மிளா பவார் எழுதியுள்ள 'முடையும் வாழ்வு' (விடியல் பதிப்பகம், 2013) என்ற தன் வரலாறும் குறிப்பிடத்தக்கது. இவர் முக்கியமான தலித் பெண் எழுத்தாளராவார். அம்பேத்கரின் கோரிக்கையை ஏற்றுப் பௌத்த மதத்திற்கு மாறியவர். ஒடுக்கப்பட்ட குடும்பங்களின் சமூகப் பிரச்னைகளை இவரது தன்வரலாற்றினூடாகத் தெரிந்து கொள்ளலாம்.

லட்சுமண் மானே எழுதியுள்ள 'உபாரா' (விடியல் பதிப்பகம், 2001) தலித் தன்வரலாற்று நூல்களில் தனித்துவமானது. வாழ்தல் எனும் எளிய தேவைக்காக மலை, ஆறு, சிற்றூர் என நிரந்தரமற்றுச் சுற்றியலையும் நாடோடிப் பழங்குடிகளைப் பற்றிய அவலங்களை இந்நூல் முக்கியத்துவப்படுத்திப் பேசுகிறது. 'உபாரா' மராட்டிய மொழியில் சாகித்திய அகாதெமி விருது பெற்றிருக்கிறது. மானுட விடுதலையை வலி மிகுந்த உரத்த குரலில் பேசுகிறது. 'நான் எவ்விதமெல்லாம் வாழ்ந்தேனோ, அனுபவித்தேனோ, பார்த்தேனோ அதையெல்லாம் என் எழுத்தில் கொட்டி யிருக்கிறேன். அந்த வாழ்க்கையை மீண்டும் ஒருமுறை நான் வாழ்ந்துவிட்டேன்' என்று முன்னுரையில் எழுதியிருக்கிறார். இந்நூலுக்குப் பிறகு கவனிக்கத்தக்க எழுத்தாளரானார் லட்சுமண் மானே. லட்சுமண் கெய்க்வாட்டின் சுயசரிதைத் தன்மையிலான நாவல் 'உச்சாலியா' (விடியல் பதிப்பகம், 2001). இது மராட்டி இலக்கியத்தில் தலைசிறந்த படைப்பாகக் கருதப்படுகிறது. இத்தன்வரலாற்று நாவல் அவருக்குச் சர்வதேச அங்கீகாரத்தைப் பெற்றுத் தந்தது. 'உச்சாலியா'விற்கு மகாராஷ்டிர கௌரவ புரஸ்கார் விருதும் சாகித்திய அகாதெமி விருதும் வழங்கப்பட்டது. 'துரதிருஷ்டம் வாய்ந்த எமது சாதி மக்களின் துயரங்களையும் இலட்சியங்களையும் பற்றி இந்தப் பூர்ஷ்வா சமூகம் அறிந்து கொள்ள வேண்டும்' என்பதற்காக இந்நூலை எழுதியதாக லட்சுமண் கெய்க்வாட் குறிப்பிட்டிருக்கிறார். 'உச்சாலியா' என்ற மராட்டிச் சொல்லுக்குப் 'பழிக்கப்பட்டவன்' என்று பொருள்.

'புலியின் நிழலில்' (காலச்சுவடு பதிப்பகம், 2012) என்ற தன்வரலாற்று நூலை எழுதியவர் நாம்தேவ் நிம்கடே. இவரது பெற்றோர் அடிமை வேலை செய்தவர்கள். இவர், தீண்டாதார்

சாதியில் பிறந்த காரணத்தால் பள்ளியின் வராந்தாவில் நின்றபடியே ஜன்னல் வழியாகப் பாடங்களைக் கற்றிருக்கிறார். அமெரிக்காவிலுள்ள விஸ்கான்சின் பல்கலைக்கழகத்தில் மண்ணியல் குறித்து ஆய்வுசெய்து முனைவர் பட்டம் பெற்றார். அம்பேத்கருக்குப் பிறகு அமெரிக்க பல்கலைக்கழகமொன்றில் பட்டம் பெற்ற முதல் தலித் என்ற பெருமை இவருக்குண்டு. வாழ்நாள் முழுவதும் அம்பேத்கரின் கொள்கையைப் பின்பற்றி வந்த இவர், தனது வாழ்வில் நடந்த நிகழ்ச்சிகளை அப்படியே இந்நூலில் பகிர்ந்துகொண்டிருக்கிறார். வஸந்த் மூன் எழுதியுள்ள 'ஒரு தலித்திடமிருந்து' (விடியல் பதிப்பகம், 2002) என்ற தன்வரலாறு மகர்களைப் பற்றிய நிறைவான பதிவுகள் அடங்கிய முக்கியமான நூலாகும். அம்மக்களின் இருப்பு, இயலாமை, புறக்கணிப்புகள், போராட்டங்கள் என அனைத்தையும் உள்ளடக்கிக் காட்சிகளாக விவரிக்கிறது. வஸந்த் மூன், தன் வாழ்க்கையை எழுதியதினூடாக ஒடுக்கப்பட்ட மகர்களின் ஒட்டுமொத்தச் சமூகத்தையும் இந்நூலில் விவரித்திருக்கிறார். இவர், மகாராஷ்டிர அரசால் வெளியிடப்பட்ட அண்ணல் அம்பேத்கரின் நூல்களுக்குத் தொகுப்பாசிரியராகப் பணியாற்றியவர் என்பது குறிப்பிடத்தக்கது.

சாந்தாபாய் காம்ப்ளேவின் 'மஜ்ய ஜன்மச்சி சித்தர்கதா' (Majya Janmachi Chittarkatha, 1983) என்ற தன்வரலாற்று நூலும் முக்கியமாகக் கருதப்படுகிறது. இது தலித் பெண் எழுத்தாளரின் முதல் சுயசரிதை நூலாகக் குறிப்பிடப்படுகிறது. பாபுராவ் பாகுல் எழுதிய சுயசரிதைத் தன்மையிலான 'நான் என் சாதியை மறைத்த போது' (When I Hide My Caste, 1963) என்ற சிறுகதைத் தொகுப்பும் மராட்டிய இலக்கியத்தில் பெரும் தாக்கத்தை ஏற்படுத்தியது. ஓம்பிரகாஷ் வால்மீகி எழுதிய 'ஜூதான்: எச்சில்' (விடியல் பதிப்பகம், 2003) என்ற தன்வரலாற்று நூலும் முக்கியமானது. இவர் உத்திரப்பிரதேசத்தைச் சார்ந்தவர். இந்தியில் எழுதியிருக்கிறார்.

கன்னடத் தன்வரலாற்று நூல்கள்

மராட்டியத் தன் வரலாற்று நூல்களைத் தொடர்ந்து கன்னடத்தில் எழுதப்பட்ட தலித் தன்வரலாற்று நூல்கள் முக்கியமானவை. தமிழுக்கு மிக நெருக்கமானவை. 'ஊரும் சேரியும்' என்ற சித்தலிங்கையாவின் தன்வரலாற்று நூல் 1996ஆம் ஆண்டு பாவண்ணன் மொழிபெயர்ப்பில் தமிழுக்கு அறிமுகமானது. இந்நூல் வழமையான தன்வரலாறுகள் போன்றதன்று. தன்

நினைவில் தேங்கிய அனுபவங்களின் தொகுப்பாக இதனை எழுதியிருக்கிறார். வாழ்க்கையின் துயரத்தைக்கூட இவரால் நகைச்சுவையுடன் பகிர்ந்துகொள்ள முடிந்திருக்கிறது. அதனூடே அவரது வாழ்க்கையின் பயணத்தையும் நம்மால் அறிந்துகொள்ள முடிகிறது. தலித் இலக்கியத்தின் தவிர்க்க முடியாத படைப்பு 'ஊரும் சேரியும்'. இதன் தொடர்ச்சியாக 'வாழ்வின் தடங்கள்' (2017) என்ற இரண்டாம் பகுதியும் வெளியாகியுள்ளது. எப்போதோ நடந்தவற்றை நேற்று நடந்ததுபோன்று எழுதுவதுதான் சித்தலிங்கையாவின் சிறப்பு. வாழ்க்கை குறித்த கசப்புணர்வை வெறுப்பில்லாமல் இவரது நூல்கள் வெளிப்படுத்துகின்றன. சித்தலிங்கையாவின் நினைவின் அடுக்குகளை ஒன்றாக இணைத்துப் பார்க்கும்போது ஒரு காலகட்டத்தின் சமூக வரலாறு, அதில் ஒடுக்கப்பட்டவர்களுக்கான இடம் ஆகியவற்றைத் துல்லியமாக அறிந்துகொள்ள முடியும்.

அரவிந்த மாளகத்தியின் தன்வரலாற்று நூல் 'கவர்மென்ட் பிராமணன்' (2015). ஆதிக்கச் சாதிகளின் சாதிய மனோபாவத்தைத் தன் அனுபவங்களின் வழியாக எழுதியிருக்கிறார். காலம்காலமாக ஒடுக்கப்பட்டவர்களுக்கு இயல்பாக எழக்கூடிய பல்வேறு கேள்விகளை அரவிந்த மாளகத்தி இந்நூலில் முன்வைக்கிறார். இவர் முன்வைக்கும் கேள்விகளிலிருந்து ஒருவரும் தப்பிக்க முடியாது; ஏனெனில் இவரது கோபங்கள் நியாயமானவை. தலித்துகள் தங்களைத் தாழ்த்தப்பட்டவர்களாகக் கருதும் வரைதான் உயர்சாதி என ஒன்று இருக்க முடியும் என்ற கருத்தை வெவ்வேறு நிகழ்வுகளினூடாக அரவிந்த மாளகத்தி இந்நூலில் குறிப்பிடுகிறார். இந்துமதம் பின்பற்றும் பண்பாடு, நம்பிக்கைகள், சடங்குகள் ஆகியன தலித்துகளுக்கு எதிரானவையாகவே உள்ளன என்ற குற்றச்சாட்டையும் இவர் முன்வைக்கிறார். 'என்ன செய்வீங்க' (2012) என்ற தலித் தன்வரலாற்று நாவல் இறையடியான் மொழிபெயர்ப்பில் வெளியாகியிருக்கிறது. இதனை எழுதியவர் து. சரஸ்வதி.

தலித்துகளால் எழுதப்பட்டுள்ள தன் வரலாற்று நூல்கள் பிற தன்வரலாற்று நூல்களிலிருந்து முற்றிலும் வேறுபட்டவை. ஒடுக்கப்பட்டவர்களின் வலியை உண்மையுடன் பதிவு செய்திருப்பவை. இந்நூல்களும் புனைவுக்குரிய இலக்கியத் தகுதியைப் பெற்றிருப்பது முக்கியமானது. இவ்வகையான நூல்களின் வழியாகத்தான் மனிதர்களுக்குள் பதுங்கியிருக்கும் ஆதிக்க மனோபாவத்தையும் அவர்களுக்கு இடையிலான சமூக

ஏற்றத்தாழ்வுகளையும் நேரடிச் சாட்சியங்களுடன் புரிந்துகொள்ள முடியும். சாதியின் அகச்செயல்பாடுகளையும் தலித் தன்வரலாற்று நூல்கள் மிக நுட்பமாகப் பதிவு செய்துள்ளன.

தமிழில் தன்வரலாற்று நூல்கள்

தலித் இலக்கியம்தான் தன்வரலாற்று நூல்களுக்கு ஒரு தனித்துவத்தை உருவாக்கியது. காலந்தோறும் வெவ்வேறு வடிவங்களில் வெளிப்பட்ட ஆதிக்கச்சாதி மனநிலையைத் தலித்திய தன்வரலாற்று நூல்கள் மிகத்துல்லியமாக அடையாளம் காட்டின. தலித்திய அரசியல் முன்னோடிகளில் முக்கியமானவராகக் கருதப்படும் இரட்டைமலை சீனிவாசன் (1860-1945), 'திவான் பகதூர் இரட்டைமலை சீனிவாசன் அவர்கள் ஜீவிய சரித்திர சுருக்கம்' (1939) என்ற பெயரில் சிறிய நூலொன்றை வெளியிட்டுள்ளார். இந்த நூலின் மூலமாக அவரது இளமைக்காலம் குறித்தும் அவருடைய அரசியல் மற்றும் சமூகப் பணிகள் குறித்தும் அறிந்து கொள்ள முடிகிறது. அக்காலச் சமூகச் சூழலையும் தமிழக அரசியலையும் இரட்டைமலை சீனிவாசன் இந்நூலில் விவரித்துள்ளார். விரிவான நூலாக இல்லையென்றாலும் தலித் தன்வரலாற்று நூல்களின் வரிசையில் இந்நூலுக்கு முக்கிய இடமுண்டு. பலர் தற்போது ஜீவிய சரித்திர சுருக்கத்தை மீள்பதிப்புச் செய்துள்ளனர்.

இரட்டைமலை சீனிவாசனின் 'ஜீவிய சரித்திர சுருக்கம்' வழியாக ஒடுக்கப்பட்ட தலித் மக்களுக்காக அவர் முன்னெடுத்த போராட்டங்களை விவரித்துள்ளார். ஆதிக்கச் சாதியினரால் தலித்துகள் ஒடுக்கப்பட்டது குறித்துப் பொதுநிலையில் வைத்தே எழுதியிருக்கிறார். தாழ்த்தப்பட்ட மக்கள் பொதுச் சாலைகள், பொதுக் கிணறுகள், பொதுக் கட்டடங்கள், பொது இடங்களைப் பயன்படுத்துவதைத் தடுப்பவர்களுக்கு ரூ.100 அபராதம் விதிக்கப்படும் என்று 1927ஆம் ஆண்டில் அரசிதழில் வெளியிடப் பட்டிருக்கிறது. இதற்குப் பெரும் முயற்சி எடுத்தவர் இரட்டைமலை சீனிவாசன். தாழ்த்தப்பட்டவர்களுக்கு எதிராக அன்றைய காங்கிரஸ் கட்சி செயல்பட்டதாக இரட்டைமலை சீனிவாசன் குறிப்பிட்டிருக்கிறார். நாக்கு அளவிலேயே சாதி இந்துக்கள் தீண்டாமை குறித்துப் பேசுகின்றனர்; மனதளவில் அவர்கள் தயாராக இல்லை என்ற வருத்தத்தையும் இவர் பதிவு செய்திருக்கிறார். அவ்வகையில் தலித் தன்வரலாற்று நூல்களில் இந்நூல் முக்கியமான தொடக்கமாகக் கருதப்படுகிறது.

தமிழகத்தின் முதல் தலித் பெண் அமைச்சர்; திராவிடக் கட்சிகளின் முதல் பெண் மத்திய அமைச்சர் உள்ளிட்ட சிறப்புகளுக்கெல்லாம் உரியவர் சத்தியவாணி முத்து. இவர் 'எனது போராட்டம்' (1981) என்றொரு தன்வரலாற்று நூலை எழுதியுள்ளார். 'தாழ்த்தப்பட்ட மக்களுக்குத் தேவைப்படுவது உரிமையே தவிர, சலுகையல்ல' என்று தீவிரமாகக் குரல் கொடுத்தவர் சத்தியவாணி முத்து. சுயமரியாதைக் கொள்கைகளில் ஈடுபாடு கொண்டவர்; மேடைகள் தோறும் இதனைப் பிரச்சாரமாக முன்னெடுத்தார். தி.மு.க.வின் தொடக்ககாலத் தலைவர்களில் இவருக்கு முக்கிய இடமுண்டு. அறிஞர் அண்ணா தலைமையிலான அமைச்சரவையில் அரிசன நலத்துறை அமைச்சராகப் பதவி வகித்தார் சத்தியவாணி முத்து. சென்னையில் அம்பேத்கர் பெயரில் கல்லூரி அமைய இவர் எடுத்த முயற்சியே காரணம். தாழ்த்தப்பட்ட மக்களுக்கான நிதியைத் தவறாகப் பயன்படுத்தியதற்காக அன்றைய முதல்வராக இருந்த மு. கருணாநிதியை எதிர்த்துக் கேள்வியெழுப்பி அதிர்ச்சியை ஏற்படுத்தினார். 'எனது போராட்டம்' என்ற இவரது நூலின் வழியாக அரசியலில் சாதி எவ்வாறு செயல்படுகிறது என்பதைப் புரிந்துகொள்ள இயலும்.

மராட்டி, கன்னடத்துக்கு அடுத்துத் தமிழில் எழுதப்பட்டுள்ள தன்வரலாற்றுத் தன்மையிலான புனைவுகள் கூடுதல் முக்கியத்துவம் பெற்றன. பாமாவின் 'கருக்கு', 'சங்கதி' ஆகிய நாவல்கள் அவரது வாழ்க்கைப் பின்னணியிலிருந்து எழுதப்பட்ட உண்மைக்கு நிகரான புனைவுகளாகும். பாமா வாழ்க்கையின் ஒரு பகுதியாகவே இந்நாவல்கள் பார்க்கப்பட்டன. தலித்துகள்மீது நிகழ்த்திய தீண்டாமைக் கொடுமைகளின் நேரடி சாட்சியமாக இவரது புனைவுகள் இருக்கின்றன. பிற்காலத்தில் இவரெழுதிய புனைவுகளில் தன்வரலாற்றுத் தன்மை மிகக் குறைவாகவே பதிவாகியிருந்தது. ஆனால் இவரது தொடக்ககால நாவல்கள், பாமா என்ற தலித் பெண் எதிர்கொண்ட சாதிய வன்மங்களின் தொகுப்பாக இருந்தது. 1992இல் இந்நாவல் வெளிவந்தபோது அனைவரையும் அதிர்ச்சியடையச் செய்தது. நாவல் ஆங்கிலத்திலும் மொழிபெயர்க்கப்பட்டது. பாமா, தன் இளமைக்காலத்தில் கண்ட சாதிய ஏற்றத் தாழ்வுகளையும் முரண்களையும் ஒரு குழந்தையின் மனநிலையோடு அவரது மொழியிலேயே வெளிப்படையாக எழுதினார். இந்தத் தன்மைதான் இப்புனைவின் பெரும் பலமாகக் கருதப்பட்டது.

'கருக்கு' நாவலைத் தொடர்ந்து பாமா எழுதிய 'சங்கதி' (1994) என்ற நாவலும் ஆதிக்கச் சாதியினரால் தலித் மக்கள் எதிர்கொண்ட

சாதியக் கொடுமைகளைத் தீவிரத்துடன் பேசியது. மேலத்தெரு, கீழத்தெரு என்கிற இரு இடங்களைக் குறியீடுகளாக்கி இந்நாவல் தலித் அரசியலையும் தலித் அழகியலையும் முன்னெடுத்தது. மேலும், ஆதிக்க வர்க்கத்தினர் தலித் பெண்கள்மீது நிகழ்த்திய பாலியல் மீறல்களும் இந்நாவலினூடாகக் கவனப்படுத்தப் பட்டன. பொதுவெளியில் ஆதிக்கச் சாதிப் பெண்களுக்கும் தலித் பெண்களுக்கும் உள்ள இருப்பு குறித்தும் இந்நாவல் உரையாடுகிறது. தலித் சமூகத்தைச் சார்ந்த ஆண்கள், தம் பெண்களை நடத்தும் விதம் பற்றிய விமர்சனத்தையும் பாமா இந்நாவலில் சேர்த்தே பேசினார். 'தலித் பெண்ணியம்' குறித்த கருத்தாடலைப் பாமா தொடர்ச்சியாகத் தம் புனைவுகளின் வழியாக உரையாடி வருகிறார். அந்தவகையில் பாமாவின் எழுத்துகள் தவிர்க்க முடியாத இடத்தைப் பெற்றிருக்கின்றன. தலித் தன்வரலாறு, தலித் பெண்ணியம் ஆகிய இரு வகைமைகளில் பாமாவின் புனைவுகளை அணுகலாம்.

பாமாவைத் தொடர்ந்து 'சிலுவைராஜ் சரித்திரம்' (2002), 'காலச்சுமை' (2003) ஆகிய இரு தலித் தன்வரலாற்று நாவல்களை ராஜ் கௌதமன் எழுதியிருக்கிறார். சிறுவயது முதல் சிலுவைராஜ் என்ற சிறுவன் இச்சமூகத்தில் எதிர்கொண்ட கசப்புகளையும் வெறுப்புணர்வுகளையும் நகைச்சுவை உணர்வுடன் எழுதியிருக்கிறார். யதார்த்தமும் புனைவுத்தன்மையும் கலந்த நடையில் இந்நாவல்கள் எழுதப்பட்டுள்ளன. சிலுவைராஜ் என்ற சிறுவனை ராஜ் கௌதமன் என்ற எழுத்தாளர் விலகி நின்று பார்த்திருக்கிறார்; அதனால்தான் அங்கதத் தன்மையுடன் எழுத முடிந்திருக்கிறது. பாமாவின் புனைவுகளிலிருந்து ராஜ் கௌதமனின் புனைவுகள் வேறுபடும் இடமும் இதுதான். ஒட்டுமொத்தமாகச் சிலுவைராஜின் அலைக்கழிப்புகளாகவே புனைவு விரிகிறது. ஆனால், சிலுவைராஜ் சரித்திரம் என்பது ராஜ் கௌதமனின் சரித்திரம்தான். சிலுவைராஜ் சரித்திரத்தின் இரண்டாம் பாகம்தான் 'காலச்சுமை'. இவ்விரண்டு நாவல்களின் தொடர்ச்சியாக ராஜ் கௌதமன் எழுதியுள்ள 'லண்டனில் சிலுவைராஜ்' என்ற பயணநூலும் இவற்றுடன் சேர்த்துக் கொள்ளலாம். சாதிய வன்மத்தை மெல்லிய பகடியுடன் வெளிப்படுத்தியதில் இவர் நூல்களுக்கு முக்கிய இடமுண்டு.

புதுவைப் பல்கலைக்கழக பேராசிரியராகப் பணியாற்றிய கே.ஏ. குணசேகரன் (1955-2016) 'வடு' (2005) என்ற தன்வரலாற்று நூலொன்றை எழுதியுள்ளார். 'தலித் சுயசரிதை' என்ற தன்மையுடன்

தமிழில் எழுதப்பட்ட முதல் நூலாக 'வடு' கருதப்படுகிறது. தன் முதுகலைப் படிப்புவரையான காலகட்டத்தில் நிகழ்ந்த சாதிய ஒடுக்குதல்களையும் அக்காலச் சமூகச் சூழல்களையும் இணைத்து இந்நூலில் எழுதியிருக்கிறார். நகரங்களைவிட கிராமங்களில்தான் தீண்டாமையின் கொடூரங்கள் மிகத் தீவிரமாகக் கடைப்பிடிக்கப் படுகின்றன என்பதைப் பல்வேறு அனுபவங்களின் வழியாகத் தொகுத்துக் கூறியிருக்கிறார். இந்து, இஸ்லாம், கிறித்தவம் ஆகிய மதங்களின் வழியாகவும் சாதியம் குறித்து இந்நூலில் உரையாடுகிறார். அவ்வகையில், தாழ்த்தப்பட்டவர்களிடம் வேறுபாடு காட்டாத இஸ்லாம் மதம் குறித்த பதிவுகள் முக்கியமானவை. அதேநேரத்தில் இஸ்லாம் மதத்தில் கடைப்பிடிக்கப்படும் பெண்களின் மீதான ஒடுக்குதல்களையும் தவறாமல் குறிப்பிட்டிருக்கிறார். இஸ்லாம் மதத்தைச் சார்ந்த பெண்களுக்குத் திரைப்படம் பார்க்க அனுமதியில்லை. அப்பெண்கள், திரைப்படம் பார்த்தவர்களிடம் கதைகேட்டுத் தங்கள் திரைப்பட ஆர்வத்தைப் பூர்த்திச் செய்துகொள்கின்றனர்; படம் பார்த்துக் கதைசொல்ல, சிறுவர்களிடம் காசு கொடுத்துத் திரைப்படங்களுக்கு அனுப்பியும் வைக்கின்றனர். கே.ஏ. குணசேகரன் இதனை விமர்சனமாக முன்வைக்கவில்லை. காலம்காலமாக நடந்துவரும் வழமையான நடைமுறைகளாகவே இதனைப் பார்த்திருக்கிறார்.

தனது ஊரைவிட்டுப் பிற ஊர்களுக்குச் செல்லும்போதும் சாதி நிழலைப்போலப் பின்தொடர்கிறது. 'நீங்க என்ன ஆளுங்க?' என்ற கேள்விக்குப் பலநேரங்களில் பதில் சொல்ல முடிவதில்லை. சாதி குறித்த எவ்விதப் புரிதலும் இல்லாத சிறுவர்களிடம்கூட இச்சமூகம் சாதியைத் தேடுகிறது. மனிதர்களைச் சாதியால் கண்டுணர்தல் என்ற மோசமான மனநிலை மிகச் சாதாரணமாக ஆதிக்கச் சாதியினரிடம் இருப்பதைக் கண்டு மாணவப் பருவத்திலேயே கே.ஏ. குணசேகரன் அதிர்ச்சியடைகிறார். சாதி இந்துக்கள் தலித்துகளை வீட்டில் மட்டுமல்ல, தெருவில்கூட அனுமதிப்பதில்லை; அந்தவகையில் கிறித்தவ மதம் நெகிழ்வுத் தன்மையுடன் இருந்ததாகக் குறிப்பிடுகிறார். தலித்துகளின் அழகான பெயர்களைக்கூட உயர்சாதியினர் உச்சரிப்பதில்லை. உருவ அமைப்பை வைத்துப் பெயரிட்டு அழைப்பதே அவர்களது வழக்கம். 'கருணாநிதி' என்றால் கருப்பன்; 'மன்னன்' என்றால் மண்ணு. தலித்துகளின் பெயர்கள்கூட அழகாக இருக்கக் கூடாது என்பதில் ஆதிக்கச் சாதியினர் கவனமாக இருந்தனர்.

இரட்டைமலை சீனிவாசனின் 'ஜீவிய சரித்திர சுருக்கம்' வெளியானதற்கும் கே.ஏ. குணசேகரனின் 'வடு' வெளியானதற்கும் இடையில் அறுபத்தாறு ஆண்டுகால இடைவெளி உள்ளது. இரு நூல்களிலும் இடம்பெற்றுள்ள சாதி சார்ந்த வன்முறைகளில் பெரிய அளவில் வேறுபாடுகள் இல்லை. சாதி பற்றிய கருத்தியலில் எந்த முன்னேற்றமும் ஏற்படவில்லை என்பதைப் புரிந்து கொள்ளலாம். மேல்சாதிக்காரர்கள் எங்களைத் தொட மாட்டார்கள்; நாங்களும் அவர்களைத் தொடக்கூடாது என்று வட்டமேசை மாநாட்டில் ஆங்கிலேயரிடம் முறையிட்டார் இரட்டைமலை சீனிவாசன். ஆங்கிலேயருக்கு இச்செய்தி அதிர்ச்சியளிக்கிறது. 'அவ்விதம் நடக்க என் ராஜ்ஜியத்தில் விடவே மாட்டேன்' என்று ஜார்ஜ் மன்னர் கூறினாலும், சட்டங்கள் தீண்டாமையை ஒழிக்கப் பயன்படவில்லை என்பதுதான் உண்மை. வாயில் நுரை தள்ளிக் கொண்டு வயலில் விழுந்துகிடந்த உயர்சாதிக்காரரைக் காப்பாற்றிய தலித்திடம் அவர் கேட்கும் முதல் கேள்வி, 'பறப்பய என்னைய ஏண்டா தொட்டுத் தூக்குன?' என்பதுதான். கே.ஏ. குணசேகரன் இச்சம்பவத்தைத் 'தொடு' என்ற நாடகமாக எழுதியுள்ளார். தேவைக்கேற்ப தலித்துகளைப் பயன்படுத்திக் கொள்ளும் ஆதிக்கச் சாதியினரின் தந்திரங்களையும் கே.ஏ. குணசேகரன் குறிப்பிட்டுள்ளார்.

கிணற்றில் விழுந்துவிட்ட இஸ்லாம் சமூகத்தைச் சார்ந்த ஒரு குழந்தையைக் காப்பாற்றிய நிகழ்வையும் கே.ஏ. குணசேகரன் இந்நூலில் குறிப்பிட்டுள்ளார். அச்சமூகத்தினர் திரண்டுவந்து இவருக்கு நன்றி தெரிவிக்கின்றனர். இவர் படிப்பதற்கு உதவியும் செய்கின்றனர். இந்து மதமும் இஸ்லாம் மதமும் தலித்துகளைப் இருவேறு தன்மைகளில் அணுகியதை நூலின் பல இடங்களில் சுட்டிக்காட்டியிருக்கிறார். கே.ஏ. குணசேகரனின் மச்சான் ஒரு மருத்துவர். அவர் ஆதிக்கச் சாதியினரைத் தொடலாம். உயிரைக் காப்பாற்றலாம். மதுரையில் அவர் 'டாக்டர் தம்பி'; ஊரில் 'டேய் முனியாண்டி'. இந்த இரட்டை மனநிலையைத்தான் புரிந்து கொள்ள முடியவில்லை. வானொலியில் கே.ஏ. குணசேகரனின் பாடல்கள் ஒலிபரப்பாகின்றன. 'இளையான்குடி குணசேகரன்' என்று இவர் பெயரைக் குறிப்பிடுகின்றனர். ஊர்க்காரர்கள் தம் ஊருக்குப் பெருமை வரவேண்டும் என்று 'மாரத்தை குணசேகரன்' என்று சொல்லச் சொல்கிறார்கள். கல்விதான் தாழ்த்தப் பட்டவர்களைத் தீண்டாமையிலிருந்து காப்பாற்றும் என்பதற்கு இவரது வாழ்வும் ஓர் உதாரணம். இவர் எம்.ஏ. தமிழ் படித்தது வரையிலான காலகட்டத்தை மட்டும்தான் இந்நூலில்

எழுதியிருக்கிறார். பணிபுரிந்த இடங்களில் சாதி எவ்வாறு செயல்பட்டது என்பதை எழுதியிருந்தால் அதன் நவீன வடிவத்தைத் தெரிந்து கொண்டிருக்கலாம்.

கல்வி நிறுவனங்களும் சாதி காப்பாற்றும் நிறுவனங்களாகவே இன்றுவரை இருந்து வருகின்றன. பல கல்வி நிறுவனங்களின் பெயர்களில் இருந்துகூட சாதியை நீக்க முடியவில்லை. இத்தகைய இடங்களில் சமத்துவத்தை எதிர்ப்பார்ப்பது வீண்தான். கே.ஏ. குணசேகரனின் குரல்வளத்தைப் பற்றி அனைவரும் அறிவர். நாட்டுப்புறப் பாடல்களை மிகச் சிறப்பாகப் பாடக்கூடியவர். 'தன்னானே', 'மண்ணின் பாடல்கள்', 'மனுசங்கடா', 'மனுசி', 'தலித் முழக்கம்' போன்ற ஒலிநாடாக்களைப் பாடி வெளியிட்டவர். கல்லூரி நாட்களில் நடைபெற்ற போட்டிகளில் பாடல்பாட மேடை ஏறும்போது ஆதிக்கச் சாதியைச் சார்ந்த மாணவர்கள் எதிர்க்கிறார்கள்; மனப்புழுக்கமடைகிறார்கள். தாழ்த்தப்பட்ட சாதியைச் சார்ந்த ஒருவருக்குச் சின்ன அங்கீகாரம்கூட கிடைத்துவிடக் கூடாது என்பதில் ஆதிக்கச் சாதியைச் சார்ந்த மாணவர்கள் ஒன்றிணைகின்றனர். அதையும் மீறித்தான் தன் திறமையைக் கே.ஏ. குணசேகரன் வெளிப்படுத்தி வெற்றி பெறுகிறார். ஆனால், அதே மாணவர்கள் பிறகு தன் திறமையை அங்கீகரித்ததையும் இவர் தவறாமல் குறிப்பிடுகிறார். சாதிய வன்மம் செயல்படும் தருணங்களை மிக நிதானமாகக் கையாண்டிருக்கிறார் கே.ஏ. குணசேகரன். இந்தத் தன்மைதான் இந்நூலைத் தவிர்க்க முடியாத இடத்துக்கு நகர்த்துகிறது. தன்வரலாற்று நூல் ஓர் இலக்கியமாக மாறும் இடமாகவும் இதனைக் கருதலாம்.

சாதியைக் கண்டுபிடிக்க இச்சமூகம் பல வழிகளைக் கண்டு பிடித்துள்ளது. அதில் முதன்மையானது நிறம். அவ்வகையில் கருப்பாக இருந்தால் அவர்கள் தலித்துகள் என்ற பொதுப்புத்தி மனநிலை இன்றுவரை மாறவில்லை. நிறத்தைத் தொடர்ந்து பெயரையும் வசிப்பிடத்தையும் வைத்துச் சாதியைக் கண்டுபிடிக்க முயற்சி செய்வார்கள். பேச்சு வழக்கைக் கொண்டு சாதியை அறிய முயல்பவர்கள் உண்டு. ஏனெனில், மொழி நிலத்துடன் தொடர்புடையது. கல்லூரியில் படிக்கும் காலத்தில் தஞ்சை பெரிய கோயிலுக்குள் செல்ல நேர்ந்த பதற்றமான தருணத்தைக் கே.ஏ. குணசேகரன் குறிப்பிட்டுள்ளார். நம்மை உள்ளே விடமாட்டார்கள் என்ற எண்ணம் அவருக்கே ஆழமாக இருக்கிறது. பள்ளிகளைப் போன்று கோயிலும் அனைவருக்குமானது. ஆனால் கோயிலும்

தலித்துகளுக்கு அந்நியமாகவே இருக்கிறது. 'நம்ம மூஞ்சியப் பாத்தாலே 'பறையன்'னு தெரிஞ்சிடும்னு ரொம்ப நேரம் கோயில் கோபுர வாசலுக்கு வெளியே நின்னுகிட்டு இருந்தேன்' என்று எழுதியிருக்கிறார். தன் நிறத்தைக் கொண்டே சாதியைக் கண்டுபிடித்துவிடுவார்கள் என்ற பதற்றம் அவருக்குள் எப்படி உருவானது என்ற கேள்விதான் இங்கு முக்கியமானது.

'வடு' ஒரு தலித்தின் வாழ்க்கை அனுபவங்களைப் புனைவுத் தன்மையில்லாமல் யதார்த்தமாக விவரிக்கிறது. கிராமம்தான் சாதியை இன்னும் பத்திரமாக அடைகாத்து வைத்திருக்கிறது என்ற உண்மையை கே.ஏ. குணசேகரன் திட்டவட்டமாகக் கூறுகிறார். கால் நூற்றாண்டின் சமூக வரலாறாகவும் இந்நூல் விளங்குகிறது.

கே.ஏ. குணசேகரனின் 'வடு' நூலைத் தொடர்ந்து, தலித் தன்வரலாற்று நூலில் குறிப்பிடத்தக்கப் புதிய வரவு, திருக்குமரன் கணேசன் எழுதிய 'கறி விருந்தும் கவுளி வெற்றிலையும்' (2022) என்ற நூல். சாதியும் தீண்டாமையின் வடிவங்களும் இக்காலத்தில் எப்படி உருமாறியிருக்கின்றன என்பதை இந்நூலைக் கொண்டு புரிந்துகொள்ள முடியும். இதனை எழுதிய திருக்குமரனுக்கு முப்பத்தெட்டு வயதுதான். சாதி என்றால் என்னவென்றே புரியாத இளம் வயதில் ஏற்பட்ட சாதிய வடுக்களைத் தற்போது நினைவுகூர்ந்திருக்கிறார். திருக்குமரனுக்கு இளம் வயதில் நேர்ந்த இழிவுகளுக்கெல்லாம் சாதி வெவ்வேறு வழிகளில் காரணமாக இருந்திருக்கிறது. தவிர, இது உயர்சாதிக்காரரின் வீடு; இதற்குள் நாம் நுழையக்கூடாது என்ற மனத்தடையை இயல்பாகவே ஒவ்வொரு தலித்துகளுக்குள்ளும் இச்சமூகம் உருவாக்கி வைத்திருக்கிறது. ஏதோவொரு காரணத்திற்காக அதனை மீறும்போது உருவாகக்கூடிய பதற்றங்களைத் தலித் இலக்கியங்களும் தன் வரலாற்று நூல்களும் மிகக் குறைவாகவே பதிவு செய்திருக்கின்றன. திருக்குமரன், ஆரம்பப் பள்ளி நாட்களில் ஐயர் வீட்டிற்குள் நுழைய நேர்ந்த நிகழ்வு அத்தகையதொரு நிகழ்வுதான். இளம் வயதில் சாதி பார்த்துப் பழகாத நண்பர்கள், வளர்ந்தவுடன் சாதிய வலைப்பின்னலுக்குள் சிக்கிக்கொள்வதை இந்நூலின் வழியாக நிறுவியிருக்கிறார்.

அண்ணல் அம்பேத்கரை இழிவுபடுத்துவதினூடாகத் தலித்துகளையே இழிவுபடுத்துவதாகக் கருதிக்கொள்ளும் ஆதிக்க மனநிலையுள்ள சில ஆசிரியர்களின் செயல்பாடுகளையும் திருக்குமரன் விமர்சனம் செய்துள்ளார். கே.ஏ. குணசேகரன்

எழுத்திலிருந்து திருக்குமரன் இந்த இடத்தில்தான் வேறுபடுகிறார். சாதி சார்ந்த ஒடுக்குதலின்மீது தன் கடுமையான எதிர்வினையையும் திருக்குமரன் பதிவு செய்கிறார். தீண்டாமையின் வடிவங்கள் இன்று மாறியிருக்கின்றன. புற வடிவத்திலிருந்து அக வடிவத்தை நோக்கி நகர்ந்திருக்கிறது. சாதியை மறைத்துக்கொண்டு வாழ்ந்தாலும் அதனைக் கண்டுபிடிப்பதிலேயே ஆதிக்கச் சாதியினர் குறியாக இருக்கின்றனர். தன் சாதி இழிவுக்குள்ளாகும்போதெல்லாம் நண்பர்களாக இருந்தாலும் திருக்குமரன் எதிர்வினையாற்றுகிறார். இந்தச் சாதிய மனநிலை இன்று உருவானதில்லை; சமூகம் அவர்களை அப்படிப் பழக்கப்படுத்தியிருக்கிறது என்ற புரிதலுடனேயே ஒவ்வொரு சம்பவத்தையும் கடந்து சென்றிருக்கிறார். வாய்ப்புக் கிடைக்கும்போதெல்லாம் தலித்துகள்மீது வன்மத்தை வெளிப்படுத்த உயர்சாதியினர் தயாராகவே இருக்கின்றனர். ஆனால் தலித்துகளின் இன்றைய எழுச்சி அதற்குத் தடையாக இருக்கிறது என்ற கருத்தையும் திருக்குமரன் முன்வைக்கிறார்.

கல்வி உதவித்தொகை என்ற சொல்லே இன்று சாதி மயப்பட்டிருக்கிறது. இச்சொல் தாழ்த்தப்பட்டவர்களையே குறிப்பதான தோற்றம் இன்று இயல்பாகவே உருவாகிவிட்டது. பிற்படுத்தப்பட்ட, மிகவும் பிற்படுத்தப்பட்ட சாதியைச் சார்ந்த மாணவர்களுக்கும் அரசு கல்வி நிறுவனங்களில் கல்வி உதவித்தொகை வழங்கப்படுகிறது. ஆனால் Scholarship என்ற சொல் தலித்துகளுக்கானது. தலித்துகளை இழிவுபடுத்துவதற்கான சொல்லாகக் கல்வி நிறுவனங்கள் இச்சொல்லைப் பயன்படுத்துகின்றன. அதனாலேயே பல மாணவர்கள் தங்கள் சாதியை மறைத்துக் கொள்ளவே விரும்புகின்றனர். சாதியக் கொடுமைகள் குறித்த எந்தப் புரிதலும் இல்லாத ஆதிக்கச் சாதியைச் சார்ந்த மாணவர்கள், தலித்துகளுக்குக் கொடுக்கப்படும் உதவித்தொகைகளைக் கண்டு வெளிப்படையாகவே முணுமுணுக்கின்றனர். கே.ஏ. குணசேகரனும் திருக்குமரனும் அரசு வழங்கும் கல்வி உதவித்தொகையினூடாக வெளிப்படுத்தப் படும் சாதி வன்மம் குறித்து ஒரே தன்மையில் எழுதியுள்ளனர்.

அரசியல்வாதிகள் தலித்துகளை எப்படிப் பயன்படுத்திக் கொள்கிறார்கள் என்பதை மிகத் தெளிவாக திருக்குமரன் எழுதியிருக்கிறார். 1967இல் முதன்முதலில் அமைந்த தி.மு.க. ஆட்சியில் அரிசனர் நலத்துறை தொடங்கப்பட்டது. அதன் அமைச்சர் பொறுப்பு சத்தியவாணி முத்துவுக்கு முதன்முதலாக வழங்கப்பட்டது. ஆதிதிராவிடர் நலத்துறை என்பது

தலித்துகளுக்கான அமைச்சரவை இட ஒதுக்கீடாகவே திராவிடக் கட்சிகள் கருதுகின்றன. இன்றுவரை கள யதார்த்தம் அப்படித்தான் இருக்கிறது. கட்சிக்காக எதனையும் துணிந்து செய்யக்கூடிய அடியாளாகவே தன் தந்தையைத் தி.மு.க. கருதியதாகத் திருக்குமரன் எழுதியிருக்கிறார். சமத்துவம் பேசும் கட்சிகளுக் குள்ளேயே சாதி தீவிரமாகச் செயல்படுகிறது. வாக்குவங்கி அரசியலுக்காகவே அரசியல் கட்சிகள் தலித்துகளைப் பயன்படுத்திக் கொள்கின்றன என்பதை மறுக்க முடியாது. தன் அப்பா ஊராட்சி மன்றத் தலைவராகிவிடக் கூடாது என்பதில் ஆதிக்கச் சாதியினர் திட்டமிட்டுச் செயல்பட்டதைத் திருக்குமரன் தரவுகளுடன் குறிப்பிடுகிறார்.

தலித்துகள் வயதில் மூத்தவர்களாக இருந்தாலும் ஆதிக்கச் சாதியினர் பெயர் சொல்லித்தான் அழைப்பார்கள். அது, சாதி அவர்களுக்குக் கொடுத்திருக்கிற அதிகாரம். ஆதிக்கச் சாதியினரை 'யே... பழனி' என்று அழைத்த தன் பெரியப்பாவை ஆட்களை வைத்து அடித்த நிகழ்வைத் திருக்குமரன் எழுதியிருக்கிறார். 'என்ன பேரச் சொல்லிக் கூப்டுற அளவுக்கு ஒனக்கு திமுறு மசுறாடா' என்று கூறிக்கொண்டே மூர்ச்சையாகும் அளவுக்கு அவரை அடித்துவிடுகின்றனர். கே.ஏ. குணசேகரனும் இதுபோன்ற ஒரு நிகழ்வை எழுதியிருக்கிறார். 'ஏண்டா, எங்க மரத்துல இருக்கிற பூவையும் பிஞ்சையும் இப்படி இலையோட அத்துப் போடுற?' என்று கேட்ட கே.ஏ. குணசேகரனும் ஆதிக்கச் சாதியினரால் மிரட்டப்படுகிறார். அவர் தாத்தா காலில் விழுந்து மன்னிப்புக் கேட்கிறார். 'யாரைப் பாத்து, டேய்னு கூப்புடுவ' என்ற சாதி ஆணவத்தை வெளிப்படுத்துகின்றனர். அடி உதையிலிருந்து அவர் தாத்தா காப்பாற்றுகிறார். இரு நிகழ்வுகளுக்கும் இடையில் மறைந்திருப்பது ஆதிக்கச் சாதி மனோபாவம். உயர்சாதியினர் எதிரில் தெரியாமல்கூட உட்கார்ந்துவிடக் கூடாது. அவர்கள் வாய்க்கால் வரப்புகளில் நடந்துவரும்போது எட்டடி தள்ளி நின்று வழிவிட வேண்டும். காலம் மாறினாலும் சாதிய ஒடுக்குதல்கள் இன்றும் தொடர்ந்துகொண்டுதான் இருக்கின்றன. இதற்குத் தலித் தன்வரலாற்று நூல்களே சான்று.

தலித்திய தன்வரலாற்று நூல்களில் முதன்மையானது இரட்டைமலை சீனிவாசனின் 'ஜீவிய சரித்திர சுருக்கம்'. இதில் கவனிக்கத்தக்கது யாதெனில், அவர் தன் நூலில் குறிப்பிட்டிருக்கும் தலித்துகள் பொது இடங்களைப் பயன்படுத்துவதிலுள்ள பிரச்னை, தலித்துகள் குறித்த அரசியல் கட்சிகளின் பார்வை உள்ளிட்ட

எதுவுமே இன்றுவரை மாறவில்லை என்பதுதான். தலித்துகளால் இன்றும் கோயில், பொதுக்கிணறு, பொதுவழி, பொதுக்குளம் போன்றவற்றைச் சாதாரணமாகப் பயன்படுத்த முடியவில்லை. ஒவ்வொன்றையும் போராடிப் பெறவேண்டிய சூழல்தான் தொடர்கிறது. சாதி அப்படியேதான் இருக்கிறது; அது வெளிப்படும் வடிவங்கள்தாம் மாறியிருக்கின்றன. 'ஜீவிய சரித்திர சுருக்கம்', 'வடு', 'கறி விருந்தும் கவுளி வெற்றிலையும்' ஆகிய மூன்று நூல்களினூடாகவும் இதனைப் புரிந்துகொள்ள முடியும். பொதுவுடைமையும் திராவிடமும் பேசும் கட்சிகள்கூட சாதி சார்ந்தே இயங்குகின்றன. தலித்துகளை அடியாட்களாகவே பயன்படுத்திக்கொள்கின்றன.

தலித் தன்வரலாற்று நூல்கள் நிறைய எழுதப்பட வேண்டும். அப்பொழுதுதான் மனிதச் சமூகம் எவ்வளவு முரண்பாடுகளுடன் இயங்கிக்கொண்டிருக்கிறது என்பதைப் புரிந்து கொள்ள முடியும். 'பறப்பய', 'பறச்சாதி', 'பறத்தெரு', 'பறச்சாமி', 'பறச்சி' போன்ற சொற்களில் எவ்வளவு நஞ்சு கலந்திருக்கிறது. தலித் இலக்கியங்கள் சாதியைக் குறிப்பான்களாக்கிப் பேசுகின்றன. தலித் தன்வரலாற்று நூல்கள்தான் சாதியையும் அதன் வன்மத்தையும் அனைவருக்கும் புரியும்படி வெளிப்படையாகப் பேசுகின்றன.

9. தலித் இலக்கிய வரையறை

தலித் இலக்கியத்தை வரையறை செய்வதில் தமிழ்ச்சூழலில் இன்றும் விவாதங்கள் நடைபெறுகின்றன. தமிழில் தலித் இலக்கிய உருவாக்கத்தில் தலித் அல்லாதவர்களின் பங்கையும் பொருட்படுத்தி இந்த உரையாடல்கள் நடைபெறுகின்றன. 1958இல் மும்பையில் ஒடுக்கப்பட்டோரின் சார்பாக மராட்டிய எழுத்தாளர்கள் ஒரு மாநாடு நடத்தினர். 'தலித் இலக்கியம்' என்பது என்ன? அது எவ்வாறு இருக்க வேண்டும்? என்று ஒரு தீர்மானம் அம்மாநாட்டில் கொண்டுவரப்பட்டு வாசிக்கப்பட்டது. மாநாட்டில் எடுக்கப்பட்ட தீர்மானத்தின்படி ஒடுக்கப்பட்டோரால் எழுதப்படுவதெல்லாம் 'தலித் இலக்கியம்', ஒடுக்கப்பட்டோர் குறித்து தலித் அல்லாதவர்கள் எழுதினாலும் அதுவும் 'தலித் இலக்கியம்' என்ற இருவேறு கருத்துகள் முன்வைக்கப்பட்டன. 'மல சல வாடை அதிகமாக வீசுவதால் ஒரு படைப்பு தலித் இலக்கியமாகி விடாது. படைப்பு இலக்கியத்தின் கலைத்தன்மை ஓங்கி நிற்பதற்கு உறுதுணையாகவே, கொச்சைச் சொற்களைப் பயன்படுத்த வேண்டும்' (தலித்தியம், பக்.70) என்கிறார் விமர்சகர். தி.க. சிவசங்கரன். அதே நேரத்தில் தலித்துகளால் எழுதப்படுவதால் தான் தலித் இலக்கியமாகிறது என்பதையும் இவர் நிராகரிக்கிறார்.

தலித் மக்களின் அவலங்களை, அவர்களுக்கு நேரும் கொடுமைகளைத் தங்கள் படைப்பில் அழுது வடிப்பதும் தங்களுக்குக் கிடைத்த மொழியைக் கலைத்தன்மை இல்லாமல் பதிவு செய்வதும் தலித் இலக்கியம் ஆகாது. தங்களுடைய கசந்துபோன வாழ்வினை, நம்பிக்கைகளை, பண்பாட்டினை, வாழ்க்கை முறைகளை வீரியத்தோடு பதிவு செய்வதே 'தலித்

இலக்கியம்' என்று தலித் படைப்பாளிகள் பலரும் கருதுகின்றனர். 'தலித் இலக்கியம் என்பது ஆகக் கீழாய் ஒடுக்கப்பட்ட தீண்டப் படாதவர்களென ஒதுக்கப்பட்ட தலித் மக்களை அவர்களது அவலங்களை, அவர்களது போர்க்குரல்களை இலக்கியப் பொருளாகக் கொள்ளவேண்டும் என்கிறது. இலக்கியத்தைச் சமூகத்திலிருந்து ஒதுக்கி அதன் தூய்மையைக் கரிசனமாகக் கொள்ளாமல் அதனைச் சமூகத்தில் வைத்து அர்த்தப்படுத்திக் கொள்ளவேண்டும் என்கிறது. இலக்கியத்தின் சமூக வேர்களுக்குச் சோசலிச யதார்த்தவாதம் போலன்றி தலித்தியம், தலித் இலக்கியத்தை அதற்குரிய ஆழத்துடன் எழுதுவதற்கு தலித்து களுக்குத்தான் சாத்தியம் அதிகமுண்டு எனச் சொல்கிறது' (நிறப்பிரிகை, நவ.1994:116) என்கிறார் அ. மார்க்ஸ். இவரது கருத்து பெரும்பான்மையான தலித் படைப்பாளிகளின் குரலாகவே இங்குப் பதிவாகியிருக்கிறது.

'தலித் இலக்கியம்' என்பது தலித்துகளின் வாழ்வினை அவர்களது மொழியில் அவர்களே பதிவு செய்வது என்ற கருத்தினை அ. மார்க்ஸ் போன்றவர்கள் முன்வைக்கின்றனர். ஆனால், இந்தக் கருத்தினைச் சில தலித் படைப்பாளிகளே ஏற்றுக் கொள்வதில்லை. 'தலித்தாய் இருந்து அனுபவித்து எழுதும் எழுத்தும் தலித் இலக்கியம்தான், தலித் அல்லாதவர்கள் அந்த மக்களின் பிரச்னையை நெருங்கி நின்று மனதுள் சுமந்து வெளிப்படுத்தும் அந்த அவலமான வாழ்வும் தலித் இலக்கியம்தான்' (நிகழ், ஜுன் 1992:53) எனும் விழுப்புரம் சீராளனின் கருத்து விவாதத்தை அடுத்த தளத்திற்குக் கொண்டு செல்கிறது. தலித்துகளாகப் பிறந்து விட்டவர்கள் அனைவருமே உயர்சாதியினரால் ஒடுக்கப்படு கிறார்கள் என்ற கருத்தை முழுமையாக ஏற்றுக்கொள்வதில் சிக்கல்கள் உள்ளன. தலித்துகளுக்குரிய தொழிலைச் செய்பவர்களும் தலித்தாகப் பிறந்தவர்களுக்குமே வேறுபாடுகள் இருக்கின்றன. இவர்கள் எதிர்கொள்ளும் சாதியக் கொடுமைகள் வெவ்வேறானவை. இந்த இடத்தில்தான் தி.க. சிவசங்கரன், 'தலித் இலக்கியம் படைப்போர் தலித்தாக இருந்தாலும் அந்தத் தொழிலைச் செய்வோராக இருக்க வேண்டும் என்ற அவசியம் ஏதேனும் வர நியாயமுண்டா?' (தலித்தியம், பக்.71) என்ற கேள்வியை எழுப்புகிறார்.

யார் எழுதுவது தலித் இலக்கியம்?

எது தலித் இலக்கியம் என்ற விவாதத்தின் தொடர்ச்சியாக, யார் எழுதுவது தலித் இலக்கியம் என்ற விவாதமும்

முன்னெடுக்கப்பட்டது. தலித் இலக்கியத்தைத் தலித்துகள் எழுதினால்தான் அந்தப் படைப்பு உண்மையான தலித் படைப்பாக இருக்கமுடியும் என்று சில தலித் படைப்பாளிகளும் சில தலித் அல்லாத படைப்பாளிகளும் தங்களின் விவாதத்தை முன்வைக்கின்றனர். 'தலித்துகள், பிற்படுத்தப்பட்டவர்களைப் பற்றி உயர்சாதிக்காரர்களும் பெண்களைப் பற்றி ஆண்களும் கறுப்பர்களின் வாழ்க்கை குறித்து வெள்ளையர்களும் தொழிலாளர் இலக்கியத்தை முதலாளியும் படைக்க வேண்டுமென்று கூறினால் அது நன்றாக இருக்காது. அது போலத்தான் தலித் இலக்கியத்தைத் தலித் அல்லாதவர்கள் படைத்தால் அது வீரியமாக இருக்காது' (கோடாங்கி, ஏப்ரல்-ஜூன் 1995:4) என்ற கருத்தினை முன்வைக்கின்றனர். தலித் அல்லாதவரான இன்குலாப்பின் பின்வரும் கருத்தையும் இந்த விவாதத்துடன் சேர்த்துக்கொள்ள வேண்டும். 'ஒரு தலித்மீது பரிவு இருக்கலாம்; அவர்களோடு வாழும்போது வாழ்க்கைமுறை என்னவென்று தெரியலாம்; ஆனால் அந்த உணர்வை அனுபவிப்பது என்பது ஒரு தலித்தாக இருந்தால் மட்டுமே சாத்தியம் என்று நினைக்கிறேன். ஆக, அவர்களின் மத்தியிலிருந்து இலக்கியம் வருமேயானால் மிகச் சிறப்பாக தலித் விடுதலைக்கான இலக்கியமாகவும் இருக்க முடியும்' (சுபமங்களா, ஜூலை 1992:17).

தலித்துகள் குறித்து இலக்கியம் படைக்க தலித்தாக இருக்க வேண்டும் என்ற அவசியமில்லை; தலித் உணர்வு இருந்தால் போதும் என்ற கருத்தும் தலித் படைப்பாளிகளிடமும் தலித் ஆய்வாளர்களிடமும் இருக்கிறது. 'தலித் இலக்கியத்தைப் பிறப்பால் தலித்தாக உள்ளவர்கள் மட்டுமே படைக்க முடியும் எனக் கூற முடியாது. சாதி, மதம், குடும்பம் (பாலியல்), சுரண்டல், பொருளாதாரம் ஆகியவற்றை நிர்மூலமாக்குகிற அரசியல் நிலைப்பாடு எடுத்து, இனியொரு சாதியோ, மதமோ, குடும்பமோ, சுரண்டலோ உருவாகாதபடி செயல்படுவதையே 'தலித் இலக்கியம்' எனலாம். இத்தகைய அரசியலை மேற்கொண்ட, கருத்தியல் ரீதியில் தலித்களான அனைவராலும் இத்தகு தலித் இலக்கியத்தைப் படைக்க முடியும்' (2003:21) என்கிறார் ஆய்வாளர் ராஜ்கௌதமன். 'தலித் அல்லாத ஆனால் தலித்தின் மனநிலையோடு, உணர்வோடு ஒருவரால் எழுதப்படும் இலக்கியம் 'தலித் இலக்கியம்' ஆகும்' (தலித்தியம், பக்.72) எனும் விமர்சகர் தி.க. சிவசங்கரன் கருத்தினையும் இவ்விடத்தில் ஒப்புநோக்கி ஆராயவேண்டும். 'தலித் இலக்கியம்' என்பது ஒரு குறிப்பிட்ட சாதிக்கான இலக்கியம் அன்று. நசுக்கப்படுதலை,

அதன் பரிமாணத்தை அனுபவமாக்கும் எழுத்துகளையே தலித் இலக்கியம் என்கிறோம். தலித் இலக்கியத்தின் அழகியல் என்பது பொதுக் குணங்களிலிருந்து வேறுபட்டிருக்க முடியாது. ஆனால் தலித் இலக்கியங்கள் அழகியலின் எல்லைகளை விரிவடையச் செய்யும். தலித் எழுதுவதுதான் 'தலித் இலக்கியம்' என்று தலித் அல்லாத சமூகத்தவரான இன்குலாப் சொல்கிறார். தலித் அல்லாதவர் எழுதுவதும் 'தலித் இலக்கியம்'தான் என்று தலித் சமூகத்தைச் சார்ந்த ராஜ் கௌதமன் கருத்துத் தெரிவிக்கிறார். இந்த விவாதம் இன்றுவரை ஒரு முடிவை எட்டமுடியாமல் தொடர்கிறது.

தமிழ்ச்சூழலில் தலித் இலக்கியம் உருவாவதற்கு முன்பே ஒடுக்கப்பட்ட மக்கள் குறித்து எழுதியவர்கள் தலித் அல்லாதவர்கள் என்பது குறிப்பிடத்தக்கது. இதற்குப் பெரியாரியச் சிந்தனைகளும் திராவிட இயக்கங்களும் காரணங்களாக இருந்தன என்பதை அனைவரும் ஏற்றுக்கொண்டுள்ளனர். 'தமிழகத்தைப் பொறுத்தவரை தலித் இலக்கிய எழுச்சிக்குப் பெரியாரின் மார்க்சிய சித்தாந்தப் பார்வையோடு நடந்த பொருளாதாரப் போராட்டங்களும் தாழ்த்தப்பட்ட மக்கள் அமைப்புகளின் செயற்பாடுகளும் ஒரு வளமான தளம் அமைத்துக் கொடுத்திருக் கின்றன' (தலித்தியம், பக்.96) என்ற முகிலின் கருத்தினையும் இன்றைய தலித் படைப்பாளிகள் எண்ணிப் பார்ப்பது அவசியம். தற்போதுள்ள சூழலில் தலித் எழுத்தாளர்கள் தங்களுக்கான இலக்கிய வடிவத்தைத் தாங்களே உருவாக்கிக்கொள்ளும் உன்னத நிலையில் இருக்கிறார்கள் என்பது ஆரோக்கியமான விஷயம். ஒடுக்கப்பட்டவர்களின் முன்னேற்றத்தில் தலித் இலக்கியம் கவனத்துடன் செயல்படுகிறது. இச்சூழலில் தலித் அல்லாதவர்கள் தலித் இலக்கிய ஆக்கத்திற்கு உரிமை கோருவதை அவர்கள் நிராகரிக்கின்றனர். 'தலித்துகள் இலக்கியம் படைக்க வந்தபின் அவர்களின் இலக்கியத்தையும் நாங்கள்தான் படைப்போம் என்று இன்னும் முற்போக்கு அணியினர் கூறுவது நகைப்பிற்குரிய செயலாகும்' (கோடாங்கி, ஏப்ரல்-ஜூன் 1995:5) என்ற கருத்துக்கும் முக்கியத்துவம் கொடுக்க வேண்டும். இனி, தலித் அல்லாதவர்கள் 'தலித் இலக்கியம்' படைத்தாலும் அது காலத்தைக் கடந்து நிற்காது. தலித்துகளே உண்மையான தீவிரத்தோடு 'தலித் இலக்கியம்' படைக்க முடியும். ஆனால் தலித் அல்லாதவர்கள் 'தலித் இலக்கியம்' உருவாகக் காரணமாக இருந்தனர் என்பதில் மாற்றுக் கருத்தில்லை.

தலித் அல்லாதவர்கள், தலித்துகள் குறித்து எழுதுவதற்கும் தலித்துகளே எழுதுவதற்கும் நிச்சயமாக வேறுபாடு உண்டு. ஒடுக்கப்பட்டவர்களின் வலியை உணர்வதும் அனுபவிப்பதும் ஒன்றாகி விடாது. தலித் அல்லாதவர்களின் எழுத்து, தலித் இலக்கியத்தை மழுங்கடிக்கும் செயலாகவும் பார்க்கப்படுகிறது. அதே நேரத்தில் தலித் அல்லாதவர்களின் எழுத்தை முழுமையாக நிராகரிக்கவும் முடியாது என்ற குரலும் தலித்துகளிடமிருந்தே எதிரொலிக்கிறது. ஏனெனில் தலித் இலக்கிய கருத்துரு வாக்கத்திற்கு அ.மார்க்ஸ், கோ.கேசவன் போன்ற தலித் அல்லாத வர்களின் பங்களிப்பையும் நினைவுகூர வேண்டியிருக்கிறது. எனவே, தலித் அல்லாதவர்களின் ஏற்பினையும் பொருட் படுத்தித்தான் தலித் இலக்கியம் குறித்து உரையாட வேண்டி யிருக்கிறது. ஆனால் இரண்டும் ஒன்று என்ற கருத்து முரணானது. இந்த உண்மை பெண்ணியத்திலும் நிரூபணமானது.

10. தலித்திய அரசியல் புரிதல்கள்

தலித் இலக்கியத்தின் கருத்தியலையும் அரசியலையும் பிற இலக்கிய வகைமைகளில் இருந்து வேறுபடுத்திப் பார்ப்பது அவசியம். இது தலித் இலக்கியத்தை அணுகுவதற்கு உதவும். தலித்துகள் ஒடுக்கப்படும் வடிவங்கள் மட்டும்தான் காலந்தோறும் மாறிவருகின்றன. ஆனால் ஒடுக்குதல் என்பது தொடர்ந்து நடந்துகொண்டுதான் இருக்கிறது. தொடக்கத்தில் தலித்துகளை ஒடுக்குபவர்களாகப் பிராமணர்கள் இருந்தனர். அவர்கள் நகரத்தை நோக்கி நகர்ந்த பிறகு அந்த இடத்தை இடைநிலைச் சாதியினர் பிடித்துக்கொண்டனர். இந்தத் தருணத்தில் இடைநிலைச் சாதியினர் தங்களைப் பிராமணர்களாக உணரத் தொடங்கினர். இந்தத் தன்மை தலித் இலக்கியங்களிலும் எதிரொலித்தது. இந்தச் சூழலில்தான் தலித் இலக்கியத்திற்கான அரசியலைச் சிந்தனை யாளர்களும் படைப்பாளர்களும் இணைந்து உருவாக்கினர். இலக்கியத்தில் அரசியலும் அடக்கம். எனவே, தலித் அரசியல் குறித்துப் பேசுவதும் தலித் இலக்கியம் குறித்துப் பேசுவதும் ஒன்றாகக் கருதப்பட்டது. தலித் அரசியல் உருவாக்கத்தில் தொடர்ச்சியாகப் பல்வேறு விவாதங்கள் நடைபெற்றன. தலித் அரசியல் அறிக்கையைத் தயாரித்து வெளியிட்டனர்.

தலித் இலக்கிய ஆய்வாளர் ராஜ் கௌதமன் தலித் அரசியல் குறித்துக் கூறிய பின்வரும் கருத்து முக்கியமானது. 'தலித் இலக்கியம் என்பதைத் தலித் போராட்டத்தின் கதையாகவும் அதிகாரத்தின் உறவு குறித்த அலசலாகவும் காணவேண்டும். தலித் இலக்கியம் ரசித்துப் புளகாங்கிதம் அடைவதற்காக அல்ல. அது, கடுமையான அரசியல் எதிர்வினையை உசுப்பிவிட வேண்டும்.

இதனால் தலித் இலக்கியத்தில் எப்போதும் பகுத்தறிவை மீறிய விசயங்களும் அற்புத நவிற்சிக் கூறுகளும் இருக்கவே செய்யும். தலித்துகளைப் படைக்கிறபோது, அவர்களை ஒரேயடியாகப் பலமற்றவர்களாகவும் ஒரேயடியாக ரொம்ப நல்லவர்களாகவும் படைப்பதைத் தவிர்க்கவேண்டும். ஏனென்றால் இப்படிப் படைக்கிறபோது நமக்குத் தேவையில்லாத, தூக்கி எறியப்பட வேண்டிய கழிவிரக்கமும் சுய திருப்தியும் தலித் இலக்கியத்தின் கலக அழகியலைச் சிதைத்துவிடும். தலித் இலக்கியம் ஒரு தலித் நிலைப்பாட்டிலிருந்து, உலகை வித்தியாசமாகச் சித்திரிக்கும். எனவே, கட்டாயம் அது சாதி, வர்க்கக் காவலர்களுக்கு எரிச்சலையும் அருவருப்பையும் உண்டாக்கவே செய்யும். இதெல்லாம் இலக்கியமா என்று அவர்களைப் பேசவைக்க வேண்டும். அவர்கள் விரும்பியபடி, அவர்கள் சௌகரியத்துக்கு, அவர்கள் எதிர் பார்ப்புக்கு, அளவுகோலுக்கு இசைவாகத் தலித் இலக்கியம் இருக்கவே முடியாது; கூடாது' (தலித் பண்பாடு, பக்.109).

தமிழகத்தில் அனைத்துப் பகுதிகளிலும் தலித்துகள் வசிக்கிறார்கள். ஆனால் அவர்களால் ஆட்சியதிகாரத்திற்கு வர முடியவில்லை. உட்சாதிப் பிரச்னையே இதற்குக் காரணமாகச் சொல்லப்படுகிறது. பறையர், பள்ளர், சக்கிலியர் ஆகிய ஒடுக்கப்படும் சாதிகளில்கூட ஏற்றத்தாழ்வுகள் உள்ளன. மேலுள்ள சாதி, தனக்குக் கீழுள்ள சாதியினரை ஒடுக்கவே நினைக்கிறது. உயர் சாதிகளால் தீண்டாதார்களாகக் கருதப்படும் வண்ணாரும் நாவிதரும் அதே தீண்டாமையைப் பறையரிடமும் பள்ளரிடமும் கடைப்பிடிக்கின்றனர். பிராமணர்கள் இடைநிலைச் சாதியினரைத் தங்களுக்குக் கீழானவர்களாகப் பார்க்கின்றனர். எனவே, சாதியப் படிநிலையில் தனக்கு மேலுள்ள சாதியினரிடம் காட்ட முடியாத வன்மத்தைத் தனக்குக் கீழுள்ளவர்களிடம் வெளிப்படுத்தி ஆற்றுப்படுத்திக்கொள்ளும் மனநிலை அனைத்துச் சாதிகளிடமும் இருக்கிறது. தலித் அரசியல் இதனையும் கவனத்தில் எடுத்துக் கொண்டது.

பொதுப்புத்தி அரசியலில் இருந்து தலித் அரசியல் முற்றிலும் வேறுபட்டதாக இருக்கிறது. இதுவரையில் கட்டிக் காப்பாற்றி வந்த இலக்கியங்களின் உன்னதங்கள் முற்றிலுமாக உடைக்கப் படுகின்றன. ஒழுங்கைச் சிதைத்து, சிதைவிலிருந்து தங்களுக்கான ஒழுங்கை உருவாக்கிக்கொள்ள வேண்டும் என்று தலித்துகள் நினைக்கின்றனர். குறிப்பாக, தங்களின் மொழியைக் கையாள்வதில் கூடுதல் கவனம் செலுத்த வேண்டும் என்பதே

தலித்தியவாதிகளின் ஒட்டுமொத்தக் குரலாக உள்ளது. தலித்துகள் பயன்படுத்தும் மொழி ஆதிக்கச் சாதியினருக்கு எரிச்சலைத் தரவேண்டும். செம்மை, செவ்வியல் போன்ற கற்பிதங்களுக்குத் தலித் இலக்கியங்கள் முக்கியத்துவம் கொடுக்கக் கூடாது. ஒடுக்கப்பட்ட மக்களுக்கான மொழியில் தலித் இலக்கியங்கள் படைக்கப்பட வேண்டும். தலித்துகளின் மொழியில் மேலாதிக்கத் தன்மை இருக்கவே கூடாது. பார்ப்பனியமும் முதலாளித்துவமும் தலித் இலக்கிய மொழியில் கிழிக்கப்பட வேண்டும் என்பது போன்ற கருத்துகளைத் தலித் இலக்கியங்கள் தங்களது அரசியலாக முன்னெடுத்தன. ஒழுங்கைச் சிதைத்தலும் கலகத்தை ஏற்படுத்தலும் தலித் அரசியலின் முக்கிய கூறாகக் கட்டமைத்தனர்.

தலித் அரசியலை இலக்கியத்தில் மட்டும் பதிவு செய்யாமல், அதனை ஆதிக்கச் சாதியினருக்கு எதிராகக் கட்டவிழ்த்துவிட வேண்டும். ஆதிக்கச் சாதியினரைப் பொது எதிரியாகக் கொண்டு அனைத்துத் தலித் இயக்கங்களும் அவர்களை எதிர்க்க வேண்டும். எல்லா நிலைகளிலும் அவர்களுக்கெதிராகச் செயல்பட வேண்டும் என்பது போன்ற தீர்மானங்களும் முன்மொழியப்பட்டன. அதாவது, 'காலில் விழக் கூடாது, துண்டை இடுப்பில் கட்டக் கூடாது; கைகட்டி நிற்கக் கூடாது, தலையைக் கவிழ்க்கக் கூடாது; குனியக் கூடாது; நெஞ்சை நிமிர்த்தி இணையாக, நேராக நிற்கவேண்டும்; உயர்சாதிக்காரனிடமிருந்து தூரத்தில் நிற்கக்கூடாது; ஊருக்குத் தொலைவில் வசிக்கக் கூடாது. இதேபோல் தலித்துகள் மண்பானையை விட்டு எவர்சில்வர் பாத்திரங்களைப் பயன்படுத்த வேண்டும்' (2022:37) என்று தலித்துகள் முன்னெடுக்க வேண்டிய அரசியல் குறித்து ராஜ் கௌதமன் குறிப்பிடுகிறார். அதாவது எவையெல்லாம் தலித்துகளுக்கு உரியது; தலித்துகள் செய்ய வேண்டியது; தலித்துகள் கடைப்பிடிக்க வேண்டியது என்று ஆதிக்கச் சாதியினர் கூறுகிறார்களோ அவற்றையெல்லாம் மறுக்க வேண்டும் என்பதே தலித் அரசியலாக வடிவமைக்கப்பட்டது.

பொதுவாகத் 'தலித் அரசியல்' என்பது, ஆதிக்கச் சாதியினருக்கு எதிராக ஒடுக்கப்பட்ட சாதியினர் ஒன்று சேர்ந்து கலகம் செய்வது, போராடுவது, தங்களுடைய மொழியை முழுவீச்சோடு இலக்கியமாகப் பதிவு செய்வது, தலித்துகளின் மீது திணித்திருந்த கொடுமைகளுக்கு எதிராகத் திமிறி எழுவது, விழுமியங்களையும் மரபுகளையும் உடைத்தெறிவது, புதிதாகத் தங்களுக்கான விழுமியங்களையும் மதிப்பீடுகளையும் உருவாக்குவதாகும்.

தலித்துகளின் மொழியில் சொல்வதெனின் அடங்க மறுப்பதும் அத்துமீறுவதுமே தலித் அரசியலாகும்.

தலித் அழகியல்

தமிழ் அழகியல் என்பதிலிருந்து தலித் அழகியல் முற்றிலும் வேறுபட்டது. அன்றாட வாழ்வின் யதார்த்தத்தைத் தலித்துகளுக்கே உரிய விமர்சனக் கூர்மையுடன் ஆதிக்க சக்திகளுக்கு எதிராக முன்வைக்கப்படும் கருத்தியல் நிலைப்பாடுகளே தலித் அழகியல். தலித்துகளுக்கே உரிய அழகியல் உயர் சாதியினரின் ஒடுக்குதலாலும் வருணாசிரம முறைகளாலும் சிதைந்து போயிருக்கிறது. இதனை மீட்டெடுப்பதே தலித் படைப்பாளிகளின் முக்கிய கடமையாக உள்ளது. தலித் அழகியலை மீட்டெடுக்க, 'தலித் இலக்கியமானது பாலியலை ஒடுக்காமல், அதனைப் புனிதப்படுத்தாமல் எழுதும் பண்பினை நாட்டுப்புற இலக்கியத்திலிருந்து பெற்றுக்கொள்ள வேண்டும். சாதி, மத குடும்ப அமைப்புகளில் புனிதம் என்று சாதி இந்துக்கள் போற்றியவையெல்லாம் அவர்கட்கு அதிகாரத்தையும் பெண்ணுக்கும் தலித்திற்கும் அடிமைத்தனத்தையுமே ஏற்படுத்தின. அதே புனிதங்களைத் தலித்துகள் போற்றுவது தற்கொலைக்கு ஒப்பானதாகும். இவற்றை உடைக்கவும் வேண்டும், புதிய புனிதங்களை உண்டாக்காமல் இருக்கவும் வேண்டும்' (2003:22) என்கிறார் ராஜ் கௌதமன். தலித் மக்களின் அனுபவம் அசிங்கமானதென்றும் அருவருப்பானதென்றும் கூறியவர்களைப் பொருட்படுத்தாமல் எழுதுவதுதான் தலித் அழகியல். பேசக்கூடாதவற்றைப் பேசுவதும் எழுதக்கூடாதவற்றை எழுதுவதும்தான் தலித் இலக்கியத்தின் முக்கிய நோக்கமாக இருக்க வேண்டும். இதனைத் தலித் பண்பாட்டு அழகியலுடன் இணைத்து, பேசவும் எழுதவும் வேண்டும் என்ற முடிவை நோக்கித் தலித் இலக்கியம் நகர்ந்தது.

'உங்களது கறுப்புத் தோலை
உடலை மூடும் ஓர் அங்கியைப் போல்
அணியாதீர்கள்
அதனை ஒரு போர்க்கொடியைப் போல்
உயர்த்திப் பிடியுங்கள்' (பிணத்தை எரித்தே வெளிச்சம், பக்.12)

என்னும் அமெரிக்கக் கறுப்புக் கவிஞன் லாங்ஸ்டன் ஹ்யூக்ஸின் குரல், தலித் தனது அடையாளத்தைப் பெருமைப்படுத்துவதில்தான்

அழகியல் இருப்பதாக உணர்த்துகிறது. தலித்துகள் தங்களுடைய அழகியலைக் கட்டமைக்க ‘தலித் இலக்கியத்தைச் சுகமான வாசிப்புக்கு உரியதாகப் படைக்கக் கூடாது. தலித் இலக்கியத்தைப் படிப்பவர்கள் சூடாக வேண்டும்; முகம் சுளிக்க வேண்டும்; சாதி மதமெல்லாம் இல்லை என்று கூறுபவர்களைத் தோலுரித்துக் காட்ட வேண்டும். நாகரிகமும், நாசூக்கும் தலித் படைப்பாளிகள் பார்க்கக் கூடாது. படிப்பவனின் இதயமும் கண்களும் சிவக்க வேண்டும். அதன் பிறகே தலித் இலக்கியம் வந்துவிட்டதாகக் கருத முடியும்’ (2003:27) எனும் ராஜ் கௌதமனின் கருத்தினை உள்வாங்கிக்கொண்டு தலித் படைப்புகள் வெளிவரும்போது அதற்குள் தலித்துகளுக்கான அழகியல் நிச்சயம் இருக்கும். மாற்று அழகியலை முன்வைப்பதுதான் தலித் இலக்கியம். தமிழ் அழகியலை மறுவாசிப்புக்கு உட்படுத்துவதும் கேள்விக் குள்ளாக்குவதும்கூட தலித் அழகியலாகும்.

உயர்சாதியைச் சார்ந்தவர்கள் கட்டமைத்துள்ள அவர்களுக்கான அழகியலுக்குள் தலித்துகள் சிக்கிக்கொள்ளக் கூடாது. தலித் மக்களுக்கான அழகியல் ஆதிக்கச் சாதியினருக்கு எதிராகப் பிரகடனப் படுத்தப்பட வேண்டும். ‘இது எனது மண் / இது எனது மொழி / இது எனது பேச்சு / இது எனது கலை / இது எனது நாகரீகம் / இது எனது பண்பாடு / இது எனது அழகியல்’ (2002:8) என்று விழி.பா. இதயவேந்தன் தலித் அழகியலை வரையறுக்கிறார். எதிர்ப்பதும், கேள்வி கேட்பதுமே தலித் அழகியல். இதுவரை போலியான அழகியலைக் கண்டு ஏமாந்து வந்த தலித் சமூகம், வர்க்க ரீதியாக ஒன்று சேர்ந்து தலித்துகளின் புதிய அழகியல் கூறுகளை ஆதிக்கச் சாதிக்காரர்களுக்கு அறிமுகம் செய்ய வேண்டுமென்பதும் தலித் படைப்பாளிகளின் கருத்தாக உள்ளது. அதாவது, இறக்குமதி செய்யப்பட்ட பொது அழகியலைப் புறக்கணித்து, தங்கள் வாழ்க்கையிலிருந்து மாற்று அழகியலை தலித் இலக்கியங்களினூடாகக் கட்டமைத்தனர். தலித் இலக்கியத்தின் தனித் தன்மைகள்தாம் தலித் அழகியலாகக் கருதப்படுகிறது.

தலித் பண்பாடு

தமிழ்ப் பண்பாடு முழுக்க முழுக்க இந்து மதத்தையும் இந்துக் கடவுள்களையும் சார்ந்தே அமைந்துள்ளது. தலித்துகளை இந்துமதம் தீண்டத்தகாதவர்களாகக் கருதுகிறது. கோயில்களில் நுழைய தலித்துகளுக்குத் தடை விதிக்கப்படுகிறது. இச்சூழலில் இந்துக்களின் பண்பாட்டைத் தலித்துகள் எப்படித் தங்களது பண்பாடாகக் கருத முடியும் என்ற கேள்வி எழுகிறது. ஆதிக்கச்

சாதியினரின் நலனுக்காகப் பாடுபடும் இந்துத்துவப் பண்பாட்டிற்கு நேரெதிராகத் தலித் பண்பாட்டைக் கட்டமைக்க வேண்டிய தேவை எழுகிறது. ஏற்கெனவே எழுதி வைக்கப் பட்டுள்ள அறம், நீதி, ஒழுக்கம் போன்றவை முழுக்க முழுக்கப் பார்ப்பனியப் பண்பாட்டிற்கு உகந்ததாக உள்ளதே தவிர உழைக்கும் மக்களுக்கான ஒரு பண்பாடாகப் பதிவு செய்யப் பட்டிருக்கவில்லை. இதுவரை கட்டிக்காப்பாற்றியுள்ள ஒழுக்கங்களைக் கேள்விக்குள்ளாக்குவதும் எதிர்ப் பண்பாட்டைக் கட்டி அமைப்பதுமே தலித் பண்பாடாகும். இதனைத் தலித் இலக்கியத்தின் வழியாக உருவாக்கினர்.

ராஜ் கௌதமன் 'தலித் பண்பாடு' என்ற நூலினூடாகத் தலித் பண்பாட்டின் தன்மைகள் குறித்து விரிவான உரையாடலை நிகழ்த்தியுள்ளார். 'தலித் இலக்கியம் மக்கள் இலக்கியத்திற்குப் புதிய வரவாகும். மராட்டியத்திலும், கன்னடத்திலும் முன்பே இது புயலாக வீசினாலும் தமிழகத்துக்குப் புதிதாக வந்துள்ளது. இந்த மக்கள் இலக்கியங்கள் அவையவை வரையறுத்த ஒடுக்கு முறைகளுக்கு எதிராகக் கலகம் செய்கின்றன. இவை ஒவ்வொன்றின் வடிவமும், உள்ளடக்கமும், ஒடுக்குமுறை அதை எதிர்க்கும் போராட்டம் ஆகியவற்றை ஒட்டி அமைகின்றன. ஆனால், இவற்றுக்குப் பொதுவான அம்சங்களும் உண்டு. இவை மேலாதிக்க இலக்கியச் சொல்லாடலை மறுக்கின்றன. தங்களுக்கேயான சொந்த ஆய்வுக் கருவிகளை வளர்க்கின்றன. ஒடுக்கும் பண்பாட்டை எதிர்த்து அறைகூவுகின்றன.

இவை சகோதரித்துவம் (Sisterhood) அல்லது தோழமை (Comradeship) அல்லது தலித் கூட்டு அடையாளம் (Dalit Communal identity) ஆகிய புதிய உறவு முறைகளைக் கட்டியமைக்க முனைகின்றன. இவை ஒருபுறம் ஒடுக்குபவரைக் காட்டமாகக் கண்டிப்பதோடு, மறுபுறம் தங்களுக்குள்ளே ஒடுக்கப்பட்ட தங்கள் நிலைமைகளைக் கூச்சமோ, அவமானமோ படாமல் பகிர்ந்து கொள்கின்றன. எதிர்த்தல், கலவரம் புரிதல் என்கிற தலைகீழாகப் புரட்டும் போராட்ட வடிவங்களின் வழியாக, ஒரு மாற்றுப் பண்பாட்டை எழுப்ப முயலுகின்றன' (பக்.107). ராஜ் கௌதமனின் கருத்துப்படி 'தலித் பண்பாடு' என்பது எதிர்நிலையான கலகப் பண்பாடாகும். தலித் மக்கள் சிறுதெய்வ வழிபாடுகளின்போது அவர்களின் நிலையிலிருந்து இறங்கிச் சாமியாடுவதும் அவர்களின் கோயில்களுக்குத் தலித் மக்களே பூசாரிகளாக இருப்பதும் கலகப் பண்பாட்டின் வெளிப்பாடு களாகவே கருதப்படுகின்றன.

தலித் பண்பாட்டில் மொழியும் ஒரு முக்கியக் கூறாக விளங்குகிறது. பிராமணர்கள் பேசும் மொழி தெய்வத்தன்மை உடையதாகவும் ஒடுக்கப்பட்டவர்கள் பேசும் மொழி கொச்சையானதாகவும் கருதப்படுகிறது. இந்தக் கருத்து எப்படி உருவானது? பல்வேறு இனங்களும் சாதிகளும் இணைந்து வாழும் நிலத்தில் மொழி மட்டும் எப்படி ஒன்றாக இருக்க இயலும். தலித் பண்பாடு இதனையெல்லாம் கருத்தில் எடுத்துக் கொள்கிறது.

'ஆற்றங்கரை ஆதிக்கச் சாதியினர் பேசியது செந்தமிழ், விளிம்பிலிருந்து ஒடுக்கப்பட்ட மக்கள் பேசியது கொடுந்தமிழ். தலித் மக்களின் பண்பாட்டுக் கூறுகள் இங்கே பதிவு செய்யப்பட்டதில்லை. இங்கே பதிவு செய்யப்பட்டுத் தமிழ் மரபாகவும் தமிழ் கலாச்சாரமாகவும் முன் வைக்கப்பட்டிருப்ப தெல்லாம் தலித் மற்றும் ஒடுக்கப்பட்ட மக்களை அடிமை கொண்ட மரபும் கலாச்சாரமுமே ஆகும்' (1995:26) என்கிறார் அ.மார்க்ஸ். ஆதிக்கப் பண்பாட்டின் கூறுகளை உடைத்துத்தான் தலித் பண்பாட்டை உருவாக்கினர். ஆதிக்கப் பண்பாடு எதனை யெல்லாம் இழிவென்று சொல்கிறதோ அதனைத் தலித் பண்பாட்டின் முக்கியப் பண்பாக மாற்றினர்.

மரபை மீறலும் புதியதுடன் சேருவதுமான கலகப் பண்பாடே 'தலித் பண்பாடு' என்ற கருத்து தலித் படைப்பாளிகளிடம் எழுந்துள்ளது. இத்தகைய கலகப் பண்பாட்டை எந்தச் சமூக மதிப்பீடும் இல்லாமல் ஒடுக்கப்பட்ட மக்களின் சார்பாக, அவர்களின் பார்வையோடு முன்வைக்க வேண்டியதன் தேவையும் தலித் படைப்பாளிகளிடம் உள்ளது. இலக்கியங்கள் மூலமாகவே புதிய பண்பாட்டைத் தலித்துகளால் கட்டமைக்க முடியும் என்று நம்பினர்; அதனை இன்று தலித் இலக்கியங்கள் செய்தும் வருகின்றன. 'அடங்க மறுப்போம் அத்து மீறுவோம் / திமிறி எழுவோம் திருப்பியடிப்போம் / எனும் தலைமுறை ஆவேசம் / தலித் கலைகளின் முழக்கமாகட்டும்' (1996:44) என்கிறது தலையாரியின் கவிதை. என்.டி. ராஜ்குமார் எழுதிய பின்வரும் கவிதையும் மாற்றுப் பண்பாட்டை முன்மொழியும் கவிதையாகக் கருதலாம்.

'மன அளவில் உணரப்படாமலிருக்கலாம்
அல்லது உனக்குப் பிடிக்காமலிருக்கலாம்
முகம் சுழிக்கலாம்
அல்லது எரிச்சல் வரலாம்

வெப்புறாளத்திலுன் உச்சிமயிராடலாம்
எமக்குத் தொழில் இது
நேற்று வைத்த மரச்சீனிக் கெழங்கும்
முள்ளும் தலையும்
பழங்கஞ்சியிலிட்டு வெரவி
வாரிக் குடித்துவிட்டு
பீ அள்ளப் போகுமென் கவிதை.' (தெறி, பக்.52)

இவ்விரண்டு தலித் கவிதைகளுமே அதனதன் தளத்தில் கலகக் குரலாக, பொதுபுத்தி அரசியல் மற்றும் பண்பாட்டிற்கெதிரான ஒரு மாற்றுப் பண்பாட்டை எழுப்ப முயலுகின்றன. இதனைத்தான் தலித்துகள் தங்களின் பண்பாட்டுக் குரலாகவும் எதிர்ப் பண்பாடாகவும் கருதுகின்றனர். தலித் இலக்கியம் எழுச்சியினூடாக உருவான இலக்கிய வடிவம். ஆதிக்கச் சாதியினர்தாம் இவ்வகையான இலக்கிய வடிவம் உருவாவதற்கான நெருக்குதலை உருவாக்கினர். எனவே, தலித்துகள் தங்களது உணர்வுகளை வெளிப்படுத்துவதற்கான வெளியாகத் தலித் இலக்கியத்தைப் பயன்படுத்துகின்றனர். தலித்துகள், தங்களுக்கான அரசியல், அழகியல், பண்பாடு என அனைத்தையும் தலித் இலக்கியத்தின் வழியாகக் கட்டமைத்துக் கொண்டனர். தற்போது தலித் இலக்கியம் என்பது அவர்களது அடையாளம்.

11. தலித் பெண்ணியம்

தற்போதுள்ள மொழியமைப்பு ஆண்களுக்குரியதாக இருப்பதை அனைவரும் அறிவர். பெண்ணியம் குறித்துப் பேசுவதற்குப் பெண்களிடம் போதிய மொழி வளமே இல்லை என்கிற சூழலில், ஆண்கள் பேசும் பெண் விடுதலைக்கும் பெண்கள் பேசும் பெண் விடுதலைக்கும் இடையில் மிகப்பெரிய வேறுபாடு இருப்பதைப் பெண்கள் கண்டனர். ஆண்கள் பேசிய பெண் விடுதலையில் ஒரு சுயநலம் இருந்தது. பார்ப்பனீயம், முதலாளித்துவம், சாதி ஆகியவற்றை முன்னிறுத்தி அவர்கள் பெண் விடுதலையைப் பேசினர். குடும்ப அமைப்பு சார்ந்த பெண் விடுதலை குறித்து ஆண்கள் பேசவில்லை; கள்ள மௌனம் சாதித்தனர். பெண்களைப் பொறுத்தவரை பார்ப்பனீயம், முதலாளித்துவம், சாதி ஆகிய ஒடுக்குமுறைகளைத் தாண்டி 'ஆண்' என்கிற கருத்தாக்கம்தான் அவர்களை ஒடுக்குவதற்கு முக்கியக் காரணியாக இருக்கிறது. ஆண்கள், சொத்துக்களைத் தங்கள் ஆண் வாரிசுகளிடம் ஒப்படைக்கும்போது பெண்கள்மீது செலுத்திவந்த அதிகாரத்தையும் சேர்த்தே கைமாற்றி விடுகின்றனர். இந்தச் சூழலில்தான் தந்தையின் இடத்தை மகன் இயல்பாகப் பெற்றுவிடுகிறான். ஆண் என்கிற மையத்தைத் தகர்க்காமல் பெண் விடுதலை சாத்தியமில்லை என்பதைப் பெண்கள் உணர்ந்தனர்.

மனிதர்கள் பிறப்பின் அடிப்படையில் வேறுபாடு பார்க்கப் பட்டதுதான் தலித் இலக்கியம் உருவானதற்கு முக்கியக் காரணம். பெண்ணியம் தோன்றுவதற்கு அடிப்படைக் காரணமாக இருந்தது பாலினப் பாகுபாடு. தற்போது தலித்தியமும் பெண்ணியமும் ஒன்றிணைந்து 'தலித் பெண்ணியம்' என்ற புதிய இலக்கிய வடிவம்

உருவாகியிருக்கிறது. ஆண்களுக்கு இணையாகப் பெண்களும் அண்மைக் காலமாக இலக்கியங்களில் பங்களித்து வருகின்றனர். 'பெண் எழுத்து' என்ற புதுவகை எழுத்து தலித் எழுத்தைப் போன்று தீவிரமாக வளர்ந்து வருகிறது. பெண்ணியம் குறித்த சிந்தனைகளும் பரவலாகப் புழக்கத்தில் இருந்து வருகின்றன. தலித் அல்லாதவர்கள் தலித் இலக்கியம் படைப்பதுபோன்று, பெண் உரிமைகள் குறித்து நிறைய ஆண்கள் பேசி வருகின்றனர். பாலின அடிப்படையில் ஒடுக்கப்படுபவர்களான பெண்கள், ஒடுக்கப்பட்ட சாதியைச் சார்ந்த ஆண்களாலும் ஒடுக்கப் படுகிறார்கள். எனவே, தலித் சமூகத்தைச் சார்ந்த பெண்கள் ஈரடுக்கு ஒடுக்குதலுக்கு உள்ளாகிறார்கள். இது குறித்துப் பேசும் இலக்கிய வகைமையே தலித் பெண்ணியம் எனப்படுகிறது.

உயர் சாதியினரால் ஒடுக்கப்படும் தலித் சமூகத்தைச் சார்ந்த ஆண்களே பெண்களிடம் ஆதிக்கம் செலுத்துகின்றனர். தலித் பெண்ணியம் இதனைத்தான் முக்கியப் பிரச்னையாக முன்வைக்கிறது. அடுத்து, ஆதிக்கச் சாதியினரின் ஒடுக்குதல் குறித்துப் பேசுவதற்கான தார்மீக உரிமையையும் இவ்வகையான ஆண்கள் இழந்து விடுகின்றனர். தலித், தலித் அல்லாதவர் என அனைவரையும் ஆண் என்கிற கருத்தாக்கத்திலிருந்தே தலித் பெண்கள் அவர்களை எதிர்கொள்ள வேண்டியிருக்கிறது. இந்தப் பிரச்னையும் தலித் இலக்கியங்களில் எதிரொலிக்கின்றன. 'தலித் அல்லாதவர்கள் தலித் பிரச்னையைப் பேசும்போது அவர்களுக்குக் கிடைப்பது Advantage தானே தவிர Risk அல்ல. விரும்பினாலும் விரும்பாவிட்டாலும் இந்தச் சாதிய சமூக அமைப்பு தரும் அனுகூலங்களைத் தலித் அல்லாத ஒருவர் அனுபவிக்கவே செய்கிறார். அதைப் போலவே இந்தச் சமூகம் சுமத்தும் இழிவுகளை ஒரு தலித் சுமக்கவே செய்கிறார்' (காலச்சுவடு, ஜூலை-ஆகஸ்ட் 2000:39) என்ற ரவிக்குமாரின் கருத்தைத் தலித் எழுத்தாளர்களுக்கு எதிராகவும் திருப்பிவிட முடியும். தலித் பெண்களின் துயரத்தை அவர்கள்தாம் எழுத முடியும் என்ற இடத்துக்கு இக்கருத்து நகர்ந்து செல்கிறது.

பெண்ணியம் பேசுபவர்கள் பிறப்பின் அடிப்படையில் ஒடுக்கப்படும் 'தலித்' பெண்கள் குறித்துப் போதிய கவனம் செலுத்தவில்லை. ஏனெனில், உலகம் முழுக்கப் பெண்கள் ஒடுக்கப்படுவதில் பல்வேறு வேறுபாடுகள் இருக்கின்றன. ஆனால் பெண்ணியவாதிகள் பெண்களுக்குள்ள பொதுப்பிரச்னை களைப் பேசுவதிலேயே கவனம் செலுத்துகின்றனர். ஒடுக்கப்பட்ட

பெண்களின் அடிப்படைப் பிரச்னைகளை இவர்களால் புரிந்து கொள்ள முடியவில்லை. சில தன்மைகளில் தலித் பெண்கள், உயர்சாதிப் பெண்களைவிடச் சுதந்திரமானவர்கள் என்பதையும் இங்குக் கவனத்தில் எடுத்துக் கொள்ள வேண்டும். மதங்கள் உருவாக்கி வைத்திருக்கிற சடங்கு முறைகளால் ஒடுக்கப்பட்ட பெண்கள் அதிக அளவில் பாதிக்கப்படவில்லை. அக்காலத்தில் கணவனின் இறப்புக்குப் பிறகு பின்பற்றப்பட்ட உடன்கட்டை ஏறுதல், மொட்டை அடித்தல், வெள்ளாடை அணிதல், அறுத்துக் கட்டுதல் போன்ற சடங்குகளைத் தலித் பெண்கள் தீவிரமாகக் கடைப்பிடித்ததில்லை.

நிறுவனப்படுத்தப்பட்ட சடங்குகள், முதலாளித்துவம், பாலின வேறுபாடு ஆகிய மூன்று தன்மைகளாலேயே பெண்கள் அதிக அளவில் ஒடுக்கப்பட்டனர். இந்த இடத்தில்தான் பெண்ணியத் திற்கும் தலித் பெண்ணியத்திற்குமான வேறுபாட்டைப் புரிந்து கொள்வது அவசியமாகிறது. பெண்கள், சாதி அடிப்படையில் சக பெண்களாலேயே ஒடுக்கப்படுகின்றனர். இச்சூழலில்தான், தலித் பெண்களுக்கான விடுதலையை ஆதிக்கச் சாதிப் பெண்களுடன் சேர்ந்து அடைவது எப்படிச் சாத்தியமாகும் என்ற கேள்வியைத் தலித் பெண்கள் எழுப்புகின்றனர். இதனால்தான் 'தலித் பெண்ணியம்', 'பெண்ணியம்' என்ற பொதுக் கருத்தாக்கத் திலிருந்து தன்னை வேறுபடுத்திக் கொள்கிறது. 'ஒன்றிற்கு எதிராக உருவாக்குவது என்பதோ, ஒன்றை அழித்துவிட்டு ஒன்றை உருவாக்குவது என்ற அணுகுமுறை இல்லாமல் ஒரு புதிய வாழ்க்கையை நோக்கி ஒட்டுமொத்த சமுதாயமும் முன்னேறுதல் என்கிற அடிப்படையிலே அதற்குத் தடையான காரியங்களை அகற்றுதல் என்கிற அணுகுமுறைதான் தலித் பெண்ணியத்திற்கான சிறப்பான அம்சமாகும். இயற்கையோடு இணைந்து வாழ்தல், அனைத்து உயிரிகளையும் எதிர்காலச் சந்ததியினரை மனதில் கொண்டு பாதுகாத்தல், உற்பத்தியில் தொடர்ந்து ஈடுபடுதல், பகிர்தல், சுயமென்று இல்லாமல் இருத்தல், தனியுடைமை இல்லாதிருத்தல் போன்ற அனைத்துத் தகவுகளையும் உள்ளடக்கியதாகத்தான் தலித் பெண்ணியம் இருக்க முடியும்' (தலித் பெண்ணியம், மதுரை தலித் ஆதார மையம் வெளியீடு, 1997:14) என்று பா.மோகன் லார்பீர் தலித் பெண்ணியத்தை வரையறுக்கிறார்.

'தலித் பெண்ணியம்' என்ற கருத்தாக்கம் உருவானபோது இதனுடன் இன்னொரு பிரச்னையும் எழுந்தது. தலித் அல்லாத

ஆண்களும் பெண்களும் தலித் பெண்ணியம் குறித்து உரையாடல்களை நிகழ்த்தினர். யார் பேசுவது 'தலித் பெண்ணியம்' என்ற விவாதத்தையும் இவ்விடத்தில் தொடங்கினர். அப்படிப் பார்க்கும் போது தலித் ஆண்கள்கூட தலித் பெண்ணியம் பற்றிப் பேசுவதற்கான தகுதியை இழந்து விடுகின்றனர். ஏனெனில் இவர்களும் சேர்ந்துதான் தலித் பெண்களை ஒடுக்குகின்றனர். அ.மார்க்ஸ், 'தலித் பெண்ணியம் தலித் ஆண்களை அது தன் எதிரியாக முன் நிறுத்தாமல் உயர்சாதி ஆணாதிக்கச் சமூகத்தை அது தன் இலக்காகக் கொள்ளும்' (தலித் பெண்ணியம், பக்.41) என்ற கருத்தை முன்வைத்தார். தலித் பெண்ணியத்தில் அ.மார்க்ஸ் தனித்த பார்வையுடையவர். அவர் தலித்துகளுக்கான பொது எதிரியாகப் பார்ப்பனீயத்தையும் இந்துத்துவத்தையுமே முன்னிறுத்துகிறார். அதனால் தலித் பெண்கள் தங்கள் சாதியைச் சார்ந்த ஆண்களின் ஒடுக்குதலுக்கு அதிக முக்கியத்துவம் கொடுக்கக் கூடாது என்கிறார். ஆனால், தலித் சமூகத்திற்குள் தலித் பெண்ணின் மீதான தலித் ஆணின் ஒடுக்குதலைத் தலித் பெண்ணியம் நிச்சயமாக எதிர்த்து நிற்கும் என்ற கருத்தையும் அவர் தெரிவித்திருக்கிறார்.

பெண் என்ற காரணத்தைவிட 'தலித் பெண்' என்ற காரணம்தான் அவள் ஒடுக்கப்படுவதற்கு அடிப்படைக் காரணமாக இருக்கிறது. முதலாளித்துவச் சமூகத்தில் ஆதிக்கச் சாதியைச் சார்ந்த பண்ணை முதலாளிகள் ஒடுக்கப்பட்ட பெண்களைத் தங்கள் சொத்தாகக் கருதினர். அப்பெண்ணின்மீது தங்களுக்கு எல்லாவிதமான உரிமையும் இருப்பதான கற்பிதத்தை அவர்களாகவே உருவாக்கிக் கொண்டனர். இத்தகைய ஆண் வர்க்கத்தை ஒடுக்கப்பட்ட ஆண்களாலேயே எதிர்க்க முடியவில்லை. இச்சூழலில்தான் தங்களுக்கான விடுதலையைத் தாங்களே தேடிக்கொள்ளத் தலித் பெண்கள் முயன்றனர். ஏனெனில், பெண்ணியம் என்பது அனைவருக்கும் ஒரே மாதிரியான பெண்ணியமாக இருக்க முடியாது என்பதையும் அவர்கள் கண்டனர். மேற்குலக நாடுகளில் பெண்கள் நிற அடிப்படையிலான ஒடுக்குமுறையை எதிர்கொண்டனர். இங்குப் பிறப்பு, பாலினம் ஆகிய ஈரடுக்கு அடிப்படையிலான ஒடுக்குமுறையைத் தலித் பெண்கள் எதிர் கொள்கின்றனர். இந்தப் புரிதலும் தமிழகத்தில் தலித் பெண்ணியம் என்ற கோட்பாடு உருவாவதற்குக் காரணமாக இருந்தது எனலாம். பொதுப் பெண்ணியத்தை மார்க்சியப் பெண்ணியம், முதலாளித்துவப் பெண்ணியம், தீவிரப் பெண்ணியம் என்று மூன்று வகையாக அ.மார்க்ஸ் (தலித் பெண்ணியம், 1997:32)

வகைப்படுத்துகிறார். இதிலிருந்து முற்றிலும் வேறுபட்டது 'தலித் பெண்ணியம்'. இது தலித் இலக்கியத்திலும் எதிரொலித்தது. எனவே, தலித் பெண் எழுத்தென்பது, பிற பெண்ணெழுத்திலிருந்து முற்றிலும் வேறுபட்டது.

தலித் பெண்களின் உணர்வும் ஆதிக்கச் சாதிப் பெண்களின் உணர்வும் ஒன்றாக இருக்க முடியாது என்று தலித்தியப் பெண் எழுத்தாளர் பாமா கூறுகிறார். 'நிறையப் பெண் கவிஞர்கள் பெண் உடல் சார்ந்து, பெண் பிரச்னைகள் சார்ந்து எழுதுறாங்க. அதை நான் குறைச்சு மதிப்பிடல. அதே சமயத்துல பெண்களுக்கு வாழ்வியல் ரீதியான பிரச்னைகள் இருக்குதில்லே... பிரசவம், குழந்தைப் பேறு, பாலூட்டுவது, தாய்மை, குழந்தையை வளர்ப்பது, வயசுக்கு வருவது இந்த மாதிரி விஷயங்கள்... இவையெல்லாம் என்னைப் பொறுத்தவரை ஒரு தலித் பெண்ணுக்குப் பிரச்னைகளே இல்லை. இதைவிடப் பயங்கரமான பிரச்னைகளெல்லாம் இருக்கு. நிறைமாத கர்ப்பத்தோட வயல்ல குனிஞ்சு நாற்று நட்டுட்டு வர்ற பெண்களைப் பார்த்திருக்கேன். மரத்தில தொட்டில் கட்டிப் போட்டு குழந்தை பசியோட கத்திக்கிட்டே கிடக்கும். வேலைய முடிச்சுட்டுத்தான் பாலூட்டவே முடியும். இப்படியெல்லாம் பிரச்னை இருக்கும்போது இதெல்லாம் ஒரு பிரச்னைன்னு இவங்க எழுதறாங்களேன்னு - ஒரு கனமில்லாத விஷயமாகத்தான் எனக்குப் படுது. அதனால இதையெல்லாம் சிலாகிச்சி என்னால பாராட்ட முடியல' (புத்தகம் பேசுது, மார்ச் 2004:7).

தலித் பெண்களுக்கு ஆதிக்க வர்க்கம் சார்ந்து நிறைய பிரச்னைகள் உள்ளன. அதே நேரத்தில் சுய சாதி ஆண்களாலும் அப்பெண்கள் துயரங்களை எதிர்கொள்ள நேரிடுகிறது. தலித் ஆண்களிடமுள்ள மதுப்பழக்கம் அவர்களை மேலும் பொருளாதார ரீதியாக ஒடுக்குகிறது. இதனையெல்லாம் உள்ளடக்கியே பாமா கருத்துத் தெரிவித்திருக்கிறார். 'தலித் பெண் எழுத்துகள்' என்ற தனி இலக்கிய வகைமைக்கான கூறுகள் பாமாவின் கருத்தில் அடங்கியுள்ளன. ப.சிவகாமி, பாமா, சுகிர்தராணி, அரங்க. மல்லிகா, புதிய மாதவி, கு.உமாதேவி எனத் தலித் பெண் எழுத்தாளர்களின் பட்டியல் நீள்கிறது. இது ஆரோக்கியமான போக்கு. தலித் இலக்கியம் போன்று தலித் பெண்ணியமும் பொருட்படுத்தப்பட வேண்டும். பாமாவும் ப.சிவகாமியும் தமிழில் தலித் பெண்ணிய எழுத்தின் முன்னோடிகளாகக் கருதலாம். இவர்களது எழுத்துகள் தலித்தியம், பெண்ணியம் ஆகிய இரு தன்மைகளிலும் இயங்குகின்றன.

தலித் இலக்கியத்திற்குரிய எல்லாத் தன்மைகளையும் தலித் பெண் எழுத்து பெற்றிருக்கிறது. ஆனால் அதனையும் கடந்து 'தலித் பெண்ணியம்' தனித்துவமானது. பாமா எழுதியுள்ள 'பொன்னுத்தாயி' என்ற சிறுகதையைத் தலித் பெண்ணிய எழுத்திற்கு உதாரணமாகக் கூறலாம். மூக்காண்டிக்கு வாழ்க்கைப் பட்ட பொன்னுத்தாயி, அடுத்தடுத்து நான்கு குழந்தைகளுக்குத் தாயாகிறாள். மூக்காண்டி குடிகாரன்; ஊதாரி. குழந்தைகளுக்காக வாங்கிய பசுமாட்டையும் விற்றுக் குடித்து விடுகிறான். கணவனை எதிர்த்துக் கேட்டால் அடியும் உதையுமே பொன்னுத்தாயிக்குப் பதிலாகக் கிடைக்கிறது. ஒரு கட்டத்தில் கணவனையும் பிள்ளைகளையும் விட்டுவிட்டுப் பிறந்த வீட்டுக்கு வந்து விடுகிறாள். ஊரே பொன்னுத்தாயியைத் தூற்றுகிறது; அவள் தன் முடிவிலிருந்து பின்வாங்கவில்லை. நான்கு குழந்தைகளைச் சமாளிக்க முடியாத மூக்காண்டி, பொன்னுத்தாயியைத் தேடி வருகிறான். மீண்டும் வாக்குவாதம். அடி உதை. இரத்தம் வழியக் காவல் நிலையத்திற்குச் செல்கிறாள் பொன்னுத்தாயி. கணவன்மீது புகார் கொடுக்கிறாள். மூக்காண்டியைப் பிடித்து விசாரிக்கிறார்கள். பொன்னுத்தாயி மேலும் தன்னை அவமானப்படுத்தி விட்டதாகக் கருதுகிறான் மூக்காண்டி. மீண்டும் சில நாட்கள் கழித்துக் குழந்தைகளைப் பொன்னுத்தாயிடம் விட்டுவிட்டு மறுமணம் செய்ய முயல்கிறான்; இவள் பிடிவாதமாக மறுக்கிறாள். தாலியை அறுத்தெறிந்துவிட்டு காய்கறி வியாபாரம் செய்கிறாள் பொன்னுத்தாயி.

பெண்கள்மீது கட்டப்பட்டுள்ள சில மதிப்பீடுகளை இக்கதை மறுபரிசீலனைக்கு உட்படுத்துகிறது. கணவன் எவ்வளவு கொடியவனாக இருந்தாலும் குழந்தைகளுக்காகச் சகித்துக் கொண்டு வாழ பெண்கள் பழக்கப்படுத்தப்பட்டிருக்கிறார்கள். அடுத்து, தாலியின்மீது உருவாக்கப்பட்டுள்ள புனித மதிப்பீடு களையும் பெண்கள் பாதுகாக்க வேண்டியிருக்கிறது. இவ்விரண்டையும் இக்கதை உடைக்க முயன்றிருக்கிறது. குழந்தைகள்மீதுகொண்ட அன்பே பெண்களின் இழிநிலைக்குக் காரணமாக இருக்கிறது. அதனை எளிதில் உடைக்க முடியாதுதான். ஆனால் விமர்சனத்துக்கு உட்படுத்த முடியும். இவ்விரு மதிப்பீடுகளும் சரியும்போது குடும்பம் என்கிற அமைப்பு கேள்விக்குள்ளாகும். 'பொன்னுத்தாயி' கதையின் வழியாகப் பாமா இவ்விரு மதிப்பீடுகளையும் அசைத்துப் பார்த்திருக்கிறார். அவ்வகையில் இது முக்கியமான கதையாகும்.

இந்தச் சிறுகதையில் பெண்ணியம் வெளிப்படையாகவும் தலித் பெண்ணியம் உள்ளொடுங்கியும் வெளிப்பட்டிருப்பதைக் காணலாம். 'கணவன்' என்கிற தொன்ம மதிப்பீட்டிற்கு ஆதரவான பிம்பங்களைப் பாமா தகர்த்திருக்கிறார். பெண் எழுத்தாளர்கள் பலர் இத்தன்மையில் கதைகளை எழுதியிருக்கிறார்கள் என்பதை மறுப்பதற்கில்லை. குழந்தைகள்மீது பெண்களுக்குள்ள பிடிப்புகளை அம்பையின் சில கதைகள் மறுபரிசீலனை செய்திருக்கின்றன. 'பொன்னுத்தாயி' சிறுகதை அதனையும் கடந்துசென்று முடிந்திருக்கிறது. மிகச் சாதாரணமாக 'தாலியை அறுத்தெறிதல்' என்பது ஒடுக்கப்பட்ட பெண்களிடம் வெளிப் படக்கூடிய ஓர் எதிர்ப்பு குணம். இதனைத் தலித் பெண்ணியத்தின் ஒரு கூறாகப் பார்க்கலாம். கணவன், குழந்தை, தாலி ஆகிய மூன்றின் மீதான மதிப்பீடுகளையும் இக்கதை ஒருசேர உடைத்திருக்கிறது. பாமா, ஒடுக்கப்பட்ட மக்களிடம் இருந்து தனக்கான கதைகளைத் தெரிவு செய்துகொள்கிறார். 'பொன்னுத்தாயி' ஒடுக்கப்பட்ட பெண்களின் பிரதிநிதி. பொன்னுத்தாயியைப் போன்று பெண்களால் இருக்க முடியாதுதான்; ஆனால் அப்படியொரு முடிவைப் பாதிக்கப்பட்ட பெண்கள் எடுத்தால் என்னவாகும் என்ற பதற்றத்தை இக்கதை உருவாக்கியிருக்கிறது.

பெண்களின் பிரச்னைகள் நிலம், மொழி, நிறம், சூழல் சார்ந்து வேறுபடுகின்றன. அதனால் உலகம் முழுக்க ஒரே வகையான பெண்ணியம் இருக்க முடியாது என்ற அறிதலும் தலித் பெண்ணியத் தோற்றத்துக்கு வழிவகுத்தன. தலித் பெண்ணியம் இன்று ஓர் இலக்கிய வடிவமாக வளர்ந்து வருகிறது. தலித் பெண்ணியம், தலித் பெண்களைப் பிற பெண்களிடமிருந்து தனிமைப்படுத்திவிடும் ஆபத்தும் இருக்கிறது என்ற கருத்தும் முன்வைக்கப்பட்டது. தலித் பெண்களின் ஒடுக்குதல் அனுபவங்கள் பிற பெண்களின் ஒடுக்குதல் அனுபவங்களில் இருந்து முற்றிலும் வேறுபட்டவை. அதனால் 'தலித் பெண்ணியம்' என்பது காலத்தின் தேவையாக ஒடுக்கப்பட்ட பெண்களால் பார்க்கப்படுகிறது. 'பொதுவான கரிசனங்களின் அடிப்படையில் இதர பெண்களுடன் கூட்டிணைவிற்குத் தலித் பெண்ணியம் எப்போதும் தயாராக இருக்கும். ஆணாதிக்கம் மட்டுமின்றி சாதி ஆதிக்கத்தையும் எதிர்த்து நிற்கும்போதே இந்தக் கூட்டிணைவிற்கான சாத்தியங்கள் உருவாகும். சாதீயச் சூழலில் பெண்ணடிமைத்தனத்தை உயர்சாதிப் பெண்கள் விளங்கிக்கொள்ள முனையும் போதே இந்தச் சாத்தியங்கள் நடைமுறையாக மாறும்'

(தலித் பெண்ணியம், பக்.45) என்ற நம்பிக்கையையும் அ.மார்க்ஸ் முன்வைக்கிறார்.

காலமும் சூழலும்தான் எந்தவொரு இலக்கிய வடிவத்தையும் உருவாக்குவதில் முக்கியப் பங்காற்றுகின்றன. இதனைத் தலித் பெண்ணியத்திற்கும் பொருத்திப் பார்க்க முடியும். தலித் பெண்ணியம் தோன்றுவதற்குச் சாதி, பாலினம் ஆகிய இரண்டுமே காரணமாகச் சொல்லப்படுகிறது. இத்தகைய முரண்பாடுகள் எல்லாம் நீர்த்துப் போகும்போது இவ்விலக்கிய வடிவங்கள் பொதுத்தளத்தில் வைத்து வாசிக்கப்படலாம். அதுவரை இவ்விலக்கிய வடிவங்கள் தங்கள் அடையாளத்தைத் தேடித் தனித்துத்தான் இயங்கும்.

12. தலித்திய சிந்தனையாளர்கள்

தலித்தியம் என்ற கோட்பாடு வெவ்வேறு காலகட்டங்களைச் சார்ந்த சிந்தனையாளர்களால் உருவாக்கப்பட்டது. தலித்தியத்தின் தன்மைகளைத்தான் தலித் இலக்கியங்கள் பிரதிபலித்தன. காலம்காலமாகச் சாதி, மதம், இனம், மொழி, தொழில், நிறம், பாலினம் உள்ளிட்ட பல்வேறு காரணங்களால் மனிதர்கள் சக மனிதர்களை ஒடுக்கி வந்திருந்திருக்கிறார்கள். கால மாற்றத்தில் கல்வியின் மூலமாகப் படித்த தலைமுறையொன்று உருவாகிறது. மனிதர்கள்மீது நடைபெறும் காட்டுமிராண்டித்தனமான வன்முறை களை அவர்கள் எதிர்க்கிறார்கள்; கேள்வி கேட்கிறார்கள். ஒடுக்கப்பட்டவர்களுக்காகப் போராடத் தொடங்குகிறார்கள். ஒடுக்கப்பட்டவர்களை ஒன்றிணைக்கிறார்கள். மனிதர்களை மனிதர்களாக மதிக்கத் தெரிந்த அவர்கள்தாம் எதிர்காலத்தில் சிந்தனையாளர்களாக உருவாகிறார்கள். அப்படி உருவானவர்கள் தாம் மகாத்மா ஜோதிராவ் புலேவும் அண்ணல் அம்பேத்கரும். அயோத்திதாசர், தாத்தா இரட்டைமலை சீனிவாசன், தந்தை பெரியார், எம்.சி.ராஜா, சத்தியவாணி முத்து உள்ளிட்ட ஒடுக்கப் பட்டோருக்கான தலைவர்கள் தமிழகத்தில் உருவானார்கள்.

அயோத்திதாசர் *(1845 - 1914)*

சென்னையில் 1845ஆம் ஆண்டு மே 20ஆம் தேதி பிறந்தவர் அயோத்திதாசர். இயற்பெயர் காத்தவராயன். தென்னிந்தியாவின் முதல் ஜாதி எதிர்ப்புப் போராளி; சமூக சேவகர்; தமிழறிஞர்; சித்த மருத்துவர் என அயோத்தி தாசருக்குப் பல்வேறு முகங்கள் உண்டு. காத்தவராயன் காசிமேடு பகுதியில் வசித்த வீ. அயோத்திதாசரிடம்

குரு சிஷ்ய பரம்பரைப்படி கல்வி பயின்றார். இலக்கியம், சித்த மருத்துவம், தத்துவம், சமஸ்கிருதம், உட்படப் பல்வேறு கலைகளைக் காத்தவராயன் கற்றுத் தேர்ந்தார். இவர் தன் குருவான வீ.அயோத்திதாசரின்மீது கொண்ட அன்பின் காரணமாகத் தன் பெயரை க.அயோத்திதாசர் என மாற்றிக் கொண்டார்.

தந்தையின் பணி காரணமாகக் குடும்பத்தினருடன் நீலகிரிக்குக் குடிபெயர்ந்தார். தாழ்த்தப்பட்டவர்களின் சமூகத்தில் எதிர்கொள்ளும் தீண்டாமைக் கொடுமைகளைக் கண்டு அவர்களுக்காகப் போராடுவதையே தன் குறிக்கோளாகக் கொண்டார். அவர்கள் ஒடுக்கப்படுவதற்குக் கல்வியின்மையே காரணமென உணர்ந்தார். ஒடுக்கப்பட்ட மக்களுக்காகச் சென்னையில் பள்ளிக்கூடங்கள் திறக்கப்படக் காரணமாக இருந்தார். இதற்கு கர்னல் ஆல்காட் உதவி செய்தார். ஏழைகளுக்கு இலவசக் கல்வி, மதிய உணவு வழங்குவதில் இவர் பங்களிப்பு முக்கியமானது. ஒடுக்கப்பட்டவர்களை ஒன்றிணைத்து, இரட்டைமலை சீனிவாசனுடன் இணைந்து பஞ்சமர் மகாஜன சபையைத் தோற்றுவித்தார் (1891). இச்சபையின் முதல் மாநாடு நீலகிரியில் 01.12.1891 அன்று நடைபெற்றது. இம்மாநாட்டிற்குப் பண்டிதர் தலைமை தாங்கினார். தாழ்த்தப்பட்டோர் இந்தியாவில் நடத்திய முதல் மாநாடு இதுதான். தாழ்த்தப்பட்டவர்களுக்கு இலவசக் கல்வி, கோயில் நுழைவு உரிமை, தரிசு நிலங்களை ஒதுக்குதல் உள்ளிட்ட கோரிக்கைகள் அடங்கிய மனு ஒன்றை இந்திய தேசிய காங்கிரஸுக்கு அனுப்பினார்.

தலித் மக்களை ஒடுக்கக் காரணமாக இருக்கும் இந்துமதத்தைத் துறக்கத் துணிந்தார். 1898ஆம் ஆண்டு ஏராளமான தீண்டத்தகாத மக்களுடன் இணைந்து புத்த மதத்தைத் தழுவினார். இதே காலகட்டத்தில் 1898இல் ‘தென்னிந்திய சாக்கிய பௌத்த சங்கம்’ என்ற புதிய அமைப்பைத் துவக்கினார். 1907இல் ‘ஒரு பைசா தமிழன்’ என்ற செய்தி வார இதழைத் தொடங்கினார். இதில் அரசியல், சமூகம், ஜாதி, மதம், இலக்கியம் குறித்துக் கட்டுரைகளை எழுதினார். பின்னர் இது வாசகர்களின் வேண்டுகோளுக்காகத் ‘தமிழன்’ என்ற பெயரில் வெளிவரத் தொடங்கியது. தாழ்த்தப்பட்டோருக்குக் கல்வி, கல்வி உதவித்தொகை பெறுதல்; வேலை வாய்ப்பில் முன்னுரிமை என அயோத்திதாசர் தம் போராட்டங்களை மையப்படுத்தி நடத்தினார். அயோத்திதாசர் ‘தமிழன்’ இதழில் தாழ்த்தப்பட்டோருக்கான சமூக, அரசியல் உரிமைகளுக்காகத் தொடர்ந்து கட்டுரைகள் எழுதினார்.

'புத்தரது ஆதி வேதம்', 'இந்திரர் வேத சரித்திரம்', 'அம்பிகையம்மன் சரித்திரம்', 'அரிச்சந்திரன் பொய்கள்', 'சாக்கிய முனி வரலாறு', 'கபாலீசன் சரித்திர ஆராய்ச்சி', 'திருக்குறள் கடவுள் வாழ்த்து' உள்ளிட்ட அயோத்திதாசரின் நூல்கள் குறிப்பிடத்தக்கவை. மரபான இந்து புராண நூல்களை இவர் மறுவாசிப்புக்கு உட்படுத்தினார். இன்று இவரது சிந்தனைகள் முழுமையாகத் தொகுக்கப்பட்டுள்ளன. இவரது எழுத்துகள் தலித் இலக்கியத்திற்கான ஆவணமாக இருக்கின்றன. ஒடுக்கப்பட்டவர்களுக்கான இவரது செயல்பாடுகள் மதிக்கத் தக்கவை. தமிழில் தலித்தியம், தலித் இலக்கியம் உருவாக அயோத்திதாசரின் பங்களிப்பு முக்கியமானது.

இரட்டைமலை சீனிவாசன் (1859 - 1945)

செங்கல்பட்டு மாவட்டத்தில் 07.07.1859 அன்று பிறந்தவர் இரட்டைமலை சீனிவாசன். இரட்டைமலை இவர் தந்தையின் பெயர். கோவையில் பட்டப்படிப்பை முடித்தவர். இவரது உறவினர் அயோத்திதாசப் பண்டிதர் நீலகிரியில் சித்த மருத்துவராகவும் தேயிலைத் தோட்டத் தொழிலாளர்களின் தலைவராகவும் இருந்தார். அவரின் முதல் மனைவி இயற்கை எய்திய நிலையில், இரட்டைமலை சீனிவாசனின் சகோதரியான தனலட்சுமி அம்மையாரை, அயோத்திதாசர் இரண்டாவது திருமணம் செய்து கொண்டார். இச்சூழலில் அயோத்திதாசருடன் இணைந்து நீலகிரியிலுள்ள தேயிலைத் தோட்டத் தொழிலாளர்களின் நலனுக்கானத் தலைவராக உயர்ந்தார் இரட்டைமலை சீனிவாசன்.

மனிதர்கள் சாதியின் பெயரால் ஒதுக்குவதும், ஒடுக்கப்படுவதும் ஒருபோதும் நியாயமில்லை என்று 14.01.1891-இல் 'பறையர் மகாஜன சபை'யை உருவாக்கினார். பின்னர், அதுவே 'ஆதிதிராவிட மகாஜன சபை'யாக இயங்கிவந்தது. ஆதிதிராவிட மக்களின் விழிப்புணர்வுக்காக இரட்டைமலை சீனிவாசன் 1893ஆம் ஆண்டு 'பறையன்' என்ற இதழைத் தொடங்கி வெளியிட்டார். இரட்டைமலை சீனிவாசன், அன்றைய சென்னை மாகாணத்தின் பிரித்தானிய ஆட்சியாளர்களை நேரடியாக அணுகி, தாழ்த்தப்பட்ட மக்களுக்கான நிவாரணம் தேடிப் போராடினார்; தலித்து களிடையே புரட்சியை உருவாக்கினார்; உரிமைகளைப் பெற்றுத் தந்தார். 1904ஆம் ஆண்டு தென்னாப்பிரிக்கா சென்றார். தென்னாப்பிரிக்காவில் வழக்கறிஞராகப் பணியாற்றிய காந்தியை

முதன்முதலாகச் சந்தித்தார் இரட்டைமலை சீனிவாசன். காந்தி தன்னுடைய பெயரைத் தமிழில் மோ.க.காந்தி என்று எழுதுவதற்கும், திருக்குறளைப் பற்றி அறிந்து கொள்வதற்கும் தலைவர் இரட்டைமலை சீனிவாசன்தான் காரணமாக இருந்திருக்கிறார்.

1921இல் தமிழகம் திரும்பிய இரட்டைமலை சீனிவாசன், நீதிக்கட்சியில் தன்னை இணைத்துக் கொண்டார். 1923-1936 வரை சென்னை ராஜதானியில் நீதிக்கட்சி அமைச்சரவையில் சட்டமன்ற மேலவை உறுப்பினராகச் செயல்பட்டார். பொதுச்சாலைகள், பொதுக்கிணறு கள், கோயில்களைத் தாழ்த்தப்பட்ட சமூகத்தினர் பயன்படுத்த உரிமை வேண்டும் என்று 25.8.1924இல் அரசியல் சட்ட நிர்ணய சபையில் தீர்மானம் கொண்டுவருகிறார். 1925ஆம் ஆண்டு அதை அரசாணையாகவும் வெளியிடச் செய்த மகத்தான தலைவர் இரட்டைமலை சீனிவாசன். வெவ்வேறு பெயர்களின் அழைக்கப் பட்ட தாழ்த்தப்பட்ட மக்களை 'ஆதிதிராவிடர்கள்' என்று அழைக்க ஆணையைப் பெற்றுத் தந்தவர் இரட்டைமலை சீனிவாசன் என்பது குறிப்பிடத்தக்கது.

இலண்டன் வட்டமேசை மாநாட்டில், 'நாட்டின் விடுதலை என்பது தாழ்த்தப்பட்ட மக்களுக்கான விடுதலையே. முழு சுதந்திரம் எங்களுக்கு அரசியல் அதிகாரத்தை வழங்கி தீண்டாமையை ஒழிக்க வேண்டும்' என்று ஐந்தாம் ஜார்ஜ் மன்னரிடம் கோரிக்கை வைத்தவர் இரட்டைமலை சீனிவாசன். ஆதிதிராவிட மக்களுக்கு இரட்டை வாக்காளர் தொகுதி வழங்கப்பட வேண்டும் என்றும் ஆதிதிராவிட மக்களின் விகிதாசார அளவுக்கு ஏற்பக் கல்வியிலும், வேலை வாய்ப்பிலும் உரிய பங்கு அளிக்கப்பட வேண்டும் என்பதையும் வலியுறுத்திப் பேசினார். இரட்டைமலை சீனிவாசனின் பணிகளைப் பாராட்டி பிரிட்டிஷ் அரசு, அவருக்கு 'இராவ்சாகிப்', 'திவான்பகதூர்', 'இராவ்பகதூர்' ஆகிய பட்டங்களை அளித்துச் சிறப்பித்தது.

பெரியார் (1879 -1973)

ஈரோட்டில் பிறந்தவர். பெரியாரின் இயற்பெயர் ஈ.வெ. ராமசாமி. செப்டம்பர் 17ஆம் தேதி, 1879ஆம் ஆண்டு ஈரோட்டில் பிறந்தார். பலரும் பேசத் தயங்கிய கருத்துகளைப் பொதுவெளியில் பேசியவர். இவரது உரையாடல்கள் பெரும் விவாதத்தையும் விமர்சனத்தையும் ஏற்படுத்தியவை. சமூக நீதி, சாதி மறுப்பு, கடவுள் எதிர்ப்பு, பெண் விடுதலை, பெண் கல்வி என அனைத்து

விஷயங்கள் குறித்தும் பெரியார் பேசினார். தமிழகத்தில் திராவிடக் கட்சிகள் தோன்ற இவரது சிந்தனைகளே காரணமாக இருந்தன. மதம் மனிதனை மிருகமாக்கும்; சாதி மனிதனைச் சாக்கடையாக்கும் என்று தாழ்த்தப்பட்ட சாதியினருக்காகக் குரல் கொடுத்தவர். மனிதர்கள் சுயமரியாதையுடன் வாழவேண்டும் என்பதில் பெரியார் உறுதியாக இருந்தார். அதற்காகச் சுயமரியாதை இயக்கத்தைத் தொடங்கினார். பெரியார் சாதிரீதியாக ஒடுக்கப்பட்டவர்கள் மட்டுமின்றி பொருளாதாரரீதியாகச் சுரண்டப்படுபவர்களுக்காகவும் அவரது போராட்டங்கள் இருந்தன. வைக்கம் போராட்டம், சேரன்மாதேவி குருகுலப் போராட்டம் ஆகியவற்றினூடாகத் தலித்துகளுக்காகப் பெரியார் முன்னெடுத்தப் போராட்டங்கள் முக்கியத்துவம் வாய்ந்தவை. தேச விடுதலையைவிடத் தலித்துகள் சுயமரியாதையுடன் நடத்தப் படுவது முக்கியம் என்று குடியரசு இதழில் எழுதினார்.

1929ஆம் ஆண்டு செங்கல்பட்டில் நடைபெற்ற சுயமரியாதை மாநாட்டில், பிறப்பில் உயர்வு தாழ்வு கூடாது; மதம், வேதம், சாத்திரம் எதனையும் பின்பற்றக் கூடாது; தீண்டாமை ஒழிக்கப்பட வேண்டும்; குளங்கள், கிணறுகள், பள்ளிகள், தெருக்கள், சத்திரங்கள் போன்ற பொது இடங்களை மக்கள் சாதிப்பாகு பாடின்றிப் பயன்படுத்திக் கொள்வதற்கான உரிமை வழங்கப்பட வேண்டும் என்று தீர்மானம் நிறைவேற்றினார். சிதம்பரம் நடராசர் கோயிலில் ஆதிதிராவிடர்களுக்கு அனுமதி மறுத்த தீட்சிதர்களைக் கண்டித்துப் பெரியார் திராவிடன் இதழில் எழுதிய தலையங்கம் (1929) இன்றும் பொருத்தமுடையதாக இருக்கிறது. தீட்சிதர் களுக்கு இணையான உரிமை ஆதிதிராவிடர்களுக்கும் உண்டு என்கிறது அத்தலையங்கம்.

பெயருக்குப் பின்னால் ஒட்டிக்கொண்டிருந்த சாதிப் பெயர்களை நீக்க வைத்ததில் பெரியாருக்குப் பெரும் பங்குண்டு. சக மனிதர்களைவிட இல்லாத கடவுளை நம்பும் மக்களிடம் கடவுள் குறித்த கற்பிதத்தை விளக்கிக்கொண்டே இருந்தார். ஒரே கடவுளால் படைக்கப்பட்டதாகக் கூறப்படும் மனிதர்களிடம் இவ்வளவு ஏற்றத் தாழ்வுகள் எப்படி இருக்க முடியும் என்பதைப் பெரியார் கேட்டுக்கொண்டே இருந்தார். பெரியார் ஒடுக்கப் பட்டவர்கள் குறித்து எழுதியதும் பேசியதும் அதிகம். ஆனால் பெரியாரின் செயல்பாடுகளில் தலித்திய ஆய்வாளர்களுக்கு மாற்றுப் பார்வை உண்டு. பெரியார் தலித்துகளுக்கு ஆதரவான களப்போராட்டங்களை அதிகம் நிகழ்த்தவில்லை என்ற விமர்சனமும் உண்டு. பெரியார், சாதியையும் மதத்தையும்

உயர்த்திப் பிடிக்கக்கூடிய தமிழ் இலக்கியங்களைக் கடுமையாக எதிர்த்தார். பெரியாரின் எழுத்துகளை ஒட்டுமொத்தமாகத் தொகுத்துப் பார்க்கும்போது பெண்கள், ஒடுக்கப்பட்டவர்களுக்காக அவரின் பங்களிப்பு முக்கியமானதாக இருந்திருக்கிறது.

எம்.சி. ராஜா (1883 -1943)

மயிலை சின்னத்தம்பிப்பிள்ளை ராஜாவின் சுருக்கமே எம்.சி. ராஜா. தமிழக தலித் சிந்தனையாளர்களில் ஒருவர். சென்னையில் ஜூன் 17, 1883இல் பிறந்தார். இவரும் திரு.வி.க.வும் ஒன்றாகப் படித்தவர்கள்; இருவருமே இராயப்பேட்டை வெஸ்லி கல்லூரியில் ஆசிரியராக வேலை பார்த்தார்கள். பின்னர் நீதிக்கட்சியில் இணைந்து பணியாற்றினார். எம்.சி. ராஜாவின் தந்தை மயிலை சின்னத்தம்பிப்பிள்ளை ஆதிதிராவிடர் மகாஜன சபையின் செயலாளராக இருந்தவர். தந்தையைத் தொடர்ந்து எம்.சி. ராஜாவும் 1916ஆம் ஆண்டு ஆதிதிராவிடர் மகாஜன சபைக்குப் பொதுச் செயலாளரானார். மாண்டேகு செம்ஸ்போர்டு அரசமைப்புக் குழுவிடம் ஒடுக்கப்பட்டோருக்கான உரிமைகளை வலியுறுத்தி மனு ஒன்றை அளித்தார். இச்செயல் சமூகத்தில் எம்.சி. ராஜாவைக் கவனிக்க வைத்தது. தொடர்ந்து, 1919ஆம் ஆண்டு மாநில சட்டமன்றத்திற்கு உறுப்பினராக நியமனமானார்.

1921ஆம் ஆண்டு ஆட்சியிலிருந்த பனகல் அரசரின் நீதிக்கட்சி, அரசு வேலைகளில் பிற்படுத்தப்பட்ட வகுப்பினருக்கு இடஒதுக்கீட்டைக் கொண்டுவந்தது. அதில் பட்டியல் இனத்தவருக்கு எந்தவொரு சலுகையும் அளிக்கப்படவில்லை. எம்.சி. ராஜா பட்டியல் இனத்தவருக்கு இடஒதுக்கீடு வேண்டுமென வலியுறுத்திப் போராட்டத்தை முன்னெடுத்தார். போராட்டம் திசை மாறிப்போனது. முடிவில் நீதிக்கட்சியிலிருந்து விலகினார். பிரிட்டிஷ் அரசிடம் நாடு முழுவதுமுள்ள ஒடுக்கப்பட்டோருக்கான அரசியல் பிரதிநிதித்துவத்தைக் கோரினார். 1926ஆம் ஆண்டு அகில இந்திய ஒடுக்கப்பட்டோர் சம்மேளனம் அமைப்பின் நிறுவனத் தலைவராகவும் அதன் செயலாளராகவும் விளங்கினார். அம்பேத்கர் அதன் துணைச் செயலராக இருந்தார். 1922இல் பறையர், பஞ்சமர் என்னும் பெயர்களுக்குப் பதிலாக 'ஆதிதிராவிடர், ஆதி ஆந்திரர்' எனக் குறிப்பிட வேண்டும் எனப் பேரவையில் தீர்மானம் கொண்டுவந்தார்.

1930ஆண்டு தொடங்கிய வட்ட மேசை மாநாடுகளில் கலந்து கொள்வதற்கான வாய்ப்பு எம்.சி. ராஜாவுக்குக் கிடைக்கவில்லை.

அம்பேத்கருக்கும் இரட்டைமலை சீனிவாசனுக்கும் கிடைத்தது. இது இவருக்குப் பெரும் ஏமாற்றத்தை அளித்தது. இதனால் அம்பேத்கருடன் முரண்பட்டார். இது இரட்டை வாக்குரிமை விவகாரத்தில் எதிரொலித்தது. ஆனால் இந்த முரண்பாடு நீண்ட நாட்கள் நீடிக்கவில்லை. இருவரும் இணைந்து மீண்டும் செயல்பட ஆரம்பித்தனர். 1942இல் புனேவில் நடந்த அம்பேத்கரின் பிறந்தநாள் கூட்டத்தில் பங்கேற்ற எம்.சி. ராஜா, அவருடன் மனம்விட்டுப் பேசினார். அதன் பின்னர், கிரிப்ஸ் குழுவில் அம்பேத்கருடன் இணைந்து செயல்பட்டார் ஒடுக்கப் பட்டோருக்காக எம்.சி. ராஜா ஆற்றிய பணிகளைப் பாராட்டி 1922ஆம் ஆண்டு பிரிட்டிஷ் அரசு அவருக்கு இராவ்பகதூர் பட்டத்தை அளித்துக் கௌரவப்படுத்தியது.

சத்தியவாணி முத்து (1923–1999)

சென்னையில் 1923ஆம் ஆண்டு பிப்ரவரி 15 அன்று பிறந்தவர் சத்தியவாணி. நீதிக்கட்சியின்மீதும் சுயமரியாதை இயக்கத்திலும் தீவிர ஈடுபாடு கொண்டவர் இவர் தந்தை க. நாகைநாதன். சத்தியவாணி, இந்திய ஹோமியோபதி படித்து மருத்துவரானவர். அம்பேத்கர் நடத்திவந்த தாழ்த்தப்பட்டோர் சம்மேளனத்தின் சென்னை மாநகர மகளிர் பிரிவின் தலைவராகப் பொதுவாழ்வைத் தொடங்கினார். இவரின் வாழ்க்கைத் துணைவர் எம்.எஸ். முத்து. இவர், சத்தியவாணியின் பொது வாழ்க்கைக்குப் பெரிதும் உதவினார். சத்தியவாணியின் பேச்சைக் கேட்டு வியந்த பெரியார், அவரது இயக்கத்தில் இணைய அழைப்பு விடுத்தார்.

1944ஆம் ஆண்டு தென்னிந்திய நலவுரிமைச் சங்கம், திராவிடர் கழகமாக மாறியது. அந்தக் கூட்டத்தில் சத்தியவாணி பங்கேற்றிருந்தார். 1949 செப்டம்பர் 18 அன்று, திராவிடர் கழகத்திலிருந்துப் பிரிந்து தி.மு.க. எனும் புதிய கட்சி தொடங்கப் பட்டது. அந்த மேடையில் இருந்த தலைவர்களில் ஒரேயொரு பெண் சத்தியவாணிதான். அண்ணாவின் மறைவுக்குப்பின், முதல்வர் பதவிக்கு மு. கருணாநிதியின் பெயரை முன்மொழிந்தவர் அமைச்சர் கே.ஏ. மதியழகன்; வழிமொழிந்தவர் சத்தியவாணி என்பது குறிப்பிடத்தக்கது. 1967இல் முதன்முதலில் அமைந்த தி.மு.க. ஆட்சியில் ஆதிதிராவிடர் நலத்துறை தொடங்கப்பட்டது. அதன் அமைச்சர் பொறுப்பு சத்தியவாணிக்கு வழங்கப்பட்டது. ஒடுக்கப்பட்ட மக்கள் எதிர்கொள்ளும் வலிகளைச் சட்டப்பேரவையில் பலமுறை பதிவுசெய்தவர்

சத்தியவாணி முத்து. சென்னை, வியாசர்பாடியில் அம்பேத்கர் பெயரில் கலைக் கல்லூரி தொடங்கப்பட்டதற்குக் கருணாநிதியின் அமைச்சரவையில் இடம்பெற்றிருந்த சத்தியவாணி கொடுத்த அழுத்தம்தான் முக்கியக் காரணம். இந்தியாவில் அம்பேத்கர் பெயரில் தொடங்கப்பட்ட முதல் கல்லூரியாக இது கருதப்படுகிறது.

ஒடுக்கப்பட்டோருக்கு ஆதரவாகத் தொடக்கத்தில் தி.மு.க. முன்னெடுத்த பல திட்டங்களுக்குக் காரணமாக இருந்தவர் சத்தியவாணி முத்து. கை ரிக்ஷா ஒழிப்புத் திட்டத்தையே இதற்குச் சான்றாகக் கூறலாம். 'சென்னையில் குடிசைகள் தீ வைப்பு, அதை ஒட்டிச் சேரிகள் அகற்றப்படுவது குறித்துத் தொடர்ந்து சத்தியவாணி முத்து பேசி வந்தார். அனைத்துச் சாதியினரும் அர்ச்சகர் ஆதல், கையால் மலம் அள்ளும் தொழில் ஒழிப்பு போன்றவற்றைச் சட்டமன்றத்தில் அவர் தொடர்ந்து வலியுறுத்தி வந்தார்' (காலச்சுவடு, ஏப்.2023) என்ற ஸ்டாலின் ராஜாங்கத்தின் கருத்திலிருந்தும் இதனைப் புரிந்து கொள்ளலாம். பெண், தலித் என்ற இரு முகமாகவும் சத்தியவாணி முத்து தீவிரத்துடன் செயல்பட்டிருக்கிறார். அண்ணாவுக்குப் பிறகு தி.மு.க.வில் தாழ்த்தப்பட்டோருக்கான முக்கியத்துவம் குறைந்து வருவதாக 1974இல் குற்றம் சாட்டினார் சத்தியவாணி; அதனைத் தொடர்ந்து கட்சியிலிருந்தும் வெளியேறினார். பின்னர், 'தாழ்த்தப்பட்டோர் முன்னேற்றக் கழகம்' எனும் கட்சியைத் தொடங்கினார். 1977 தேர்தலில் அ.தி.மு.க. வென்ற பின்னர், அக்கட்சியில் தனது கட்சியை இணைத்துவிட்டார்.

சத்தியவாணி முத்து, 'அன்னை' என்கிற இதழை நடத்தி வந்தார்; 'எரிக்கப்பட்டாள்' என்றொரு நூலையும் எழுதியுள்ளார். ஆனால் இவை இரண்டுமே தற்போது கிடைக்கவில்லை. 'எனது போராட்டம்' (1981) என்பது இவரது தன்வரலாற்று நூலாகும். இந்நூலினூடாகவே இவரது அரசியல் வாழ்க்கையை அறிந்துகொள்ள இயலும். சாதி பார்த்து அரசியல் நடத்தும் தி.மு.க. மீது கடுமையான குற்றச்சாட்டுகளை இந்நூலில் குறிப்பிட்டிருக்கிறார். 'தனித்தொகுதி முறை இல்லாதிருந்தால் சட்டமன்ற நாடாளுமன்ற உறுப்பினர்கள் எனப் பெயர் சொல்லக்கூட ஆள் இருந்திருக்க மாட்டார்கள்' என்ற அவர் கருத்து இன்றும் பொருத்தமுடையதாகவே இருக்கிறது.

ஒடுக்கப்பட்டவர்களுக்கு இயல்பாகக் கிடைக்கவேண்டிய உரிமைகள் ஒவ்வொன்றும் தலித்தியச் சிந்தனையாளர்களாலேயே

சாத்தியமானது. சமூகம், ஒவ்வொரு காலகட்டத்திலும் சிந்தனையாளர்களை உருவாக்கிக்கொண்டே இருக்கிறது. சாதி இருக்கும்வரை ஏற்றத்தாழ்வுகள் இருக்கும்; ஏற்றத்தாழ்வுகள் இருக்கும்வரை போராட்டங்களும் இருக்கும். பலரின் கூட்டுழைப்பின் காரணமாகவே தாழ்த்தப்பட்டவர்களுக்கான அடிப்படை உரிமைகள் கிடைத்தன. இன்னும் போராடுவதற்கான சூழலுடன்தான் இந்தச் சமூகம் தலித்துகளை வைத்திருக்கிறது என்பதையே வரலாறு நமக்குச் சுட்டிக்காட்டுகிறது.

13. தமிழில் தலித் கவிதைகள்

அம்பேத்கர் நூற்றாண்டுக்குப் பிறகு இந்தியா முழுவதும் ஒடுக்கப்பட்டோர் இலக்கியமாகக் கருதப்படும் தலித் இலக்கியத்தின் எழுச்சி பெரிய அளவில் நிகழ்ந்தது. அந்தந்த மொழிகளில் தலித் இலக்கியத்திற்கென்று சிற்றிதழ்கள் தொடங்கப் பட்டன. சிற்றிதழ்களினூடாகத் தலித் இலக்கியத்தின் தன்மைகள் வரையறுக்கப்பட்டன. தலித் இலக்கியம் தொடர்பாக நீண்ட விவாதங்கள் நடைபெற்றன. அதேநேரத்தில் பிறமொழித் தலித் படைப்புகளும் தொடர்ச்சியாக மொழிபெயர்க்கப்பட்டன. தமிழிலும் இது நிகழ்ந்தது. தொடர்ச்சியாகத் தலித் சமூகத்தைச் சார்ந்த பலர் ஆர்வத்துடன் எழுத வந்தனர். தலித் இலக்கிய வடிவம் அவர்களுக்கு நெருக்கமாக இருந்ததும் இதற்குக் காரணமாகக் கருதப்பட்டது. புனைகதை, கவிதை, நாடகம், கட்டுரை எனத் தலித் இலக்கியம் நவீன இலக்கியத்தின் அனைத்து வடிவங்களையும் பயன்படுத்திக் கொண்டது.

தமிழில் 'தலித்' கவிதைகள்

தமிழுக்குத் தலித் இலக்கியத்தின் எழுச்சி என்பது மொழி பெயர்ப்பின் மூலமே சாத்தியப்பட்டது. 1982ஆம் ஆண்டு ஆப்பிரிக்க கறுப்பின மக்களின் கவிதைகளை மொழிபெயர்த்துத் தமிழுக்கு அறிமுகப்படுத்தினார் இந்திரன் என்பதை அறிவோம். 'புதிய தலைமுறையைச் சேர்ந்த நீக்ரோ கலைஞர்களான நாங்கள், எங்களது தனிப்பட்ட கறுப்புத்தோல் போர்த்திய பண்புகளை எவ்விதப் பயமோ, வெட்கமோ இன்றி வெளிப்படுத்த முனைகிறோம்' என்ற அறிவிப்புடன் 'அறைக்குள் வந்த

ஆப்பிரிக்க வானம்' (1982) எனும் கவிதைத்தொகுப்பு வெளியானது. இத்தொகுப்பிலுள்ள கவிதைகள் ஆதிக்க வர்க்கங்களுக்கு எதிரான ஒரு கலகத்தை ஏற்படுத்தும் குரலாகப் பதிவாகி இருந்தது. தமிழ்ச்சூழலில் ஒடுக்கப்பட்டவர்களிடையே ஒரு சலனத்தை இக்கவிதைகள் ஏற்படுத்தின.

தமிழிலும் ஆப்பிரிக்கக் கவிதைகள் போன்று ஆங்காங்கே பாடல்கள் பாடப்பட்டு வந்திருக்கின்றன. ஆனால், இப்பாடல்கள் அந்தந்தப் பகுதிகளில் வசிப்பவர்களுக்கு மட்டுமே தெரியும். அனைவரும் அறியும் வண்ணம் அப்பாடல்களைத் தொகுத்து வெளியிடும் முயற்சிகள் எண்பதுகளுக்கு முன்பு நடைபெற்றதாகத் தெரியவில்லை. தலித் இலக்கியம் பற்றிய புரிதலுக்குப் பிறகே இப்பாடல்களைத் தொகுத்து வெளியிட்டனர்.

'காலம் மாறிப் போச்சுதுங்க
ஆண்டமார்களே - ஒங்க
வாலக் கொஞ்சம் ஆட்டாதீங்க
ஆண்டமார்களே

பறையஞ்செருப்பு போட்டு வந்தா
பஞ்சாயத்து வைக்கிறீங்க - எங்க
பறச்சி கொஞ்சம் அழகாயிருந்தா
ஆண்டமார்களே - ஒங்க
பல்லக் கொஞ்சம் காட்டுறீங்க'

இது விருத்தாச்சலம் வட்டம், நாரையூர் கிராமத்தைச் சேர்ந்த தெருக்கூத்து வாத்தியார் வே. சடையமுத்து பாடுகிற பாட்டு *(தலித்தியம், பக்.102-103)*.

'பறப்பயலெல்லாம் கோயில் கட்டிப்புட்டா
அவமானம் நமக்குன்னார் - ஆமாம்
அவமானம் நமக்குன்னார் - என்று
கூறியே கிளம்பினார் நாயுடு வெறியர்கள்
சாமியைத் தடுப்பதற்கு - நம்ம
கோயிலைத் தடுப்பதற்கு

இந்து என்பார்கள் தமிழன் என்பார்கள்
எவரையுமே காணோம் - ஒதவிக்கு
எவனையுமே காணோம் - அந்தக்
கொலைக்காரப் பாவிங்க கொழுத்துத் திரியரான்
கோர்ட்டுக்கும் வரக் காணோம் - கேசு
சட்டம் நமக்கில்ல சர்க்காரு நமக்கில்ல
எவங் கொடுப்பான் நீதி - நமக்கு
எவங் கொடுப்பான் நீதி - நாமதான்
கணக்கு தீக்கணும் காரியம் முடிக்கணும்
துணியட்டும் நம் சாதி - சாவுக்கும்
துணியட்டும் நம் சாதி' (அக்கினீஸ்வரங்கள்)

இது ரவிக்குமார் எழுதிய 'குறிஞ்சாக்குளம் கொலைச் சிந்து' எனும் நாட்டுப்புற வடிவிலான பாடல். இப்பாடல் எண்பதுகளில் பாடப்பட்டிருக்க வேண்டும். 1983இல் கே.ஏ. குணசேகரன், இதுபோல் ஆதிக்கச் சாதியினருக்கு எதிரான பாடல்களை எல்லாம் தொகுத்து 'அக்கினீஸ்வரங்கள்' என்ற பெயரில் வெளியிட்டார். இத்தகைய பாடல்கள் பரவலாக்கப்பட்டபோது தலித் கவிதைகளின் வீரியம் இன்னும் தீவிரமடைந்தது.

எண்பதுகளில் அங்கொன்றும் இங்கொன்றுமாகத் தலித் படைப்புகள் வந்து கொண்டிருந்தன. தலித் இலக்கியம் குறித்த தீவிர வாசிப்பினூடாக ராஜ்கௌதமன், அ. மார்க்ஸ், ரவிக்குமார், கே.ஏ. குணசேகரன், கோ. கேசவன் ஆகியோர் தொடர்ந்து பேசியும் எழுதியும் வந்தனர். தலித் இலக்கியத்திற்கு விரிந்த பார்வை கிடையாது என்று எதிர் நிலையெடுத்து ஞானியும் சுந்தர ராமசாமியும் கருத்து கூறினர். 'தலித் இலக்கியத்தைத் தலித்துதான் படைக்க முடியும் என்கிறார்கள். தலித் இலக்கியத்தில் அழகியல் பார்க்க வேண்டியது இல்லை என்கிறார்கள். அறம், நேர்மை, தியாகம் முதலிய பண்புகளைப் பார்ப்பனியப் பண்புகள் எனக் கூறுகிறார்கள். தலித் இலக்கியத்திடம் குறை காண்பவர்களைச் சாடுகிறார்கள். தலித் அல்லாதவர்கள் எழுதியவை, எழுதுகிறவை தலித் இலக்கியமாக இருக்க முடியாது என்கிறார்கள்' (தலித்தியம், பக்.30) என்று கோவை ஞானி எழுதினார்.

இதுபோன்ற எதிர்க் கருத்தாடல்களே தலித் இலக்கியத்தை வளர்த்தெடுத்தன. ஞானியின் கருத்திற்கு எதிராக வே.மு. பொதியவெற்பனின் கருத்தை முன்வைக்கலாம்.

'தலித் இனத்திற்கான விடுதலையையும் ஆப்பிரிக்க ஒடுக்கப் பட்ட இனத்திற்கான விடுதலையையும் பற்றி வெவ்வேறு தளங்களில் ஒடுக்கப்பட்ட இனத்தாலே தங்களின் பூர்வாங்க இசை வடிவங்களோடு பாடல்கள் வெளிவரும்போது அவை இது வரையில் அறியப்பட்ட கவிதைகளுக்கான அனைத்து மரபு களையும் உடைத்து வெளிப்படுகின்றன. ஒதுங்குவதும் / ஒதுக்குவதும் பார்ப்பனியம் / அத்து மீறலும் / ஐக்கியப் படுதலும் / கலகம் புரிதலுமே / தலித்தியம்' (குதிரை வீரன் பயணம், இதழ்:4 பக்.7) என்று கூறுகிறார். இக்கருத்து, தலித் இலக்கியத்தின் நோக்கம், தன்மை, அழகியல், அரசியல், பண்பாடு போன்ற அனைத்தையும் உள்ளடக்கியதாக இருக்கிறது.

அபிமானி

அபிமானி, இயல்பில் புனைகதை ஆசிரியர். 'எதிராக' (2004) என்ற கவிதைத் தொகுப்பும் இவரது முக்கியப் படைப்பாகும். தன் நிலத்தின் வாழ்க்கையிலிருந்து ஒடுக்கப்பட்டவர்களுக்கான அழகியலைக் கவிதைகளாக எழுதியிருக்கிறார். கோட்பாடுகள்மீது நம்பிக்கையற்றவர். அதேநேரத்தில் ஆதிக்கச் சமூக வரலாற்றின்மீது தலித்துகளின் உண்மை வரலாற்றை நிறுவ வேண்டும் என்ற தன் முனைப்பு உடையவர். தலித்துகள்மீது நிகழ்த்தும் சாதிய வன்மத்துக்கும் பாலியல் வன்மத்துக்கும் எதிரானது அபிமானியின் கவிதைகள்.

'வார் அறுந்துபோன செருப்பின் கிழிசல்களை
ஒட்டுப்போடவும்
வளவளப்பும் மினுமினுப்பும் பளிச்சிட
பாலிஷ் போடவும்
நின்றமேனிக்கே நீட்டிய
வெங்கடசாமி நாயக்கனின்
ஆசையைப் பூர்த்தி செய்தார்
அயித்து மறந்துகூட
அவனின் தெருவுக்குள்
செருப்பணிந்து போக முடியாதிருந்த
சின்னசாமிப் பகடை' (பக்.5)

தலித்துகள்மீது வெவ்வேறு வடிவங்களில் ஆதிக்கச் சாதியினர் வன்மத்தை வீசுகின்றனர். அதிலொரு பிரச்னை குறித்து இக்கவிதை பேசியிருக்கிறது. தாழ்த்தப்பட்ட சாதியில் பிறந்த ஒருவரை,

இப்படித்தான் நடந்துகொள்ள வேண்டும் என்று உயர்சாதியில் பிறந்த மற்றொருவர் எப்படிக் கூற முடியும்; அதற்கான அதிகாரம் அவருக்கு எங்கிருந்து கிடைத்தது? இதுதான் தலித் இலக்கியங்கள் முன்வைக்கும் முக்கியமான கேள்வி. அபிமானியின் கவிதைகளும் இக்கேள்வியை எழுப்புகின்றன. 'பூனைகளின் உலகம்' இவரது மற்றொரு கவிதைத் தொகுப்பாகும்.

அழகிய பெரியவன்

இயற்பெயர் அரவிந்தன். இவர், புனைகதையாளராகவே அறியப்படுபவர். பள்ளி ஆசிரியராகப் பணியாற்றுகிறார். 'நீ நிகழ்ந்தபோது', 'அரூப நஞ்சு', 'ஞாபகவிலங்கு', 'உனக்கும் எனக்குமான சொல்' ஆகிய கவிதைத் தொகுப்புகளும் வெளிவந்துள்ளன. ஒடுக்கப்பட்ட மக்களின் துயரங்களையும் அவமானங்களையும் இவர் வெவ்வேறு இலக்கிய வகைமைகளில் எழுதி வருகிறார். அதற்குக் கவிதை என்ற வடிவத்தையும் பயன்படுத்திக் கொண்டிருக்கிறார். தொடக்கக் காலக் கவிதைகள் பொது அழகியலுக்கே முக்கியத்துவம் கொடுத்தன. அடுத்தடுத்த நகர்வில் ஒடுக்கப்பட்டவர்களுக்கான குரலாகச் சத்தமாகச் ஒலித்தன. இவரது கேள்விகள் அதிகாரத்தின் வடிவங்களை நோக்கியதாகவே இருக்கின்றன. அதிகாரத்தின் குரூரமும் சாதியின் கோர முகங்களும் இவர் கவிதைகளுக்குக் கச்சாப் பொருள்களாகின்றன.

அன்பாதவன்

இயற்பெயர் அன்புசிவம். தலித் கவிதைகள் என்ற சுய அடையாளம் 'நெருப்பில் காய்ச்சிய பறை' (2003) தொகுப்பிற்கு முழுதும் பொருந்தும். இது இவரது இரண்டாவது கவிதைத் தொகுப்பு. இத்தொகுப்பிற்கு இந்திரன் நீண்ட முன்னுரை எழுதியிருக்கிறார். தொகுப்பு முழுக்க ஒடுக்கப்பட்டவர்களின் குரல் ஆதிக்கச் சாதியினருக்கெதிராக ஒலிக்கிறது. அரசியலில் எவ்வளவு பெரிய ஆளாக இருந்தாலும் ஊர்த்தேரைச் சேரிக்குள் வரவைக்க முடியவில்லையே என்ற ஆதங்கம் 'தேர்' என்ற கவிதையினூடாக வெளிப்படுகிறது. கறுப்பு நிறம் குறித்துப் பல கவிதைகள் பேசுகின்றன. 'மாட்டுக்கறி' குறித்த கவிதை பேச்சு நடையில் சிறப்பாக அமைந்துள்ளது. வாசிப்பவர்களின் நெஞ்சில் பெரும் அதிர்வுகளை ஏற்படுத்தும் பல கவிதைகள் இத்தொகுப்பில் இடம் பெற்றுள்ளன.

'தெருக்கூட்டும் படல்கள்
துடைப்பங்கள்
மலவாளிகளை, பிணமடிக்கும் கழிகளை
ஆயுதமாக ஏந்துகிறோம்.
எம்மை நிராகரித்து
நிறுவப்பட்ட
எல்லாவற்றிற்கும் எதிராக' (ப.95)

கவிச்சி, காக்கைகளின் காலம், யோசி நீ கறுப்பா, பெயர், பீடங்களின் நாடகம் போன்ற கவிதைகள் யதார்த்தமாக எழுதப்பட்டுள்ளன. நல்ல கவிதைமொழி அன்பாதவனுக்கு வாய்த்திருக்கிறது. இவரது ஊர், மக்கள், தெருக்கள் கவிதைகளில் முழுமையாகப் பதிவு செய்யப்பட்டுள்ளன. இவர் கவிதைகளில் தலித்துகளின் குரல் அதிகாரத்தோடு வெளிப்படுகின்றது. ஒடுக்கப்பட்ட மக்களின் நியாயமான கோபமும் கோரிக்கையும் இத்தொகுப்பில் கவிதைகளாகக் கிடக்கின்றன. முதல் கவிதைத் தொகுப்பு, 'செம்பழுப்பாய்ச் சூரியன்' (2000). 'தனிமை கவிந்த அறை' (2006), 'மாயவரம்' (2006), 'கைப்பேசிக் கடவுளின் கோட்டோவியங்கள்' (2007), 'உயிர்மழை பொழிய வா!' (2017), 'அப்ராவின் உப்பு நீர்' (2018), 'ஹைபுன் பறவைகளின் சிம்பொனி' (2020) ஆகிய கவிதைத் தொகுப்புகளை வெளியிட்டுள்ளார். சிறுகதை, கட்டுரைகள், நாடகம் எனத் தொடர்ந்து எழுதி வருகிறார்.

ஆதவன் தீட்சண்யா

'புதுவிசை' என்ற சிறுபத்திரிகையை நடத்தியவர் ஆதவன் தீட்சண்யா. 'புறத்திருந்து' (1996) இவரது முதல் கவிதைத் தொகுப்பாகும். தொடர்ந்து, 'பூஜ்ஜியத்திலிருந்து துவங்கும் ஆட்டம்' (2003), 'தந்துகி' (2006), 'ஆதவன் தீட்சண்யா கவிதைகள்' (2011), 'மிச்சமிருக்கும் ஒன்பது விரல்கள்' (2016) ஆகிய கவிதைத் தொகுப்புகள் வெளிவந்துள்ளன. இவர் கவிதைகள், சாதியின் காரணமாகத் தலித்துகள் எதிர்கொள்ளும் பிரச்னைகளைச் சிரத்தையுடன் வெளிப்படுத்துகின்றன. பல கவிதைகள் எள்ளல் தன்மையுடன் எழுதப்பட்டுள்ளன. இதுதான் ஆதவன் தீட்சண்யாவின் தனிச்சிறப்பும்கூட. தலித் பிரச்னைகளுடன் பெண்கள் எதிர் கொள்ளும் ஒடுக்குதல்களையும் உள்ளடக்கி 'பூஜ்ஜியத்திலிருந்து துவங்கும் ஆட்டம்' தொகுப்பிலுள்ள கவிதைகள் பேசுகின்றன. நிறைய தொன்மக் கதைகளைக் கவிதைகளில்

குறியீடுகளாக்கியுள்ளார். மழையை அழகியலாகப் பார்க்கும் கவிஞர்களின் மத்தியில், மழை தலித்துகளின் வாழ்வில் எவ்வளவு நெருக்கடிகளை ஏற்படுத்துகிறது என்பதைக் கவிதையாக்கியிருக்கிறார்.

'தங்கறதுக்கு ஊடும் திங்கறதுக்கு சோறுமிருந்துட்டா
சவுரியத்துக்கு எழுதுவியாடா மயிரானே
ஒண்ணு தெரிஞ்சுக்கோ
மழை ஜன்னலுக்கு வெளியதான் எப்பவும் பெய்யுது உனக்கு
எங்களுக்கு எங்க பொழப்பு மேலயே' (ப.29)

இராமாயணத்தைக் கலைத்துப் போடுகிறது ஒரு கவிதை (ப.43). இந்தியாவுக்குக் கீழே இலங்கை தொங்கிக் கொண்டிருப்பதுபோல் ஊர்க்கோடியில் ஒதுங்கிக் கிடக்கிறது நம்முடைய சுடுகாடென்கிறார். சோதனை முயற்சிக் கவிதைகளும் இத்தொகுப்பில் அடங்கும். 'காமதேனு', 'கடவுளும் கந்தசாமிப் பறையன் உள்ளிட்ட வகையறாக்களும்' என்ற இரண்டு கவிதைகளும் தலித் சிந்தனையை முன்வைக்கும் சிறந்த கவிதைகள். 'காலங்காலமாக எங்களை அடக்கி நீங்கள் ஆடிய ஆட்டம் இத்துடன் முடிவுக்கு வருகிறது. இனி எங்களின் ஆட்டம். பூஜ்ஜியத்திலிருந்து தொடங்குவோம் புது ஆட்டத்தை' என்கிறார்.

விழி.பா. இதயவேந்தன்

புரட்சிப் பண்பாட்டு இயக்கத்தைத் தொடங்கி, ஒடுக்கப்பட்ட மக்களுக்காகச் செயல்பட்டவர் விழி.பா. இதயவேந்தன். விழுப்புரம் 'நெம்புகோல்' இயக்கத்திலும் தீவிரமாகத் தன்னை உட்படுத்திக் கொண்டவர். சிறுகதை ஆசிரியராக எல்லோராலும் அறியப்பட்டவர் விழி.பா. இதயவேந்தன். இவரைக் கவிஞராக அறிமுகப்படுத்துகிறது 'கனவுகள் விரியும்' (2002) என்ற கவிதைத் தொகுப்பு. கவிஞர் பழமலய் முன்னுரை வழங்கியுள்ளார். சேரிகளின் வடிவம், சேரியில் வசிக்கும் மக்களின் வறுமை நிலை, மலம் அள்ளுபவர்கள்மீது ஈரமில்லாமல் நடந்துகொள்ளும் அதிகாரிகளின் திமிர், தலித் மக்களின் அடையாளங்களைச் சிறுகச்சிறுக அழித்துக் கொண்டேவரும் ஆதிக்கச் சாதிகளின் நரித்தனம் என்று இவர் கவிதைகளின் உள்ளடக்கம் விரிகிறது. இத்தொகுப்பிலுள்ள 'அழகு' என்ற கவிதை, தலித் அழகியலை எடுத்துக்காட்டும் கவிதையாகும்.

'சேற்றிலும் துர்நாற்றத்திலும் ஊறிப்போன
அம்மா நெட்டி முறித்து
அழகு பார்ப்பாள் என்னை
திரும்பத் திரும்ப' (ப. 27)

சிறுகதைக்கான மொழி விழி.பா. இதயவேந்தனிடம் அமைந்ததுபோன்று கவிதைமொழி வசப்படவில்லை என்றே கூறவேண்டும். தளர்ச்சியான கவிதைகள் தொகுப்பில் அதிக அளவில் இடம்பெற்றுள்ளன. தலித் வாழ்க்கை குறித்த பதிவுகளே அதிகம். 'எவரும் அறியாத நாம்' *(2004)*, 'இனி வரும் காலம்' *(2010)* ஆகிய கவிதைத் தொகுப்புகளும் வெளியாகியுள்ளன. சிறுகதைகளும் கட்டுரைகளும் எழுதி வருகிறார்.

இந்திரன்

இளம் கவிஞர்கள் பலருக்கு வழிகாட்டியாக இருக்கும் மூத்தகவி இந்திரன். மொழிபெயர்ப்புகளின் மூலமாகத் தலித் இலக்கியத்திற்கு இவர் செய்த பணிகள் முக்கியமானவை. ஆப்பிரிக்கக் கறுப்பினக் கவிதைகள், இந்திய தலித் கவிதைகள், ஆதிவாசிக் கவிதைகள் ஆகியன இவர் மொழிபெயர்த்தவைகளில் குறிப்பிடத்தக்கவை. ஆனால் தலித் உணர்வை வெளிப்படுத்தக் கூடிய கவிதைகளை இந்திரன் அதிகம் எழுதவில்லை. இவரது கவிதைகள் பொதுத்தளத்தில் வைத்தே மதிப்பிடத் தகுந்தவை. பல்வேறு பரிசோதனை முயற்சிகளைக் கவிதைகளில் இவர் செய்து பார்த்துள்ளார்.

'பொய் சொல்லும் பாடப் புத்தகங்களில்
புழுக்கள் ஜபித்தன

தீண்டாமை ஒரு பாவச் செயல்
தீண்டாமை பெருங்குற்றம்
தீண்டாமை மனிதத்தன்மையற்ற செயல்

புழுத்து நாறும் பறையனின் பிணம்
பள்ளிக் கூடத்தில்.

மருத்துவமனைகளின் பிணங்கிடங்குகளிலோ
பிணங்கள்
சாதிகளற்று.

அறுத்துப் பார்க்கையில்
எல்லாச் சாதியின்
மலக்குடலுக்கும் ஒரே நாற்றம்.

....
பறைப் பிணம் பயணம் போக
பாதை தனியென
அறிவிக்கும் அரசு
ஓட்டுப் பெட்டி முன்
தீண்டாமை பேசிடத் துணியுமோ'

(பிணத்தை எரித்தே வெளிச்சம், பக்.119)

இந்தக் கவிதையின் மூலமாகத் தலித் அரசியல் பொது அரசியலைப் பகடி செய்திருக்கிறது. தொடக்க காலத் தலித் கவிதைகள் உள்ளடக்கத்திற்கே முக்கியத்துவம் கொடுத்தன. பிரச்சாரத் தொனியும் வெளிப்படையான முழக்கங்களும் தலித் கவிதைகளின் ஆரம்பக்கால முகமாக இருந்தது. இதனை ஒடுக்கப்பட்டோர் கவிதைகளின் அரசியலாகவும் முன்னெடுத்தனர். நாளடைவில் தலித் கவிதைகளிலும் அதிக அளவில் குறியீடுகளைப் பயன்படுத்தத் தொடங்கினர். இதில் இந்திரன் கவிதைகள் ஆரம்பக் காலக் கவிதைகளுக்கான தன்மைகளுடன் இருப்பதை அறியலாம். 'திருவடி மலர்கள்' (1982), 'அந்நியன்' (1991), 'முப்பட்டை நகரம்' (1994), 'சாம்பல் வார்த்தைகள்' (1982), 'மின் துகள் பரப்பு' (2003), 'மிக அருகில் கடல்' (2014) ஆகிய கவிதைத் தொகுப்புகளை இந்திரன் வெளியிட்டுள்ளார்.

கு. உமாதேவி

கவிஞரும் திரைப்படப் பாடலாசிரியருமான கு. உமாதேவி, 'திசைகளைப் பருகியவள்' (2006) என்ற கவிதைத் தொகுப்பினூடாகக் கவனம் ஈர்த்தவர். படிமங்களையும் குறியீடுகளையும் சரளமாகக் கவிதைகளில் பயன்படுத்துபவர். பெண்ணியம், தலித்தியம் என இரு பார்வைகளையும் இவர் கவிதைகள் கொண்டிருக்கின்றன. பெண்களின் நுண்ணுணர்வு சார்ந்த கவிதைகளும் தொகுப்பில் கவனம் பெறுகின்றன. தொன்மங்களை மறுவாசிப்புக்கு உட்படுத்தி, புதிய சாளரத்தைக் கண்டடைகிறார். ஏற்கெனவே பலர் எழுதிய கீழ்வெண்மணி, ஏகலைவன் உள்ளிட்ட தொன்மங்கள் கு.உமாதேவியின் மொழியில் நவீனத் தன்மையை அடைகின்றன.

'..................... ....
கொடுவாளாகிய அரசதிகாரந்தன்
பலங்கொண்டு மன்றாடியதில்
விசிறி எறிந்தான்
கட்டை விரலுக்கும் கற்றுக்கொண்ட வித்தைக்கும்
சம்பந்தமில்லையென
நாய்க்குப் போல் தன்னுறுப்பை' (பக்.16)

இது ஏகலைவன் குறித்த கவிதையின் இறுதிப் பகுதியாகும். துரோணரின் இன்னொரு முகம் இக்கவிதையில் வெளிப்படுகிறது. ஏகலைவன், எலும்புத் துண்டைப்போல் தன் கட்டைவிரலைத் துரோணருக்குப் போடுவதாக எழுதியுள்ளார். தம் காலடியில் நடந்துகொண்டிருக்கும் தலித்துகள் மீதான வன்முறைக்கு எதிராக உடன் நிற்காமல், உலகில் எங்கோ ஒரு மூலையில் நடந்து கொண்டிருக்கும் அரச வன்முறைக்கு எதிராகக் குரல் கொடுத்துக் கொண்டிருக்கும் கம்யூனிஸ்ட்டுகளின் போக்கையும் ஒரு கவிதையில் விமர்சனத்துக்கு உட்படுத்துகிறார். செவ்வியல் தன்மையுடைய மொழிதான் கு. உமாதேவியின் பலம்.

தய். கந்தசாமி

'தனி இருட்டு' (2000) என்ற கவிதைத் தொகுப்பின் மூலமாக அறியப்பட்டவர் தய். கந்தசாமி. தலித் சிந்தனைகள் உள்ளடங்கிய தொகுப்பு. யாருடனும் ஒப்பிட்டுக் கூறமுடியாத தனித்த மொழி, தய். கந்தசாமியின் கவிதைமொழி. இவரது கவிதைகளிலும் தலித்துகள்மீது இதுவரை நிகழ்த்தப்பட்டுள்ள வன்முறைகள் பதிவு செய்யப்பட்டுள்ளன. தலித்துகள் மதம் மாறக் கூடாது என்பதை வலியுறுத்தி, பார்ப்பனச் சாமிகள் சேரிக்குள் வந்து ஆசி வழங்குவதை வன்மையாகக் கண்டித்திருக்கிறார். ஆதிக்கத்தை மீறும் பண்பு இவரது கவிதைகளில் அதிகம். தலித்துகள் எவ்வாறெல்லாம் ஒடுக்கப்படுகிறார்கள் என்பதையும் படைப்பூக்கத்துடன் பதிவு செய்திருக்கிறார்.

'சீதனமாய் உருப்படியான
ஒன்றுமில்லை என்னிடம்
எனது மூதாதையரினதும்
பச்சை ரத்தம் காயாத
பண்பாடுகள் மற்றும்

துருப்பிடித்து உளுத்த
சில மரபுகள் தவிர...' (ப.36)

ஆதிக்கச் சாதியினரை எதிர்க்காத சேரிகளைச் செருப்பால் அடிக்க வேண்டும் என்கிறது ஒரு கவிதை. தாமிரபரணி, திண்ணியம், வெண்மணி, பாப்பாப்பட்டி போன்ற இடங்களில் நடந்த தலித்துகள் மீதான கொடுமைகள், ஆதிக்கச் சாதியினரின் வெறித்தனம் ஆகியவை கவிதைகளாகியிருக்கின்றன. அகலிகை, ஏகலைவன் மீது கட்டப்பட்ட தொன்மக்கதைகளும் இத்தொகுப்பிற்குள் அடக்கம். அப்பாவின் நினைவுகள் குறித்தமைந்த கவிதையில் தலித் சிந்தனையானது கூடுதலாகப் பதிவாகியிருக்கிறது.

நட. சிவக்குமார்

கன்னியாகுமரி மாவட்டத்தைச் சேர்ந்த கவிஞர் நட. சிவக்குமார். மிகை யதார்த்தத் தன்மைகளைக் கவிதைகளில் பயன்படுத்தி வருபவர். தொன்மங்கள், நாட்டார் கலைகள், நாட்டார் மருத்துவம், நாட்டார் சிறுதெய்வங்கள், நாட்டார் பண்பாடு ஆகியன இவரது கவிதைகளில் அதிகமாக இடம் பெற்றுள்ளன. என்.டி. ராஜ்குமாரின் தொடர்ச்சியாக இவரது கவிதைகள் அமைந்துள்ளன. 'உவர்மண்' (1997), 'வெட்டி முறிப்புக்களம்' (2007), 'தம்புராட்டியின் பரியங்கம்' (2017) ஆகியன நட. சிவக்குமாரின் கவிதைத் தொகுப்புகள்.

'சுடுகாட்டு சுடலையைக் கையில் வைத்தும்
பாட்டன்மார்கள் செய்த யுத்தத்தால் தான்
என் கோவணமாவது மிஞ்சி இருக்கிறது...'
(வெட்டி முறிப்புக்களம்)

வண்ணார் சமூகத்தின் பிரச்னைகளுக்கு இவர் கவிதைகள் கவனம் கொடுத்துள்ளன. தம் கவிதைகளை ஆதிக்கச் சாதியினருக்கு எதிரான ஆயுதமாகப் பயன்படுத்திக் கொள்கிறார். புராதன சொற்குறியீடுகளை அதிகமும் பயன்படுத்தியிருக்கிறார். மாந்திரீகத்தையும் தொன்மத்தையும் தம் கவிதைகளின் இருப்பாகக் கருதுபவர். மரபான கவிதைகளுக்கு எதிரானவை நட. சிவக்குமாரின் கவிதைகள்.

சுகிர்தராணி

பெண் கவிஞர்களின் முக்கியமானவர் சுகிர்தராணி. தலித்தியம், பெண்ணியம் ஆகிய இரு தளங்களிலும் இவரது கவிதைகள் இயங்குகின்றன. ஒடுக்கப்பட்டோர் கவிதைகளைச் செவ்வியல் தன்மைக்கு நகர்த்தியதில் இவருக்குப் பெரும் பங்குண்டு. இளமைகாலச் சாதிய ஒடுக்குமுறைகளை வெவ்வேறு தருணங்களில் கவிதைகளாக எழுதி வருகிறார். தலித்துகளை வீழ்த்தும் வசைச் சொல்லாகப் 'பறையர்' என்ற சொல்லை ஆதிக்கச் சாதியினர் பயன்படுத்துகின்றனர். சுகிர்தராணி அச்சொல்லையே ஆதிக்கச் சாதியினரைச் சீண்டும் சொல்லாகத் தன் கவிதையில் பயன்படுத்துகிறார்.

'செத்துப்போன மாட்டைத்
தோலுரிக்கும்போது
காகம் விரட்டுவேன்
வெகுநேரம் நின்று வாங்கிய
ஊர்ச்சோற்றைத் தின்றுவிட்டு
சுடுசோறெனச் பெருமைபேசுவேன்
தப்பட்டை மாட்டிய அப்பா
தெருவில் எதிர்ப்படும்போது
முகம் மறைத்துக் கடந்துவிடுவேன்
அப்பாவின் தொழிலும் ஆண்டு வருமானமும்
சொல்ல முடியாமல்
வாத்தியாரிடம் அடிவாங்குவேன்
தோழிகளற்ற
பின்வரிசையி லமர்ந்து
தெரியாமல் அழுவேன்
இப்போது
யாரேனும் கேட்க நேர்ந்தால்
பளிச்சென்று சொல்லி விடுவேன்
'பறச்சி' என்று' (இரவு மிருகம், பக்.32)

தன் சாதியின் நிலைப்பாடுகள் குறித்தும் அதில் தன்னுடைய பங்களிப்பு என்ன என்பது குறித்தும் சுகிர்தராணி மறைவின்றி வெளிப்படுத்தியிருக்கிறார். தன் சாதியையும் தொழிலையும் மறைத்து இனி ஒடுக்கப்பட்டவர் எவரும் மனத்திற்குள் குமையும்

அவசியமிருக்காது. 'பறையடிப்பதும் செத்த மாட்டை அறுப்பதும் என்னுடைய தொழில்; நான் விரும்பி ஏற்றுக்கொண்டது; இதில் என்ன கேவலமிருக்கிறது' என்ற மனநிலை அனைவருக்குள்ளும் இப்பொழுது உருவாகியிருக்கிறது என்பதையே இக்கவிதை தெளிவாக்கியிருக்கிறது. சுகிர்தராணி பெண்ணுடலின் விடுதலை பற்றியும் தொடர்ச்சியாக எழுதி வருகிறார். 'கைப்பற்றி என் கனவு கேள்' (2002), 'இரவு மிருகம்' (2004), 'அவளை மொழிபெயர்த்தல்' (2006), 'தீண்டப்படாத முத்தம்' (2010) 'காமத்திப்பூ' (2012), 'இப்படிக்கு ஏவாள்' (2016), 'நீர்வளர் ஆம்பல்' (2022) ஆகிய கவிதைத் தொகுப்புகள் வெளிவந்துள்ளன. இவரது முதல் ஆறு கவிதைத்தொகுப்புகளும் 'சுகிர்தராணி கவிதைகள்' (2022) என்ற பெயரில் தொகுக்கப்பட்டுள்ளன.

சோலைமாயவன்

விழுப்புரம் மாவட்டத்தைச் சார்ந்தவர். இயற்பெயர் து. மூர்த்தி. பள்ளி ஆசிரியராகப் பணிபுரிகிறார். எளிமையும் ஆழமும் நிரம்பியவை இவரது கவிதைகள். அதிகாரத்தின் மையங்களை நோக்கிய கேள்விகள்தாம் சோலைமாயவன் கவிதைகள். ஒடுக்கப் பட்டவர்கள் பக்கம் நின்று அவர்களுக்கான நியாயத்தை வெளிப்படை யாகப் பேசும் பல கவிதைகளை இவர் எழுதியிருக்கிறார். இயற்கை குறித்த ஆழமான அறிவும் அக்கறையும் கொண்டவர். 'வனத்தில் மிதக்கும் இசை' (2014), 'விரல்களில் வழியும் குரலற்றவனின் செங்குருதி' (2017), 'மென்னிலைப் பசப்பின் பசலை' (2019), 'வெயில் மேயும் நீர்ப்புலி' (2022) ஆகிய கவிதைத் தொகுப்புகள் வெளிவந்துள்ளன. 'அடையாள அட்டைகளையெல்லாம் / ஆற்றில் வீசியெறிந்தவனுக்கு / சிறகுகள் / முளைக்கத் தொடங்கின' என்ற கவிதை தேசிய அரசியலை எளிமையாகச் சொல்கிறது.

தலையாரி

'தலித் கவிதைகள் தொகுப்பு' என்ற முகவரியுடன் தலையாரி எழுதிய 'எங்கே எனது முகம்?' என்ற மற்றுமொரு கவிதைத் தொகுப்பு 1996இல் வெளிவந்தது. விடுதலைச் சிறுத்தைகள் அமைப்பாளர் தொல். திருமாவளவன் இதற்கு முன்னுரை வழங்கியிருக்கிறார். கவிஞரும் விடுதலைச் சிறுத்தைகள் அமைப்பைச் சேர்ந்தவர். அனைத்துக் கவிதைகளும் கவியரங்கக் கவிதைகளின் தன்மையில் அமைந்துள்ளன. முழுக்க முழுக்க தலித்துகளின் விடுதலையை முன்னிறுத்தி மட்டுமே எழுதப்பட்ட

கவிதைகள். தலித்துகளின் குடிசைகள், சேரிகளின் தன்மை, விடுதலைச் சிறுத்தைகளின் சிறப்புகள், சாதி எதிர்ப்பு, இட ஒதுக்கீடு, அடையாளத் தேடல், அம்பேத்கர், ஆதிக்கத்தை எதிர்த்தல் போன்ற பல்வேறு பரிமாணங்களில் கவிதைகள் எழுதப்பட்டுள்ளன. தலித்துகளுக்குக் குரல் கொடுப்பதாக நடிப்பவர்கள் குறித்தும் கவிதை எழுதப்பட்டுள்ளன.

'இப்போது நாங்கள் அறிவிக்கின்றோம்
சாதி ஒழிப்பு இந்துமத அழிப்புப் பேசாத
எந்த இலக்கியமும் தலித் இலக்கியமல்ல' (ப. 51)

தலையாரியின் கவிதைகளில் கவிதைத் தன்மை மிகக்குறைவு. நிறைய கவிதைகள் மேடைகளில் வாசிக்கப்பட்டிருப்பதால் வெறும் முழக்கங்களாகவே இருக்கின்றன. ஒரே தன்மையுடைய கவிதைகள் அதிகமுள்ளன. கவிதைகள் அனைத்திலும் ஓர் அமைதியின்மை காணப்படுகிறது. கவிதைகளின் வடிவம், பாடல்கள் போன்றுள்ளன. போராட்டக் குணம் கவிதைகளின் மையமாக இருக்கிறது. கவிதைகள் உரைநடையை மடக்கிப் போட்டதுபோன்ற தோற்றத்தைத் தருகின்றன. நவீனக் கவிதைகள் இன்று உரைநடையைப் போன்று எழுதப்படுகின்றன. ஆனால் மொழி கூர்மையாக இருப்பதால் அது ஒரு வடிவமாகத் தமிழில் நிலைபெற்றுள்ளது. 'எங்கே எனது முகம்?' தலித் கவிதைகளின் தொடக்கநிலை. எனவே அதற்குரிய பலவீனங்களுடன் இதனை அணுகவேண்டியிருக்கிறது.

பச்சோந்தி

'பீஃப் கவிதைகள்' *(2019)* என்ற தொகுப்பினூடாகக் கவனம் பெற்றவர் பச்சோந்தி. திண்டுக்கல் மாவட்டத்தைச் சேர்ந்தவர். இயற்பெயர் இரா.ச. கணேசன். பண்ணையடிமையாக இருந்த குடும்பப் பின்னணியில் இருந்து எழுத வந்தவர். ஒடுக்கப்பட்ட மக்களின் வாழ்க்கையை யதார்த்தத்துடன் எழுதும் கவிதைகள் இவருடையவை. இவரது முதல் தொகுப்பு, 'வேர்முளைத்த உலக்கை' *(2015)*. 'கூடுகளில் தொங்கும் அங்காடி' *(2016)*, 'அம்பட்டன் கலயம்' *(2018)*, 'கபால நகரம்' *(2023)* ஆகிய கவிதைத் தொகுப்புகளும் வெளிவந்துள்ளன. இந்திய அளவில் பேசுபொருளான மாட்டிறைச்சி குறித்த பச்சோந்தியின் அரசியல் கவிதைகள் இவருக்குக் கவிதையுலகில் ஓர் அடையாளத்தை ஏற்படுத்திக் கொடுத்தன.

> நாமமிட்ட பச்சை நிற மாலை அணிந்தவன்
> இரண்டு தோள்களிலும் இரண்டு மாட்டுத்தொடைகளைச்
> சுமந்துவந்து
> மீன்பாடி வண்டியில் எறிந்தான்
> அதன் அதிர்வில் மாநகரமே அதிர்ந்தது
> மறுநாள் காலை
> என் வீட்டு வாசலில்
> பிள்ளைக்கறிக்கு மண்டையோட்டை ஏந்தி நின்றான்
> ஈசன் (பீஃப் கவிதைகள், பக். 82)

அதிர்ச்சி மதிப்பீடுகளைக் கடந்து ஒடுக்கப்பட்டவர்களின் உணவுமீது அதிகாரத்தைச் செலுத்தும் அரசின் வன்மத்துக்கு எதிரானதாகவே இக்கவிதையைப் புரிந்துகொள்ள வேண்டும். இந்து மதம் சார்ந்த தொன்மம் இந்தக் கவிதையில் வெளிப்படுகிறது. பீஃப் கவிதைகள் தொகுப்பு முழுவதுமே மாடுதான் கவிதைகளின் உள்ளடக்கம். மாடு எனும் உயிரினத்தின் மீது இச்சமூகம் கட்டியுள்ள வெவ்வேறு மதிப்பீடுகள் குறித்தும் கவிதைகள் எழுதப்பட்டுள்ளன. பச்சோந்தி வளர்ந்துவரும் கவிஞர்களில் முக்கியமானவராகக் கருதப்படுகிறார்.

பாரதி வசந்தன்

உண்மையும் கலகமும் நிறைந்தவை பாரதி வசந்தனின் கவிதைகள். 'தலை நிமிர்வு' (2010) இவரது கவிதைத் தொகுப்பாகும். தமிழ், தமிழர், சாதி என அனைத்தையும் பற்றி எழுதியிருக்கிறார். 'தனது முப்பது ஆண்டுகாலக் கவிதை வாழ்வின் வெள்ளை அறிக்கை' என்ற அறிவிப்புடன் இத்தொகுப்பை வெளியிட்டுள்ளார். எளிமையும் பிரச்சாரமும் கலந்த கவிதைகள். ஏற்கெனவே அனைவருக்கும் தெரிந்த விடயங்களுக்குப் புதிய பொருளைக் கூறுவதாக இவரது கவிதைகள் உள்ளன. அம்பேத்கர், பெரியார் கொள்கைகளைப் பிரச்சாரம் செய்யக்கூடிய கவிதைகளும் தொகுப்பில் உள்ளன. தனக்கு எவையெல்லாம் தவறெனப் படுகிறதோ அதனை அப்படியே எழுதி விடுகிறார். கவித்துவம், மொழி பற்றியெல்லாம் பாரதி வசந்தன் கவலைப்படுவதில்லை.

> கற்பி என்றது
> அந்தக் கறுப்புச் சூரியன்
> என்றைக்காவது நீ

சேரிக்குக் கற்பித்தது உண்டா..?
சேரியிடம் இருந்தாவது
கற்றதுண்டா..?

இதுதான் பாரதி வசந்தனின் கவிதைப் பாணி. தலித்தியம், தமிழியம் என கலவையாக எழுதியிருக்கிறார். இன்றைய தமிழர்களின் இழிநிலை குறித்தும் பல கவிதைகள் பேசுகின்றன. பிற மொழியினருடன் தமிழரை ஒப்பிட்டும் எழுதியிருக்கிறார். சாதியால் வேறுபட்டு நிற்கும் நாம் அனைவரும் மொழியால் ஒன்றிணைய வேண்டும் என்பதுதான் அவரது வேண்டுகோளாக இருக்கிறது. தலித்துகளின் முன்னேற்றத்துக்காகத் தொடங்கிய கட்சிகளைத் தம் கவிதைகளினூடாக விமர்சனமும் செய்திருக்கிறார். 'ஆகாயத் தாமரை' இவரது மற்றொரு கவிதைத் தொகுப்பாகும்.

மதியழகன் சுப்பையா

திருநெல்வேலியைச் சார்ந்தவர் மதியழகன் சுப்பையா. மும்பையில் வசிப்பவர். அன்றாடத்தின் ஒரு பகுதியாக நடைபெறும் சாதிய இழிவுகளை மென்மையாக எழுதி வருபவர். அதேநேரத்தில் இவர் கவிதைகள் அனைத்துமே ஒடுக்கப் பட்டவர்களின் பிரச்னைகளைப் பேசுபவை அல்ல. இவரது முதல் கவிதைத் தொகுப்பு 'மல்லிகைக்காடு' (2005). 'புள்ளிகளால் நிறையும் கோடு' (2007) என்ற கவிதைத் தொகுப்பும் வெளியாகியுள்ளது. எளிமையும் நேரடித்தன்மையும் மதியழகன் சுப்பையா கவிதைகளின் சிறப்புகளாகும். மராட்டி இலக்கியத்தைத் தமிழில் மொழிபெயர்க்கும் பணியையும் செய்து வருகிறார்.

மாடு மேய்ப்பவன்
வணங்கத்தக்கவன்
ஆடு மேய்ப்பவன்
ஆளும் வர்க்கம்
பன்றி மேய்ப்பவன்
படு கீழ்சாதி
மேயும் இனம்கொண்டு
மேய்ப்பவன் இனம்
குறித்தவன் எவன்? ஏன்?

(புள்ளிகளால் நிறையும் கோடு, பக்.8)

ம.மதிவண்ணன்

உயர் சாதியினரின் மேட்டிமைத்தனங்களைக் கேள்வி கேட்கும் கவிதைகள் நிறைந்த தொகுப்பு ம.மதிவண்ணன் எழுதிய 'நெரிந்து...' (2000). பெருமாள்முருகன் முன்னுரை எழுதியிருக்கிறார். தலித் மக்களின் நசிந்துபோன வாழ்வினைக் கவிதைகளாக மாற்றியிருக்கிறார். குறிப்பாகச் சக்கிலியரின் வாழ்க்கையை மீட்டெடுக்கும் முயற்சியில் இறங்கியிருக்கின்றன மதிவண்ணனின் கவிதைகள். இவரது கவிதைகளில் குறியீட்டுத் தன்மை மேலோங்கிக் காணப்படுகிறது. இடக்கரடக்கல் சொற்களை இவர் சாதாரணமாகப் பயன்படுத்துகிறார். தலித் அரசியலின் ஒரு பகுதியாக அச்சொற்கள் இவர் கவிதைகளில் பங்காற்றியிருக்கின்றன.

'குண்டியில் போகிற குசுவுக்குக் கொடுக்கும்
மரியாதை கொடுத்து
சபையில் எங்கள் சாதிக்கென்று
அவர்கள் தெரிந்தெடுத்து நியமித்த
அலங்காரக் கல் இது' (ப.31)

பொதுவாக, நடுத்தரவர்க்க வாழ்விற்கு இடம் பெயர்ந்துவிட்ட மனிதர்கள், தமக்குப் பழைமை என்ற ஒன்றே கிடையாது போலவும் அதன் தாக்கம் எதுவுமே இப்போது இல்லை என்பதாகவும் பாசாங்குகள் செய்வது இயல்பு. இந்தப் பாசாங்குகளை உடைத்து வெளிப்படையாகப் பேசுபவை மதிவண்ணன் கவிதைகள் என்கிறார் பெருமாள்முருகன். தலித்துகளின் வாழ்க்கையோடு தொடர்புடைய பன்றிக்குட்டி, உறுமி, பீவாளி போன்றவை இக்கவிதைகளில் குறியீடுகளாகப் பயன்படுத்தப்பட்டுள்ளன. தலித்துகளின்மீது ஆதிக்கச் சாதியினர் நிகழ்த்திய வன்முறைகளும் இவரது கவிதைகளில் சொல்லப் பட்டுள்ளன. 'நமக்கிடையிலான தொலைவு' (2005), 'ஏதிலியைத் தொடர்ந்து வரும் நிலா' (2013), 'நவகண்டம்' (2021) ஆகியன இவரது பிற கவிதைத் தொகுப்புகள். கட்டுரைகள், ஆய்வுகள் எனத் தலித் இலக்கியத் தளத்தில் காத்திரமாக இயங்கிவரும் படைப்பாளிகளில் மதிவண்ணன் குறிப்பிடத்தக்கவர்.

அரங்க. மல்லிகா

தலித் பெண்ணிய ஆய்வாளர்களில் குறிப்பிடத்தக்கவர் அரங்க.மல்லிகா. இவர் ஆய்வு நூல்களுடன் 'நீர் கிழிக்கும் மீன்'

(2007), 'பனையெனவே நிற்கிறாள்' (2022) ஆகிய கவிதைத் தொகுப்புகளை வெளியிட்டுள்ளார். இவர், கவிதைகளில் தொடர்ச்சியாகக் கவனம் செலுத்தவில்லை. ஒடுக்கப்பட்ட சமூகத்தைச் சார்ந்த ஆண்களின் நினைவில் பெண் என்னவாக இருக்கிறாள் என்ற கேள்வியை இவர் தொடர்ந்து கேட்டுக் கொண்டே இருக்கிறார். கிராமங்களில் வாழும் தலித் பெண்களின் துயரங்களை மிகுதியாகத் தன் கவிதைகளில் கவனப்படுத்தி யிருக்கிறார். பெண்ணுடலை ஆண், மதம் ஆகிய இரண்டிலிருந்தும் விடுவிக்க வேண்டும் என்ற கருத்துடையவர். இதனைத் தம் கவிதைகளிலும் எதிரொலித்துள்ளார்.

மௌனன் யாத்ரிகா

இயற்பெயர் கொளஞ்சிநாதன். பெரம்பலூர் மாவட்டத்தைச் சேர்ந்தவர். கவிதை, புனைகதை என எழுதி வருபவர். தமிழ் மரபிலக்கியத்தை நவீனக் கவிதைகளுடன் இணைத்தவர். இவர் கவிதைகளில் சங்கக் கவிதைகள் மீளுருவம் பெறுகின்றன. ஐந்து திணைகளும் அது சார்ந்த வாழ்க்கை முறைகள் குறித்தும் தொடர்ச்சியாக எழுதி வருகிறார். 'பேய்த்திணை' (2006), 'நெல்லில் கசியும் மூதாயின் பால்' (2016), 'நொதுமலர்க் கன்னி' (2018), 'புத்தர் வைத்திருந்த தானியம்' (2019), 'வேட்டுவம் நூறு' (2020), 'பாணர் வகையறா' (2020), 'மலைமான் கொம்பு' (2022), 'ஊர்க்காரி ஒருத்தியின் காதல்' (2022), 'எள்ளுப்பூ நாசியின் களிப்பு' (2022) உள்ளிட்ட கவிதைத் தொகுப்புகளை வெளியிட்டுள்ளார்.

யாழன் ஆதி

வடாற்காட்டின் ஆம்பூரில் பிறந்தவர் யாழன் ஆதி. பள்ளி ஆசிரியராகப் பணிபுரிகிறார். இயற்பெயர் இராம.பிரபு. 'தலித் முரசு' இதழின் ஆசிரியர் குழுவில் பங்காற்றியவர். 'இலையுதிர்காலம்', 'செவிப்பறை' (2004), 'நெடுந்தீ' (2006), 'கஸ்பா', 'போதலின் தனிமை' (2011), 'காலி கோப்பையும் தானாய் நிரம்பும் தேநீரும்' (2012), 'யாருமற்ற சொல்', 'நெடுநல்வாடான்', 'ஒளியிருள்' (2021), 'தொலைதலின் ரகசியங்கள் அடர்ந்த காடு' (2022) ஆகிய கவிதை நூல்கள் வெளியாகியிருக்கின்றன. இதில், தொல். திருமாவளவனைப் பற்றி 288 வரிகளில் யாழன் ஆதி எழுதிய நீள்கவிதைதான் 'நெடுநல்வாடான்'. தோல் தொழிற்சாலைகள் நிரம்பிய ஆம்பூர் பகுதியின் ஒடுக்கப்பட்ட மக்களின் பிரச்னைகள்தாம் யாழன் ஆதி கவிதைகள். தன்னை

ஒடுக்கப்பட்டவர்களின் சார்பாக முன்னிறுத்தி இவர் கவிதைகள் தலித் அரசியல் பேசுகின்றன.

சாதியக்கறை படிந்த மானுடத்தின்
காலக்குடுவைகளை
உடைத்தெறிந்துவிட்டு
தயாரிக்கப்படுகிறது
எம் மக்களின் கைகளால்
மனிதர்கள் அனைவருக்குமான
சமத்துவத் தேநீர் (நெடுந்தீ, பக்.77)

யாழன் ஆதி 'தலித் முரசு' இதழில் முதல் பக்கக் கவிதைகளைத் தொடர்ந்து எழுதியவர். 'தம்மபதம்' எனும் புத்தரின் போதனை களை ஆங்கிலம் வழி தமிழில் மொழிபெயர்த்திருக்கிறார். தலித்திய அழகியலையும் தலித்திய அரசியலையும் கட்டமைப்பதில் இவரது கவிதைகள் முக்கியப் பங்காற்றியுள்ளன. மனிதர்களுக்கு இடையிலான சமமின்மையைத்தான் யாழன் ஆதி கவிதைகள் உரக்கப் பேசுகின்றன. தன் சாதிய அடையாளத்தை உயர்த்திக்காட்டும் பெருமிதங்களும் இவர் கதைகளில் உட்பொருளாகின்றன.

ரவிக்குமார்

தமிழில் தலித் இலக்கியக் கருத்தாக்க உருவாக்கத்தில் முக்கியப் பங்கு வகித்தவர் ரவிக்குமார். தலித் அரசியல் குறித்து இவர் நிகழ்த்திய உரையாடல்கள் முக்கியத்துவம் வாய்ந்தவை. கட்டுரை களுடன் கவிதைகளும் எழுதியிருக்கிறார். 'அவிழும் சொற்கள்' (2009), 'மழைமரம்' (2010), 'வானில் விட்டெறிந்த கனவு' (2017) உள்ளிட்ட கவிதைத் தொகுப்புகள் வெளியாகியுள்ளன. விடுதலைச் சிறுத்தைகள் கட்சியில் தன்னை இணைத்துக் கொண்டுள்ளார். மாநிலங்களவை உறுப்பினராக உள்ளதால், இவரது கவிதைகள் தேசிய அளவில் ஒடுக்கப்பட்டவர்களின் குரல்களாக ஒலிக்கின்றன. தலித்துகள், பெண்களின் பிரச்னைகள் குறித்தும் இந்து மதத்தின் போதாமைகள் குறித்தும் இவர் தொடர்ச்சியாக எழுதி வருகிறார்.

சிதம்பரம்

நந்தனைப்பற்றி ஐந்து கதைகள் உண்டு
அக்கினியில் தள்ளத் தள்ள
எழுந்து எழுந்து வந்தது ஒன்று

புலை நாற்றம் போக்க
நீர் உதவாமல் நெருப்பில் குளித்ததாய் ஒன்று
நந்தி விரட்டிச் செல்ல
ஆடியபாதங்களின் கீழ் அழுந்திப் புதைந்ததாய் ஒன்று
அயல்மொழியின் அனலடிக்க
நிழலுக்கு ஒதுங்கியதாய் ஒன்று
ஆண்டையே அடித்துக்கொன்று
அந்தணர்மேல் சாட்டியதாய் இன்னொன்று
நடந்தகதை என்னவென்று
நந்தி சொல்லுமா
நடராசன்தான் சொல்வானா?

(வானில் விட்டெறிந்த கனவு, பக்.27)

நந்தன் என்கிற தொன்மம் இக்கவிதையில் பயன்படுத்தப் பட்டுள்ளது. சாதிய வன்மத்தால் பாதிக்கப்பட்டவர்களுள் நந்தனும் ஒருவன். நந்தன் அரசனாக இருந்தவன் என்று அயோத்திதாசர் கூறுகிறார். ரவிக்குமாரும் 'மீளும் வரலாறு: அறியப்படாத நந்தனின் கதை' என்றொரு நூல் எழுதியிருக்கிறார். நந்தன் மதத்தின் பெயரால் தீண்டாமைக்கு உள்ளாக்கப்பட்டவன்; ஒடுக்கப்பட்டவர்களின் குறியீடு. ரவிக்குமாரின் கவிதைகள் நிகழ்கால அரசியலுக்கான எதிர்வினைகளாகவும் உள்ளன.

ராஜமுருகு பாண்டியன்

எண்பதுகளுக்கு முன்பும் அதற்குப் பின்பும் எழுதிய கவிதைகளைத் தொகுத்து வெளியிடும் முயற்சியில் தொண்ணூறுகளுக்குப் பிறகுதான் தலித் கவிஞர்கள் தீவிரம் காட்டினர். 1994ஆம் ஆண்டு அன்னம் வெளியீடாகக் கவிஞர் ராஜமுருகு பாண்டியனின் 'சில தலித் கவிதைகளும்...' என்ற தொகுப்பு வெளிவந்தது. இத்தொகுப்பிற்கு முன்பு தலித் சுப்பையாவின் 'யுத்தம் தொடரும்' என்ற கவிதைத் தொகுப்பும் கே.ஏ. குணசேகரன் தொகுத்த 'அக்கினீஸ்வரங்கள்' என்ற பாடல் தொகுப்பும் வெளியாகி யிருந்தன. 'தலித் கவிதைகள்' என்று அடையாளப்படுத்திக் கொண்டு முதன்முதலில் வந்த கவிதைத் தொகுப்பாக ராஜமுருகு பாண்டியனின் கவிதைத் தொகுப்பைக் கூறலாம். கவிஞர் மீராவின் முன்னுரை இக்கவிதைகளுக்கான சிறப்பான அறிமுகமாக அமைந்தது. தலித் மக்களின் துயரமான வாழ்வினையும் ஒடுக்குபவர்களுக்கெதிராகச் சினந்து எழவேண்டியதன்

தேவையையும் ராஜமுருகு பாண்டியன் தலித் மொழியில் சிறப்பாக வெளிப்படுத்தியிருக்கிறார். தலித் வாழ்வின் யதார்த்தத்தைப் புனைவுத் தன்மையில்லாது நேரடியாகப் பதிவு செய்திருக்கிறது இக்கவிதைத் தொகுப்பு.

'------------------
பன்றிகள்கூட
படுத்துறங்கும்
ஆலயப் பிரகாரங்களில்
நீ சோறுண்ண உழைத்த
மனிதர்களை மட்டும்
தீண்டாமை சொல்லி
வெளியே நிறுத்தினாய்
எங்கள் வரலாறுகளை
வேதங்களைச் சொல்லி
பேதங்களைப் புகுத்தி
அசுத்தப்படுத்தினாய்;
எம் மொழியை
நீச மொழியெனக் கொச்சைப்படுத்தினாய்

தெருக்களைப் பெருக்கவும்
துணிகளைத் துவைக்கவும்
விதைக்கவும் அறுக்கவும்
வேடிக்கை பார்க்கவும்
இனியும் இந்த வாழ்க்கை
தொடராது
அடிமையாய்
எம்மிடமிருந்து
வஞ்சகத்தால்
பறித்த நாற்காலியில்
இனியும்
நீ அமர
அனுமதிக்க முடியாது
நீ ஏற

எங்கள் எலும்புகளால்
ஏணி செய்ய முடியாது
எம் சுவாசம் திருடி
நீ உயிர்க்கக் கூடாது' (பக்.20, 21)

இந்தக் கவிதை ஆதிக்கச் சாதிகளுக்கு எதிரான ஒடுக்கப் பட்டவர்களின் குரலாக ஒலிக்கிறது. அதிகாரத்திற்கு எதிரான ஒரு கேள்வியை எழுப்பி அதற்குரிய பதிலையும் தருகிறது. இதுபோன்ற ஆதிக்கத்திற்கு எதிரான கலகக்குரலாக, தலித் அரசியலை உள்வாங்கிய கவிதைகளுடன் வெளிவந்த இத்தொகுப்பு, தலித் கவிதை வளர்ச்சிக்கு ஒரு நல்ல தொடக்கமாக அமைந்தது. தொகுப்பிலுள்ள கவிதைகள் அனைத்தும் சமூகச் சீர்கேட்டையும் அதன் யதார்த்தங்களையும் சுட்டிக் காட்டுவனவாக உள்ளன. தீண்டாமை, தலித்துகளின் வாழ்க்கை நிலை, தலித்துகள்மீது நிகழ்த்தப்பட்ட மேல் சாதியினரின் வன்முறைகள், பெண்களின் நிலை, அம்பேத்கர், பாரதிதாசன் குறித்த கவிதைகள் எனக் கவிஞரின் பார்வை விரிவானதாக உள்ளது. சொற்களில் மௌனம் கூட்டாத எளிமையான மொழி. தலித் இயக்கங்களில் ஆங்காங்கே வாசிக்கப்பட்ட கவிதைகளும் தொகுப்பில் இடம்பெற்றுள்ளன. 'ஒரு தலித் என்கிற முறையில் இக்கவிதைகள் படைக்கப்பட்டிருந்தாலும் தலித் மொழியை முழுமையாக வெளிப்படுத்த இயலாமல் போனதற்குக் காரணம் பழகிய அழகியல் வடிவமே' என்ற அவரின் கருத்திலிருந்து இத்தொகுப்பின் தன்மையை நாம் புரிந்து கொள்ளலாம். 'ஹைகூப் பறவைகள்', 'என்றும் உன்' உள்ளிட்ட கவிதைத் தொகுப்பு களையும் வெளியிட்டுள்ளார்.

என்.டி. ராஜ்குமார்

கவிதையில் கலகத்தைக் கலந்து எழுதும் என்.டி. ராஜ்குமாரின் கவிதைத் தொகுப்பான 'தெறி' 1997இல் வெளிவந்தது. என்.டி. ராஜ்குமார் கன்னியாகுமரி மாவட்டத்தைச் சேர்ந்தவர். இவர், தலித்துகளுக்கான மொழியில் மாந்திரீகத்தையும் மாயத்தையும் கலந்து கவிதை எழுதினார். கணியான் சாதியைச் சார்ந்த இவர், தன் சாதியின் தொன்மங்களை மீட்டுருவாக்கம் செய்யும் முயற்சியில் தொடர்ந்து ஈடுபட்டு வருகிறார். சாதிய யதார்த்தத்தை வைதீகமாக்கலுக்கு எதிர் நிலையில் வைத்துக் கவிதைகள் எழுதினார். தலித்துகளுக்கான பிரச்னைகளை நேரடியாகக்

கூறாமல், தன் பண்பாட்டின் ஒரு பகுதியாக அதனை வெளிப்படுத்தினார். தனது கவிதைகளை மேடைகளில் இசையுடன் பாடி வருகிறார்.

'மாட்டுத் தொழுவத்தில் சாணியள்ளிக் கொண்டிருந்த
மூப்பத்தியை
வெறிதீரும்படி ஏமான் குத்திக் கேற்றியதில்
விழுந்த வெள்ளமும்
சுரண்டுவது தெரியாமல் உழைத்துழைத்து
வீட்டில் வந்த மூப்பன் களைப்பு மறக்க
கூடிப்புணர்ந்ததில் வழிந்த வெள்ளமும்
கலந்துருவானதில்
பூமியில் வந்துவிழுந்த மற்றுமொரு தீட்டே
மீண்டும் மீண்டும் நீ என்னைக் கவர்கிறாய்
உழைப்பின் வலுவும்
கோபத்தின் எச்சமும்
சோகத்தின் நிழலும் கூடிய கறுப்பின் அழகாய்' (தெறி, பக்.28)

என்.டி. ராஜ்குமாரின் 'தெறி' (1997) தொகுப்பைத் தொடர்ந்து 'ஒடக்கு' (1999), 'ரத்த சந்தனப் பாவை' (2001) 'காட்டாளன்' (2003), 'சொட்டுச் சொட்டாய் வழிகிறது செவ்வரளிப் பூக்கள்' (2007), 'பதநீரில் பொங்கும் நிலா வெளிச்சம்', (2010) 'கருடக்கொடி' (2013) 'கொடிச்சி' (2021) ஆகிய கவிதைத் தொகுப்புகள் வெளிவந்துள்ளன. 'கல்விளக்குகள்' (2007) என்ற தேர்ந்தெடுத்த கவிதைத் தொகுப்பொன்றும் வெளியாகியுள்ளது. பிரெஞ்ச், ஆங்கிலம், மலையாளம், கன்னடம் ஆகிய மொழிகளில் இவரது கவிதைகள் மொழிபெயர்க்கப்பட்டுள்ளன. ஏ.அய்யப்பன், பவித்ரன் தீக்குன்னி, பொய்கையில் அப்பச்சன் ஆகிய மலையாளக் கவிஞர்களின் கவிதைகளை எ.டி. ராஜ்குமார் மொழிபெயர்த்து நூலாக வெளியிட்டுள்ளார். தொடக்கக் காலத் தலித் கவிதைகளை அடுத்த கட்டத்திற்கு நகர்த்தியதில் இவரது பங்கு முக்கியமானது. நேரடியான பிரச்சாரத் தன்மையில்லாமல் தன் தொன்மமொழியால் இன்றுவரை அதன் காத்திரம் குறையாமல் எழுதி வருகிறார்.

வினையன்

கங்கைகொண்ட சோழபுரத்தைப் பூர்வீகமாகக் கொண்டவர். இயற்பெயர் விஜயகுமார். 'எறவானம்' (2016), 'எச்சிக்கொள்ளி' (2022) ஆகிய கவிதைத் தொகுப்புகள் வெளிவந்துள்ளன.

வளர்ந்துவரும் கவிஞர். ஒடுக்கப்பட்டவர்களின் பேச்சுவழக்கும் அன்றாடத்தின் யதார்த்தமும் இவரது கவிதைகளில் பேசுபொருளாகின்றன. இதுவரையான புதுக்கவிதைகள் குறித்த அதிருப்தி இவரது கவிதைகளில் வெளிப்படுகிறது. வினையன் கவிதைக்குள் பழமொழிகளும் சொலவடைகளும் இயல்பாகப் புழங்குகின்றன. 'யானை கட்டிப் போரடித்தீர்கள் / சரி / யாருக்குக் கிடைத்தது / நெல்லுச்சோறு?' என்பது போன்ற முக்கியமான கவிதைகளை எழுதியிருக்கிறார்.

தற்பொழுது அதிக அளவில் தலித் கவிஞர்கள் எழுத வந்துள்ளனர். இது ஆரோக்கியமான போக்காகும். புதிய கோடாங்கி, தலித், தலித் முரசு, கவிதாசரண், தலித் முழக்கம் உள்ளிட்ட இதழ்கள் தலித் இலக்கியத்தை வளர்த்தெடுத்ததில் முக்கியப் பங்காற்றின. தலித், போதி, நீலம் போன்ற இதழ்கள் இன்று தலித் இலக்கியத்தை முன்னெடுத்து வருகின்றன. சமூக ஊடகங்களின் பெருக்கமும் தலித் இலக்கிய வளர்ச்சிக்கு முக்கியக் காரணமாகும். எழுதுவதற்கான களம் இன்று ஏராளமாக உள்ளன. படைப்புகளை நூலாக்குவதற்கும் இன்று எளிமையான வழிகள் உருவாக்கப்பட்டுள்ளன. அச்சுத் தொழிலில் ஏற்பட்டுள்ள அபரிமிதமான வளர்ச்சி இதற்குக் காரணமாகும்.

தலித்துகள் எழுதுவதனைத்தும் தலித் இலக்கியமாகிவிடாது என்று பலரும் கருத்துத் தெரிவித்துள்ளனர். ஏனெனில் தலித் எழுத்தாளர்கள் பலர் பொதுத்தளத்தில் கவிஞர் என்கிற அடையாளத்துடனேயே எழுதி வருகின்றனர். அது அவரவர் விருப்பம் சார்ந்தது. அடுத்து, தலித்துகள் எழுதிய தொகுப்பு களிலுள்ள அனைத்துக் கவிதைகளும் தலித் உணர்வைப் பிரதிபலிக்கின்றன என்றும் கூறுவதற்கில்லை. உதாரணமாக, அழகிய பெரியவனின் முதல் கவிதைத் தொகுப்பான 'நீ நிகழ்ந்தபோது' முழுக்க காதல் கவிதைகள். இதனால் இதனைத் தலித் கவிதையாகக் கூற முடியுமா என்ற கேள்வியும் எழுகிறது. இதேபோன்று சோலைமாயவனின் 'மென்னிலைப் பசப்பின் பசலை' என்ற தொகுப்பும் முழுவதும் காதல் கவிதைகள். இதுபோல நிறைய உதாரணங்களைச் சொல்ல இயலும்.

யாக்கன், வெ.வெங்கடாசலம், ப.மதியழகன், யாழினி முனுசாமி, முத்துவேல், திருமகன், தடா நல்லரசன், பாரதி நிவேதன், தமிழ் முதல்வன் போன்ற பலர் தலித் கவிதைகளை எழுதி வருகின்றனர். தலித் கவிதைகள் தமிழில் வளமாக உள்ளன. சாதியும் சமூக ஏற்றத்தாழ்வுகளும் ஒழியும்வரை அதனை எழுதித்தான்

எல்லோருக்கும் சொல்ல வேண்டியிருக்கிறது. புனைகதைகளை விடக் கவிதைகள் அதற்குப் பொருத்தமான வடிவமாக இருக்கிறது. தலித் இலக்கியத்தைத் தமிழ்ச்சூழலில் நிலைபெறச் செய்ததில் தலித் கவிதைகளுக்கு முக்கியப் பங்கிருக்கிறது.

14. தலித் கவிதைகளின் தன்மைகள்

தலித் கவிதைகளை ஒட்டுமொத்தமாக வாசிக்கும்போது அதில் சில பொதுப்பண்புகள் வெளிப்படுகின்றன. சாதியப் படிநிலைகளை எதிர்ப்பதுதான் எப்போதும் தலித் கவிதைகளின் முதன்மை நோக்கமாக இருக்கிறது. தற்காலத்தில் எழுதும் கவிதைகளில் மீறல் பண்பும் மரபை எதிர்க்கும் குணமுமே அதிகமாக வெளிப்படுகின்றன. தலித்துகளின் துயரங்களை வெளிப்படுத்தும் தன்மைகளிலும் காலந்தோறும் மாற்றங்கள் நடந்திருப்பதைக் காண முடிகிறது. ஒடுக்கப்பட்டவர்களின் துயரங்களையே தொடக்க காலக் கவிதைகள் அதிகம் பேசின. சாதிய இழிநிலைக்கு எதிரான பிரச்சாரத் தன்மை அதிகமாக இருந்தது. தற்போது, கவிதைக்குரிய பண்புகளான குறியீடு, படிமம், தொன்மம், உவமை, உருவகம், அங்கதம் என அனைத்தையும் தலித் கவிதைகள் பயன்படுத்திக் கொள்கின்றன. கவிதைகளில் வெளிப்படும் ஓசையளவு குறைந்திருக்கிறது.

- 'சாதியை எதிர்ப்பது.
- தலித் பிரச்னையைப் பேசுவது.
- தலித் இலக்கியத்தை உருவாக்குவது.
- கடுமையான அரசியல் எதிர்வினையை உசுப்பிவிடுவது.
- ஒடுக்கப்பட்ட நிலைமையின் ஆழமான உளவியல் உலகத்தை நோக்கிப் பார்வையை நீளவிடுவது.
- பொருளாதாரச் சமத்துவத்தை வலியுறுத்துவது.
- ஒவ்வொரு மனிதனுக்குள்ளும் இருக்கிற தலித் உணர்வை

உசுப்பிவிட்டு அவனை ஒடுக்கப்பட்ட தலித்தோடு அடையாளம் காணச் செய்வது.

- தலித் விடுதலைப் போராட்டத்தின் ஒரு வடிவமாக இயங்குவது.
- எதிர்மறையான சொல்லாடல்களைப் பற்றி நிற்பது.
- புதிய தொன்மங்களை நிர்மாணம் செய்வது.
- மரபுகளை உடைப்பது.
- தலித் மொழியால் எழுத்து வடிவ முறையை மாற்றுவது.
- இலக்கியத்திற்கென வரையறுக்கப்பட்ட எல்லாவிதமான இலக்கண அத்துகளையும் மீறுவது.
- நாட்டுப்புறக் கலை மரபுகளின் நீட்சியாக விளங்குவது' (தலித்தியம், பக்.97, 102) ஆகியவை தலித் இலக்கியத்தின் நோக்கங்களாகவும் தனித் தன்மைகளாகவும் முகில் வரையறுக்கிறார்.
- 'முரண்களைப் பேசி எச்சரித்தல்.
- நிலையை விவரித்து ஆயத்தப்படுத்தல்.
- பெருமைகளை எடுத்துக் கூறி நிறுவுதல்.
- சான்றுகளை அடுக்கி நியாயப்படுத்தல்.
- வரலாற்றைக் கூறிப் பழிவாங்கத் துடித்தல்.
- நிகழ்கால இருப்பிலும் நியாயம் இல்லை என வாதிடுதல்.
- நிலையைப் படம்பிடித்து, இரக்கம் உண்டாக்குதல்' என்பன தலித் இலக்கியம் பற்றிய அ. ராமசாமியின் கருத்தாகும் (கவிதாசரண், ஆக - செப்.:2002, ப.13).

தலித் படைப்புகளின் நோக்கம், தன்மை, உள்ளடக்கமாக மேற்கண்டவற்றை விமர்சகர்கள் பட்டியலிடுகின்றனர். இத்தன்மைகள் சிறுகதை மற்றும் நாவல்களைவிடக் கவிதைகளில் அதிகமாக இருப்பதை அறியலாம். தலித் இலக்கியத்தின் எதிர்ப்பு குணமும் எதிர்மறையான அணுகுமுறையும் அழுத்தப்பட்டதால் கிளம்பும் ஆத்திரமும் அவமானமும் புனிதங்களைத் தலைகீழாக்குகிற வசைகளும் ஆதிக்கத்திற்கு எதிரான பகடியும் தலித் கவிதைகளில் வெளிப்பட்டிருக்கின்றன. தலித் வாழ்வின் பண்பாடும் அழகியலும் கவிதைகளில் பதிவு செய்யப்படுகின்றன. ஆதிக்கச்சாதிப் பண்பாட்டு அடையாளங்களையும் தரவுகளையும் தலித் கவிதைகள் விமர்சனம் செய்கின்றன. தலித் கவிதைகளில்

பெரும்பான்மையானவை மீறல் குணங்களை வெளிப்படுத்துவனவாக உள்ளன. சாதியை, மதத்தை, அதிகாரத்தை, பண்பாட்டை, அழகியலை மீறுவதுதான் தலித் கவிதை என்பதற்கான முதல் அடையாளம். மாற்று மொழியில் எழுதுவதை இரண்டாவது அடையாளமாகக் கருதலாம்.

ஆதிக்கச் சக்திகளுக்கு எரிச்சலை ஊட்டும் செயல்களைத் தலித் கவிதைகள் செய்ய வேண்டும். சாதி சார்ந்த தாழ்வு மனப்பான்மையை நீக்கிக்கொள்ள வேண்டும். தம்மிடமுள்ள மொழி, அழகியல், பண்பாடு போன்றவையெல்லாம் பெருமைக்குரியன என்றெண்ணிப் புளகாங்கிதம் அடையவேண்டும் என்பன போன்ற கருத்துகளையும் தலித் கவிதைகள் எதிரொலித்தன. தலித் இலக்கியத்தின் தன்மைகளான ஆதிக்கச் சாதியினருக்கு எதிராகச் செயல்படுவது, கலகம் செய்வது, தொன்மங்களை உடைப்பது, புதிய தொன்மங்களைக் கட்டுவது, தலித்துகளின் மொழியில் எழுதுவது உள்ளிட்ட வற்றையும் இக்கவிதைகள் பிரதிபலித்தன. தலித்தியத்தின் ஒரு பகுதிதான் தலித் இலக்கியம். அவ்விலக்கியத்தின் முதன்மையான வடிவம் கவிதை. எனவே, தலித் இலக்கிய உருவாக்கத்திற்குத் தலித் கவிதைகளின் பங்களிப்பு மகத்தானது என்பதற்கு இக்கவிதைகளே சான்று.

15. தலித்திய தமிழ்ப் புனைகதைகள்

தமிழில் தலித் கவிதைகளைத் தொடர்ந்து தலித்துகள் எழுதிய புனைகதைகள் குறித்தும் உரையாடவேண்டிய தேவை இருக்கிறது. சிறுகதை, நாவல் இரண்டையும் புனைகதை என்ற சொல்லுக்குள் அடக்கிக்கொள்ளலாம். தலித்துகள் தொடக்கத்தில் எழுதிய புனைகதைகள் பெரும்பாலும் தன்வரலாற்றுத் தன்மையில் இருந்தன. கே. டானியல் எழுதிய புனைகதைகளே தமிழில் தலித் இலக்கியத்தின் தொடக்கமாகக் கருதப்படுகின்றன. இந்தியா முழுக்கவே தலித் கவிதைகளும் புனைகதைகளும் ஒரே காலகட்டத்தில்தான் உருவாகியிருக்கின்றன. இரு இலக்கிய வடிவங்களுக்கு இடையிலும் பெரிய காலவேறுபாடு இல்லை. கவிதைகளில் வெளிப்படுத்த இயலாத துயரத்தைப் புனைவுகளில் வெளிப்படுத்தினர். புனைகதைகள் அதற்கான வெளியை அவர்களுக்கு அளித்தன. தலித்துகள் எழுதிய புனைவுகள் பெரும்பாலும் உண்மைக்கு மிக நெருக்கமானவை. புனைவாக்க முறைகளில்தான் வேறுபாடுகள் இருந்தன. தமிழில் வளமான தலித் புனைவுகள் உருவாகியிருக்கின்றன.

தலித் புனைகதைகள்தாம் மக்களுக்கான மெய்நிகர் மொழியை இலக்கியங்களில் சாத்தியப்படுத்தின. படைப்பாளர்கள் ஒவ்வொரு வட்டாரத்திற்குமுள்ள தனித்த சொற்களைப் படைப்புகளில் பயன்படுத்தத் தொடங்கினர். தமிழ் எவ்வளவு கிளைமொழிச் சொற்களைக் கொண்ட வளமான மொழி என்பதைத் தலித் ஆக்கங்கள் மூலமாகப் புரிந்துகொள்ள முடியும். ஒடுக்கப்பட்டவர்களின் வாழ்க்கையை விரிந்த தளத்தில் பகிர்ந்துகொள்வதற்குப் புனைகதை வடிவம்

பொருத்தமுடையதாக இருக்கிறது. கவிதைக்கு அடுத்துச் சுருக்கமாகச் சொல்வதற்குச் சிறுகதை எனும் வடிவமும் விரிவாக எழுதுவதற்கு நாவல் எனும் வடிவமும் பயன்பட்டன. இதில் பல்வேறு சோதனை முயற்சிகளையும் செய்து பார்த்தனர். பறையர், பள்ளர், அருந்ததியர் என ஒடுக்கப்பட்ட சாதிகளைச் சார்ந்த அனைவரது வாழ்க்கையும் தனித்துவங்களும் தலித் புனைவுகளில் வெளிப்பட்டன.

ஒடுக்கப்பட்டவர்களின் பண்பாடு, கலாச்சாரம், சடங்குகள், வழக்காறுகள், கொண்டாட்டங்கள், துயரங்கள், அன்றாட வாழ்க்கை முறைகள், தொழில்கள், உளவியல் பிரச்னைகள் என எல்லாமும் தலித் புனைவுகளினூடாக ஆவணப்படுத்தப்பட்டன. செருப்புத் தைப்பவருக்கும் பன்றி மேய்ப்பவருக்கும் பறை அடிப்பவருக்கும் ஒரு வரலாறு இருக்கிறது; அவர்களுக்கென்று தனிப்பட்ட பண்புகளுடன் வாழ்க்கை இருக்கிறது என்பதை யெல்லாம் தலித்தியப் புனைவுகள்தாம் இலக்கியங்களில் பதிவு செய்து அனைவருக்கும் பரவலாக்கின. 'புனைவு இலக்கியம் (Fiction) தலித் மரபில் கவிதைகளைப் போலவே புதிய மொழியில் செயல்படுகிறது. இம்மொழி இதுவரை பதிவாகவில்லை. எதார்த்தவியல் (Realism) எனும் தன்மை உண்மையைத் தேடுவதாகும். இருப்பதைச் சொல்லுவதில்லை. தலித் மரபு என்பது உண்மையை நோக்கிய போராட்டமாகவும் அந்த உண்மையைப் புதிய மொழியில் பதிவு செய்வதாகவும் அமைகிறது. தமிழின் வளமான புனைகதை மரபு, தலித் கதை உருவாக்க மரபின் ஊடாக உருப்பெற்றுள்ளது. இதன் தொடர்ச்சி அடுத்த கட்டத்தை நோக்கிச் செல்ல வேண்டும். 'தங்கிவிடும்' ஆபத்தை இம்மரபு முறியடிக்க வேண்டும்' (வெட்சி: தமிழக தலித் ஆக்கங்கள், பக்.12) என்று வீ. அரசு தலித் புனைகதைகள் குறித்தும் அதன் எதிர்காலச் செயல்பாடுகள் குறித்தும் கூறியுள்ளார்.

தலித் இலக்கியம் என்ற வரையறை உருவாவதற்கு முன்பே ஒடுக்கப்பட்டவர்கள் குறித்த புனைவுகள் தமிழில் எழுதப்பட்டுள்ளன. புதுமைப்பித்தன் கதைகளில் இருந்தே இதற்கான உதாரணங்களைச் சொல்லமுடியும். ஆனால் அவர் ஒடுக்கப்பட்டவர்களின் வாழ்க்கையைப் புறவயமாகக் கண்டவர். விழி.பா. இதயவேந்தனின் எழுத்தையும் புதுமைப்பித்தனின் எழுத்தையும் ஒரே அளவுகோலில் மதிப்பிட முடியாது. புதுமைப்பித்தன் உள்ளிட்டவர்கள் தங்கள் படைப்பாற்றலின் மூலமாக ஒடுக்கப்பட்டவர்களின் துயரங்களைக் காத்திரமான

புனைவாக மாற்றியவர்கள். ஆனால் தலித் எழுத்தாளர்கள் அந்த வாழ்க்கையை வாழ்ந்தவர்கள்; அந்தத் துயரங்களை அனுபவித்தவர்கள். இவர்கள் புனைவாக எழுதும்போது புனைகதைக்குரிய வடிவம் கைகூடாமல் போனாலும் இப்புனைவுகளில் வெளிப்படும் அகவயத்தன்மை முக்கியமானது. அதனால்தான் தொடக்ககாலத் தலித் புனைவுகள் பெரும்பாலும் சுயசரிதைத் தன்மையுடன் காணப்பட்டன.

அபிமானி

கவிதை, புனைகதை என்ற இரு படைப்புச் செயல்பாடுகளிலும் இயங்குபவர் அபிமானி. சாதிய ஒடுக்குமுறையின் வெவ்வேறு வடிவங்களையும் அவதானித்துப் புனைவுகளாக எழுதியுள்ளார். உள்ளொடுங்கிச் செல்லும் தன்மை இவர் படைப்புகளுக்கு இல்லை. தனக்கு மூத்த தலைமுறை ஆதிக்கச் சாதிகளிடம் மண்டியிடப் பழகிப்போயிருக்கிறது. அடுத்த தலைமுறையாவது சுயமரியாதையுடன் வாழவேண்டும் என்ற தன்முனைப்புள்ள பல கதைகளை அபிமானி எழுதியுள்ளார். தலித்துகளிடம் இளம் வயதிலுள்ள சாதி குறித்த பார்வையும் அதிகாரத்திற்கு எதிராக முஷ்டியை உயர்த்தும் விவேகமும் முப்பது வயதைக் கடந்தபிறகு தணிந்து விடுகின்றன. திருமணத்திற்குப் பிறகு புதிய கடமைகளும் குடும்பப் பொறுப்புகளும் உருவாகிவிடுகின்றன. அனைத்தையும் பொறுத்துக் கொள்ளும் நிலைக்குத் தள்ளப்படுகின்றனர். தலித்துகளின் பலவீனமாகவே இது கருதப்படுகிறது. இந்தப் பிரச்னைகளை எல்லாம் அபிமானியின் புனைவுகள் பேசியிருக்கின்றன.

அபிமானி கதைகள் மிக எளிமையானவை. தலித் மக்களின் அடிமை உணர்வைத் தூண்டிவிடுபவை. ஆதிக்கச் சாதிகள் மீதான கோபங்கள் இவர் கதைகள் என்றும் கூறலாம். ‘நோக்காடு’, ‘பனைமுனி’, ‘ஊர்ச்சோறு’, ‘தெரிந்தவன்’ ஆகிய சிறுகதைத் தொகுப்புகளும் ‘தீர்ப்புகளின் காலம்’, ‘நீர் கொத்தி மனிதர்கள்’ ஆகிய நாவல்களும் வெளிவந்துள்ளன. ‘தேட்டம்’ என்ற குறுநாவல் தொகுதியொன்றும் வெளியாகியுள்ளது. கிராமங்களில் பெண்களுக்கு எதிராக நடக்கும் சாதிய வன்முறைகளையும் அபிமானி எழுதியிருக்கிறார். ஆதிக்கச் சாதியைச் சார்ந்த மூன்றுபேர் தெய்வானை என்ற ஒடுக்கப்பட்ட சாதியைச் சார்ந்த பெண்ணைப் பாலியல் வன்கொடுமை செய்து கொன்று விடுகின்றனர். தெய்வானை, வேறொரு பெண்ணுடலில்

தெய்வமாக இறங்கி அனைவரையும் பழிவாங்குகிறாள். ஒடுக்கப்பட்டவர்கள் தெய்வானையின் மூலமாக எழுச்சி பெறுகிறார்கள். இப்போது அவள் அந்த ஊருக்குத் தெய்வம். இதுதான் 'தீர்ப்புகளின் காலம்' நாவலின் கதை.

அழகிய பெரியவன்

ஒடுக்கப்பட்டவர்களுக்காக எழுதினாலும் தன்னைத் தலித் எழுத்தாளர் என்று கூறிக்கொள்வதில் விருப்பமில்லாதவர் அழகிய பெரியவன். வடாற்காடு வட்டார மொழியில் எழுதுபவர். கவிதை, புனைகதை, கட்டுரைகள் எனத் தொடர்ச்சியாக இயங்கிக் கொண்டிருப்பவர். சாதி, மதம், தொழில், பொருளாதாரம், நிறம், பாலினம் போன்றவற்றால் ஒடுக்கப்பட்ட விளிம்புநிலை மக்களின் வாழ்க்கையைத்தான் அழகிய பெரியவன் எழுதிக் கொண்டிருக்கிறார். தலித் இலக்கியத்தை அடுத்தக் கட்டத்திற்கு நகர்த்திய இரண்டாம் தலைமுறை எழுத்தாளர் என்று இவரைக் கூறலாம். நில மீட்பு உரிமை குறித்து இவர் எழுதிய 'தகப்பன் கொடி' (2001) என்ற முதல் நாவலிலேயே கவனம் ஈர்த்தவர்.

தலித்துகளின் துயர நிலைக்குக் காரணம் அவர்கள் செய்யக்கூடிய தொழில்தான். தொழில் சார்ந்தே தொடக்கக் காலத்தில் உயர்வு தாழ்வுகள் கற்பிக்கப்பட்டிருக்கின்றன. செத்த மாட்டை அப்புறப்படுத்தல், மேளம் அடித்தல், பிணக்குழி வெட்டுதல் உள்ளிட்ட ஆதிக்கச் சாதிகளுக்காகச் செய்யக்கூடிய எந்தவொரு வேலையையும் செய்யக் கூடாது என்று தம் புனைவுகளின் வழியாகக் கூறிக்கொண்டே இருக்கிறார் அழகிய பெரியவன். தலித்துகளின் உட்சாதிப் பிரச்னைகள், தலித் பெண்களின் நிலை ஆகியனவும் இவர் கதைகளில் கருவாகியிருக்கின்றன. 'தீட்டு', 'நெரிக்கட்டு', 'கிளியம்மாவின் இளஞ்சிவப்புக் காலை', 'சிவபாலனின் இடப்பெயர்ச்சிக் குறிப்புகள்', 'குறடு', 'அம்மா உழைப்பதை நிறுத்திக்கொண்டார்', 'அன்றாடம்' ஆகிய சிறுகதைத் தொகுப்புகளும் 'வல்லிசை', 'யாம் சில அரிசி வேண்டினோம்', 'சின்னக்குடை' ஆகிய நாவல்களும் 'திசையெங்கும் சுவர்கள் கொண்ட கிராமம்' என்ற குறுநாவல் தொகுப்பொன்றும் வெளிவந்துள்ளன.

அறிவழகன்

தூய்மைப் பணியாளர்கள் பற்றிச் சிறப்பாக எழுதப்பட்ட நாவல் 'கழிசடை' (2003). இதனை எழுதியவர் அறிவழகன்.

பெருந்தொற்றுக் காலத்திற்குப் பிறகு தூய்மைப் பணியாளர்களின் தேவை குறித்து மீண்டும் பேசத் தொடங்கியிருக்கின்றனர். மலத்தோடும் சாக்கடைகளோடும் குப்பைகளோடும் குடும்பம் குடும்பமாக வாழ நிர்ப்பந்திக்கப்பட்டிருக்கும் தூய்மைப் பணியாளர்களின் துயரங்களை அணுக்கமாகப் புனைவாக்கி யிருக்கிறார் அறிவழகன். இந்நாவலின் முதன்மைக் கதாபாத்திரம் அனுமந்தய்யா எனும் தூய்மைப் பணியாளர். மனிதக் கழிவுகளை அகற்றுபவர்களுக்கு மதுவும் புகையிலையும் முக்கியத் தேவைகள். இதனைத் தவிர்த்துவிட்டு அந்தப் பணியைச் செய்ய முடியாது. இந்தப் பழக்கமே அடுத்தடுத்த தலைமுறைகளை இந்த வேலைக்கு அனுப்பக் காரணமாக இருக்கிறது. இந்தப் பார்வையைக் 'கழிசடை' நாவல் முன்வைத்திருக்கிறது.

அன்பாதவன்

விழுப்புரம் மாவட்டத்தைச் சார்ந்தவர். கவிதை வழியாகப் புனைகதைக்கு நகர்ந்தவர். இவர் கதைகளில் வெளிப்படைத் தன்மை அதிகம். வலியைச் சத்தம் போட்டுத்தான் தெரியப்படுத்த முடியும் என்ற கருத்துடையவர். பணியாற்றிய இடங்களில் மென்மையாக நடைபெறும் சாதிய வன்மத்தையும் கதைகளாக எழுதியுள்ளார். தாழ்த்தப்பட்ட சாதியைச் சார்ந்தவர்கள் அதிகார வர்க்கத்தால் எவ்வளவு மோசமாகவும் இழிவாகவும் நடத்தப் படுகிறார்கள் என்பதை அன்பாதவன் தொடர்ச்சியாகப் பதிவு செய்து வருகிறார். இவர் எழுதிய 'சர்ட்டிபிகேட்' கதை முக்கியமானது. இருளர் இனத்தைச் சார்ந்த சிறுவன் ஒருவன், ஒன்பதாம் வகுப்பில் சேருவதற்காகச் சாதிச் சான்றிதழ் கேட்டு அலைகிறான். வட்டாட்சியர் அலுவலர்கள் இவன் சாதியையும் தோற்றத்தையும் சுட்டிக்காட்டி இழிவாக நடத்துகிறார்கள். 'பாம்பு பிடிக்கத் தெரியுமா?' என்கிறார்கள். இறுதியில் பாம்பைப் பிடித்துக் கொண்டு வட்டாட்சியர் அலுவலகம் செல்கிறான் சிறுவன்.

அன்பாதவன் கதைகளில் பிரச்சாரத்தொனி அதிகம். கதைகளுக்கு அது தேவைப்படுவதாகக் கூறுகிறார். அடங்கமறுத்தல் என்ற எதிர்ப்புக் குணத்தைத் தம் புனைவுகளினூடாகத் தொடர்ச்சியாக வெளிப்படுத்துகிறார். இழிவுகளுக்கு எதிராக எழுதல் என்ற எதிர்ப்பு குணத்தை இவர் கதைகள் அரசியலாகக் கொள்கின்றன. 'தீச்சிற்பம்', 'பம்பாய்க் கதைகள்', 'தென்பெண்ணைக் கதைகள்' ஆகிய சிறுகதைத் தொகுப்புகளும் வெளிவந்துள்ளன. 'நடுக்கடல்; தனிக்கப்பல்' என்ற குறுநாவல்கள் தொகுப்பும் 'பிதிர்வனம்' என்ற

நாவலும் இவரது புனைவிலக்கியப் பங்களிப்புகளாகும். விழி.பா. இதயவேந்தனுடன் இணைந்து 'தலித் நாட்டுப்புறப் பாடல்கள்' என்ற தொகுப்பு நூலையும் வெளியிட்டுள்ளார்.

ஆதவன் தீட்சண்யா

ஆதவன் தீட்சண்யாவின் இயற்பெயர் எம்.எஸ். இரவிச்சந்திரன். த.மு.எ.ச.க. பொறுப்பில் இருக்கிறார். கவிதை, புனைகதை, கட்டுரை எனத் தொடர்ந்து எழுதி வருகிறார். தலித்துகளின் துயரங்களையும் சாதியத்தின் கோரமுகங்களையும் பகடியாக எழுதக்கூடியவர். இந்தச் சமூகத்தைத் தொடர்ந்து தூய்மை செய்துகொண்டிருக்கும் விளிம்புநிலைத் தொழிலாளர்கள் குறித்த இவரது புனைவுகள் சாதியற்ற சமத்துவத்தைத் தொடர்ந்து வலியுறுத்தி வருகின்றன. தலித்துகளின் முதன்மைப் பிரச்னையாக இந்துமதமே முன்னிற்கிறது. அது உருவாக்கி வைத்துள்ள ஏற்றத்தாழ்வுகளும் சாதியப் படிநிலைகளும்தான் ஒடுக்கப் பட்டவர்களின் துயரங்களுக்கு அடிப்படைக் காரணம் என்பது இவர் கருத்து. தலித்துகளால்தான் தங்களது பிரச்னைகளைத் தீர்த்துக் கொள்ள முடியும் என்ற கொள்கையுடையவர்.

மனிதர்களுக்கு இடையிலான ஒடுக்குமுறைகள் உருவாகும் புள்ளிகளை இவரது கதைகள் நுண்ணுணர்வுடன் சுட்டிக்காட்டு கின்றன. பகடியும் சுய இருப்பும்தான் இவர் புனைவுகளை இயக்குகின்றன. இவர் புனைவுகளின் தலைப்புகள்கூட பகடியின் உச்சமாக இருக்கும். 'எழுதவேண்டிய நாட்குறிப்பின் கடைசிப் பக்கங்கள்', 'இரவாகிவிடுவதாலேயே சூரியன் இல்லாமல் போய்விடுவதில்லை', 'ஆதவன் தீட்சண்யா சிறுகதைகள்', 'சொல்லவே முடியாத கதைகளின் கதை', 'லிபரல்பாளையத்துக் கதைகள்', 'நீங்கள் சுங்கச்சாவடியில் நின்று கொண்டிருக்கிறீர்கள்', 'கடுங்காலத்தின் கதைகள்' ஆகிய சிறுகதைத் தொகுப்புகளும் 'மீசை என்பது வெறும் மயிர்' என்ற நாவலும் வெளிவந்துள்ளன. தேசத்தின் ஒட்டுமொத்த ஒடுக்கப்பட்டவர்களின் குரலாக ஆதவன் தீட்சண்யாவின் புனைவுகள் இருக்கின்றன.

விழி.பா. இதயவேந்தன்

விழுப்புரம் மாவட்ட தலித் மக்களின் துயரங்களையும் வலிகளையும் மிக எளிமையான மொழியிலும் வடிவத்திலும் எழுதியவர் விழி. பா. இதயவேந்தன். வருவாய் ஆய்வாளராகப் பணியாற்றியவர். தமிழில் தொடக்ககாலத் தலித் எழுத்தின்

முகமாக இருப்பவை இவரது புனைவுகள். தமது படைப்புகள் ஒடுக்கப்பட்ட மக்களைப் பற்றியது; எனவே அவர்களிடம் இருக்கும் எளிமை தம் படைப்புகளிலும் இருக்க வேண்டும் என்ற கருத்துடையவர். கவிதை, புனைவு, கட்டுரை எனத் தொடர்ச்சியாக எழுதினார். தலித் மக்களின் அன்றாட வாழ்க்கையை எவ்வித மேற்பூச்சும் இல்லாமல் விவரிப்பவை விழி.பா. இதயவேந்தன் கதைகள். ஆனால் பொது வாசகனிடம் இரக்கத்தைக் கோரும் தன்மை இவர் கதைகளில் இருப்பதைக் காணலாம். ஒடுக்கப்பட்ட உட்சாதிகளுக்கு இடையிலான முரண்களையும்கூட இவர் புனைவுகளாக எழுதியிருக்கிறார்.

தலித் இலக்கியம் தமிழ்ச்சூழலில் உருவான காலகட்டத்தில் விழி.பா. இதயவேந்தன் எழுதினார். அந்த வகையில் தமிழில் தலித் இலக்கிய உருவாக்கத்திற்கு இவரது 'நந்தனார் தெரு' சிறுகதைத் தொகுப்பு தோற்றப்புள்ளியாக அமைந்தது. 'வதைபடும் வாழ்வு', 'தாய்மண்', 'சிநேகிதன்', 'உயிரிழை', 'அம்மாவின் நிழல்', 'இருள் தீ', 'மலரினும் மெல்லியது', 'அப்பாவின் புகைப்படம்', 'புதைந்து எழும் சுவடுகள்' உள்ளிட்ட சிறுகதைத் தொகுப்புகளும் 'ஏஞ்சலின் மூன்று நண்பர்கள்' என்ற குறுநாவல் தொகுப்பும் வெளியாகியுள்ளன.

இமையம்

'கோவேறு கழுதைகள்' என்ற நாவலினூடாகத் தமிழில் எழுத்தாளராக நிலைபெற்றவர் இமையம். இயற்பெயர், அண்ணாமலை. கடலூர் மாவட்டத்தைச் சார்ந்தவர். அரசு பள்ளியொன்றில் ஆசிரியராகப் பணியாற்றுகிறார். இவர் அடுத்தடுத்து எழுதிய 'ஆறுமுகம்', 'செடல்', 'எங்கதெ', 'செல்லாத பணம்', 'இப்போது உயிரோடிருக்கிறேன்' ஆகிய நெடும்புனைவுகளும் தமிழின் புனைகதை மரபுக்கு வளம் சேர்த்தவை. நாவல்களைத் தொடர்ந்து இவரெழுதிய சிறுகதைகளும் கூடுதல் கவனம் பெற்றன. 'மண்பாரம்', 'வீடியோ மாரியம்மன்', 'கொலைச்சேவல்', 'சாவு சோறு', 'நறுமணம்', 'நன்மாறன் கோட்டைக் கதை', 'தாலிமேல சத்தியம்', 'திருநீறு சாமி' ஆகிய சிறுகதைத் தொகுப்புகள் இதுவரை வெளிவந்துள்ளன. 'பெத்தவன்', 'வாழ்க வாழ்க' ஆகிய இரு குறுநாவல்களும் இவரது படைப்புகளில் அடக்கம்.

சாதி மற்றும் பொருளாதார ரீதியாக ஒடுக்கப்பட்ட பெண்களின் கதைகளை இமையம் வெவ்வேறு புனைவுகளாக எழுதி வருகிறார். பிறரிடம் எளிதில் பகிரமுடியாத பெண்களின்

துயரங்களை அவர்களது மொழியில் எழுதியிருப்பதும் இவர் கதைகளின் சிறப்புக்குக் காரணம். இவரைச் சுற்றி வாழ்ந்து கொண்டிருக்கிற எளிய மக்கள்தாம் இமையம் கதைகளைப் பின்னிருந்து எழுதுகிறார்கள். ஓர் எழுத்தாளரின் படைப்பை அவர் சார்ந்திருக்கிற மண்ணும் சாதியும் தொழிலும் மறைமுகமாக இயக்கும். தவிர, இமையம் திராவிடக் கட்சி ஒன்றிலும் தன்னை இணைத்துக் கொண்டுள்ளார். அதனால் அரசியல் தாக்கமும் இமையம் கதைகளில் உண்டு. சமூகம் இதுவரை கட்டிவைத்திருக்கும் உன்னத மதிப்பீடுகள் பலவற்றைத் தம் கதைகளினூடாகத் தகர்த்தெறிகிறார் இமையம். கடலூர் மாவட்ட மக்களின் வாழ்வியல் அடையாளங்களாக இவரது கதைகள் உருவாகியிருக்கின்றன. இமையம், ‘செல்லாத பணம்’ நாவலுக்காக 2020ஆம் ஆண்டு சாகித்திய அகாதெமி விருது பெற்றார் என்பது குறிப்பிடத்தக்கது.

உஞ்சைராசன்

உஞ்சைராசனின் இயற்பெயர் துரைராசன். தஞ்சை மாவட்டத்தைச் சார்ந்தவர். எண்பதுகள் முதல் எழுதி வருகிறார். ‘மனுசங்க’ என்ற இதழினை நடத்தியவர். இவரது சிறுகதைகள் அவர் பிறந்த மண்ணையும் மக்களையும் களமாகக்கொண்டு எழுதப்பட்ட யதார்த்தவாதக் கதைகளாகும். ‘எகிறு’ (1996) என்ற சிறுகதைத் தொகுப்பொன்று வெளிவந்துள்ளது. ஒடுக்கப்பட்டவர்களின் பிரச்னைகளை முன்னிறுத்திப் போராட வேண்டிய தேவையை உஞ்சைராசனின் சிறுகதைகள் முன்மொழிகின்றன. தலித் பெண்களின் ஈரடுக்குத் துயரங்களையும் இவர் புனைவுகளாக எழுதியுள்ளார். மேலும் ஆதிக்கச் சாதியினரை எதிர்க்கும் ஒடுக்கப்பட்ட கதைமாந்தர்களைத் தம் புனைவுகளில் அதிகம் உருவாக்கியிருக்கிறார். ‘தலித்துகளால்தான் தலித் இலக்கியம் முழுமையடையும் என்றாலும் பிறப்பை அடிப்படையாகக் கொண்டு மட்டும் தீர்மானித்துவிடும் விஷயமல்ல இது; மாறாக, தலித் உணர்வு கொள்கிறவர்களாலேயே தலித் இலக்கியம் படைக்க முடியும் என்பதே உண்மை. தலித் உணர்வு என்பது அரசியல் உள்ளடக்கங்கொண்ட பரிமாணங்களையுடையது (சுபமங்களா, நவ. 1993, ப.89) என்பது உஞ்சைராசனின் கருத்து.

ஜே.பி. சாணக்யா

கடலூர் மாவட்டத்தைச் சார்ந்தவர் ஜே.பி. சாணக்யா. ஆனால் சென்னையில் வாழும் விளிம்புநிலை மக்களைப் பற்றி அதிகம் எழுதியவர். இவரது புனைவின்வழி முகமற்ற மனிதர்கள்

அடையாளப்படுத்தப்பட்டார்கள்; சமூகம் கட்டமைத்துள்ள மதிப்பீடுகளும் ஒழுங்குகளும் சரிந்து, நசுங்கி தம் இயல்பான முகத்தைக் காட்டுகின்றன. 'என் வீட்டின் வரைபடம்', 'கனவுப் புத்தகம்', 'முதல் தனிமை', 'பெருமைக்குரிய கடிகாரம்' ஆகிய நான்கு சிறுகதைத் தொகுதிகள் வெளிவந்துள்ளன.

சிறுகதை வடிவம் குறித்த தமது ஆழ்ந்த சிந்தனைகளைக் கதைவழியே நிறுவிக் கொண்டிருக்கும் இவரின் கதாபாத்திரங்கள், சமூகத்தின் போலியான மதிப்பீடுகளால் தமது கௌரவத்தைத் தொடர்ந்து இழந்து கொண்டிருக்கும் நடைமேடைவாசிகள், வேசிகள், ஆணாதிக்கத்தின் பொருட்டுத் தம் முகமிழந்துபோன பெண்கள், இரயில் நிலையங்களில் பிச்சை எடுப்பவர்கள், குடிபோதையில் விதிகளை மீறும் ரிக்ஷாக்காரர்கள், சிலம்பாட்டக் கலைஞன், நோயாளி எனச் சமூக யதார்த்தத்தில் தங்களை என்றுமே உயர்ந்த மனிதர்களாக வெளிப்படுத்திக் கொள்ள முடியாதவர்களாக இருக்கிறார்கள். மாநகரங்களில் வாழும் ஒடுக்கப்பட்டவர்கள் ஜே.பி. சாணக்யா கதைகளில் அதிக அளவில் இடம்பெற்றுள்ளார்கள்.

ப. சிவகாமி

தலித் இலக்கியத்தில் பெண்களின் பிரச்னைகளில் கவனம் செலுத்தி எழுதியவர் ப. சிவகாமி. பெரம்பலூர் மாவட்டத்தைச் சார்ந்தவர். இந்திய ஆட்சிப் பணி அதிகாரியாகப் பணியாற்றியவர். 'புதிய கோடாங்கி' எனும் இதழை நடத்தி வருகிறார். சிறுகதை, நாவல் என இரு தளங்களிலும் இயங்கியவர். சிவகாமியின் புனைவுகள் ஆணாதிக்கத்தை நம்பும் ஆண்களின் மூலமாகத் துயரத்திற்குள்ளாகும் ஒடுக்கப்பட்ட பெண்களின் கதைகளைப் பேசுகின்றன. 'பழையன கழிதலும்', 'ஆனந்தாயி', 'குறுக்கு வெட்டு', 'உண்மைக்கு முன்னும் பின்னும்', 'உயிர்' ஆகிய நாவல்களும் 'கடைசி மாந்தர்', 'கதைகள்' ஆகிய சிறுகதைத் தொகுப்புகளும் வெளிவந்துள்ளன. 'சிவகாமியின் கதைகள்' என்ற பெயரில் இவரது மொத்தக் கதைகளும் தொகுக்கப்பட்டுள்ளன.

ஒடுக்கப்பட்ட பெண்களின் இருப்பையும் குரலையும் அழுத்தமாக வெளிப்படுத்தும் கதைகளை எழுதிய சிவகாமி, தீவிர அரசியலிலும் ஈடுபட்டு வருகிறார். தொடக்ககாலத் தலித் இலக்கியத்திற்குப் பங்களித்த படைப்பாளிகளில் இவரும் ஒருவர். 'தலித் சிறுகதைத் தொகுப்பு' ஒன்றையும் சாகித்திய அகாதெமிக்காகத் தொகுத்துள்ளார்.

சோ. தர்மன்

கோவில்பட்டியைச் சார்ந்த எழுத்தாளர். இயற்பெயர், சோ. தர்மராஜ். எண்பதுகளில் இருந்து எழுதி வருகிறார். சிறுகதை, நாவல் என இரு வடிவங்களிலும் தொடர்ந்து எழுதி வருகிறார். 'தூர்வை' என்ற இவரது முதல் நாவல் பெரிதும் கவனிக்கப்பட்டது. சாதிய வன்முறைகள், குடும்ப அமைப்பிற்குள் ஏற்படும் உறவுச் சிக்கல்கள், தொழில் நிறுவனங்களின் உழைப்புச் சுரண்டல் என பன்முகத் தன்மையில் எழுதுபவர். தன் கிராமமான உருளைக்குடிதான் இவர் கதைகளின் விளைநிலம். நாட்டுப்புறக் கதைகளையும் வட்டார வழக்காறுகளையும் தம் புனைவுகளில் அதிகமாகப் பயன்படுத்துபவர். சோ. தர்மன், தலித் எழுத்தாளர் என்ற அடையாளத்திற்கு முன்பே கரிசல் எழுத்தாளராக அறியப் பட்டவர். சுற்றுச்சூழல் குறித்த விழிப்புணர்வையும் தம் புனைவு களினூடாகச் செய்து வருகிறார்.

ஒடுக்கப்பட்டவர்களைப் பயன்படுத்திக்கொண்டு உள்நுழைந்த கிறித்தவ மதம் குறித்த விமர்சனத்தையும் சோ. தர்மன் புனைவுகளில் காணலாம். பள்ளர் சமூகத்தினர் இவர் கதைகளில் அதிகமாக ஊடாடுகின்றனர். இச்சமூகத்தினரைக் கூகைக்குக் குறியீடாக்கி எழுதப்பட்ட நாவல் 'கூகை'. விவசாயத்தின் வீழ்ச்சிக்குக் காரணமாக அமைந்த கண்மாய்களின் அழிவு குறித்தும் அதனூடாகக் கிராமங்களில் நடைபெற்ற இடம்பெயர்வு பற்றியும் இவர் எழுதிய நாவல் 'சூல்'. இந்நாவலுக்காக 2019ஆம் ஆண்டு சோ. தர்மனுக்குச் சாகித்திய அகாதெமி விருது வழங்கப்பட்டது. 'பதிமூன்றாவது மையவாடி', 'வௌவால் தேசம்' ஆகிய நாவல்களையும் எழுதியிருக்கிறார். இவரது முதல் சிறுகதைத் தொகுப்பு 'ஈரம்.' தொடர்ந்து 'வனகுமாரன்', 'அன்பின் சிப்பி', 'சோகவனம்' ஆகிய சிறுகதைத் தொகுப்புகள் வெளிவந்துள்ளன. 'நீர்ப்பழி' என்ற பெயரில் சோ. தர்மனின் மொத்தக் கதைகளும் தொகுக்கப்பட்டுள்ளன.

பாப்லோ அறிவுக்குயில்

அரியலூர் மாவட்டத்தைச் சேர்ந்தவர். இயற்பெயர் வீ. அறிவழகன். 'கிளுக்கி' (1995) இவரது முதல் சிறுகதைத் தொகுப்பாகும். தொடக்கத்தில் கவிதைகள் எழுதினார். தமிழில் தலித் இலக்கியம் பற்றிய உரையாடல்கள் நடைபெற்றுக் கொண்டிருந்தபோது புனைவுகள் பக்கம் கவனத்தைச் செலுத்தினார். பாப்லோ அறிவுக்குயிலின் மனதில் பதிந்துள்ள இளமைக்காலச் சாதிய

ஒடுக்குமுறைகள்தாம் இவரது கதைகளின் கருப்பொருளாகின. சாதிக்கு எதிராக ஒடுக்கப்பட்டவர்கள் ஒன்றுதிரளும்போதெல்லாம் உள்முரண்களால் பிரிந்துகிடக்கும் உயர்சாதியினர் அனைவரும் தலித்துகளுக்கு எதிராக ஒன்றுசேர்வதைக் கடந்தகால வரலாறுகள் சொல்கின்றன. அரசும் ஆதிக்க வர்க்கத்தின் பக்கமே நிற்கிறது. இந்தக் கேள்விகளைத்தான் பாப்லோ அறிவுக்குயில் தம் புனைவுகளில் முன்வைக்கிறார்.

ஆதிக்கச் சாதிகளுக்கு எதிராகக் கிளர்ந்தெழுந்த ஒடுக்கப்பட்ட மக்களின் எதிர்ப்புணர்வைப் பேசும் நாவல் 'தமுரு'. 'வெயில் மேயும் தெருவில்', 'குதிரில் உறங்கும் இருள்', 'பாப்லோ அறிவுக்குயில் சிறுகதைகள்', 'இருள் தின்னி' ஆகிய சிறுகதைத் தொகுப்புகளும் வெளியாகியுள்ளன.

பாமா

தலித் எழுத்தாளர்களுள் குறிப்பிடத்தக்கவர் பாமா. இவர், 1992இல் தன்வரலாற்றுத் தன்மைகளுடன் எழுதிய 'கருக்கு' என்ற நாவல் மிகுந்த கவனம் பெற்றது. அந்நாவலில் இவர் பயன்படுத்திய தலித் மக்களின் பேச்சுமொழி இலக்கியத்தின் புதிய போக்காக மாறியது. இந்நாவலை லக்ஷ்மி ஹோம்ஸ்ட்ராம் ஆங்கிலத்தில் மொழி பெயர்த்துள்ளார். 2000ஆம் ஆண்டின் 'கிராஸ் வேர்ட்புக்' விருதை இந்நாவல் பெற்றது. தொடர்ந்து 'சங்கதி', 'வன்மம்', 'மனுஷி', 'விருட்சங்களாகும் விதைகள்' ஆகிய நாவல்களும் 'கிசும்புக்காரன்', 'ஒரு தாத்தாவும் எருமையும்', 'கொண்டாட்டம்', 'தவுட்டுக் குருவி' ஆகிய சிறுகதைத் தொகுப்புகளும் வெளிவந்துள்ளன. ஒடுக்கப்பட்ட மக்களின் மொழியைத் தம் புனைவுகளில் சிறப்பாகப் பயன்படுத்தியவர் பாமா. தலித்தியம், பெண்ணியம் என இரு தளங்களிலும் வைத்துப் பாமாவின் புனைவுகளை வாசிக்க வேண்டும்.

தாழ்த்தப்பட்டவர், பெண் என்ற இரு காரணங்களுக்காக இவர் பல்வேறு நெருக்கடிகளை எதிர்கொண்டார். அதனை அப்படியே புனைவுகளாகவும் எழுதினார். பள்ளி ஆசிரியையாகப் பணியாற்றியவர். கிறித்தவ மதத்திற்கு மாறிய பாமா, அங்கும் தலித்துகள் ஏற்றத்தாழ்வுடன் நடத்தப்படுவதை நேரடியாக உணர்ந்தார். இதனைத் தன் புனைவுகளில் பதிவு செய்தார். நாவல்கள் அளவுக்கு இவர் எழுதிய சிறுகதைகளும் குறிப்பிடத்தக்கன. பாமாவின் 'பொன்னுத்தாயி', 'அண்ணாச்சி' ஆகிய இரு கதைகளும் அதிகம் பேசப்பட்டவை. குழந்தைகள் மீதான

அன்பைத் துறத்தல்தான் 'பொன்னுத்தாயி' கதையின் மையம். பொன்னுத்தாயியைப் போன்று பெண்களால் இருக்க முடியாதுதான்; ஆனால் அப்படியொரு முடிவைப் பாதிக்கப்பட்ட பெண்கள் எடுத்தால் என்னவாகும் என்ற பதற்றத்தை இக்கதை உருவாக்கியிருக்கிறது.

பாரதி வசந்தன்

புதுச்சேரியைச் சார்ந்தவர் பாரதி வசந்தன். கவிதை, புனைகதை, கட்டுரை என அனைத்து வடிவங்களிலும் ஒடுக்கப்பட்டோர் சார்ந்து தொடர்ந்து எழுதி வருபவர். தாழ்த்தப்பட்ட சாதியைச் சார்ந்த ரா. கனகலிங்கத்தைப் பூணூல் அணிவித்து அந்தணராக்கினார் பாரதியார். ரா. கனகலிங்கம் 'என் குருநாதர் பாரதியார்' (1947) என்றொரு நூலை எழுதியுள்ளார். அதில், தம்பலா என்கிற மலம் அள்ளும் தொழிலாளர்களின் தலைவனைப் பாரதி சந்தித்தது பற்றிக் குறிப்புள்ளது. இதனைக் களமாகக்கொண்டு பாரதி வசந்தன் எழுதியுள்ள 'தம்பலா' என்ற சிறுகதை இவருக்கு மிகுந்த கவனத்தைப் பெற்றுத் தந்தது. ஆங்கிலம், பிரெஞ்சு மொழிகளில் உடனடியாக மொழிபெயர்க்கப்பட்டுப் பரவலாக்கப்பட்டது. உண்மைச் சம்பவங்களைப் புனைவாக மாற்றுவதில் பாரதி வசந்தன் தேர்ந்தவர். 'சங்கு புஷ்பங்கள்', 'பெரிய வாய்க்கா தெரு' ஆகிய சிறுகதைத் தொகுப்புகள் வெளிவந்துள்ளன. '20-ஆம் நூற்றாண்டு புதுவைக் கதைகள்' என்ற நூலைப் பிரபஞ்சனுடன் இணைந்து தொகுத்துள்ளார்.

பூமணி

அறுபதுகளில் இருந்து எழுதி வருபவர் பூமணி. இயற்பெயர் பூ.மாணிக்கவாசகம். தூத்துக்குடி மாவட்டம் கோவில்பட்டியைச் சார்ந்தவர். கூட்டுறவுத் துறையில் பணியாற்றி ஓய்வுபெற்றவர். சிறுகதை, நாவல் எனப் புனைகதையின் இரு வடிவங்களிலும் சிரத்தையுடன் எழுதக்கூடியவர். ஆனால், 'சாதி அடையாளத்துடன் இனங்காட்டப்படும் தலித் இலக்கியம் எனக்கு உடன்பாடில்லை. இருந்தால் அது வரவேற்கப்பட வேண்டியதே' என்ற கருத்துடையவர். ஒடுக்கப்பட்டவர்களின் துயரங்களைச் சமநிலை மாறாமல் நிதானத்துடன் எழுதக்கூடியவர். கரிசல் வட்டாரத்து ஒடுக்கப்பட்டவர்கள் குறித்து இவர் எழுதியது அதிகம். இவரது புனைவுகள் அனைத்தும் யதார்த்தவாதத்தை மையமாகக் கொண்டவை. தமிழில் தலித் இலக்கிய உருவாக்கத்திற்கு முன்பே

இவர் எழுதியவை அனைத்தும் தலித் இலக்கிய வகைமையைச் சார்ந்தவையாகக் கருதப்படுகின்றன. தலித் இலக்கிய வடிவத்திற்கான உதாரணங்களாகவும் இவரது புனைவுகள் சுட்டப்படுகின்றன.

விளிம்புநிலை சார்ந்த மக்கள்தாம் பூமணியின் புனைவுக்களம். 'வயிறுகள்', 'ரீதி', 'நொறுங்கல்கள்', 'நல்லநாள்' ஆகிய சிறுகதைத் தொகுப்புகள் வெளிவந்துள்ளன. இவரது மொத்தக் கதைகளும் 'பூமணி சிறுகதைகள்' என்ற பெயரில் தொகுக்கப்பட்டுள்ளன. பூமணி, சிறுகதைகளைவிட அவர் எழுதிய நாவல்களுக்காகவே அதிகம் கவனிக்கப்பட்டவர். குறிப்பாக ஒடுக்கப்பட்ட சக்கிலியக் குடும்பத்தைப் பின்னணியாகக் கொண்டு 1979ஆம் ஆண்டு இவரெழுதிய 'பிறகு' நாவல்தான் பூமணியின் அடையாளம். தொடர்ந்து, 'வெக்கை', 'நைவேத்தியம்', 'வரப்புகள்', 'வாய்க்கால்', 'அஞ்ஞாடி', 'கொம்மை' ஆகிய நாவல்களை எழுதியிருக்கிறார். 'அஞ்சாடி' நாவலுக்காக இவருக்கு 2014ஆம் ஆண்டு சாகித்திய அகாதெமி விருது வழங்கப்பட்டது.

ஸ்ரீதர கணேசன்

தூத்துக்குடி மாவட்டத்தைச் சார்ந்தவர். சமூகத்தில் ஒடுக்கப்பட்ட நெய்தல் நிலத்தைச் சார்ந்த கூலித் தொழிலாளர்களின் வாழ்க்கையை மார்க்சியப் பார்வையுடன் புனைவுகளாக எழுதி வருபவர் ஸ்ரீதர கணேசன். தூத்துக்குடி மாவட்ட வட்டாரமொழியை உயிர்ப்புடன் எழுதி வருகிறார். சிடுக்குகளற்ற கதைமொழியில் அன்றாடம் ஏதோவொரு தருணத்தில் சந்திக்கும் மனிதர்களின் கதைகள்தாம் இவர் புனைவுகள். இவர் பாத்திரங்கள் ஆதிக்கத்துக்கு எதிராகக் குரல் கொடுக்கின்றன; உழைப்புச் சுரண்டலைத் தட்டிக் கேட்கின்றன. தங்கள் வாழ்க்கையின் துயரங்கள் குறித்து அழுது வடிப்பதில்லை. ஒடுக்கப்பட்டவர் களிடம் புத்துணர்ச்சி உண்டாக்கக் கூடிய கதாபாத்திரங்களை ஸ்ரீதர கணேசன் படைத்திருக்கிறார்.

படிப்பும் பதவியும் சாதியை மறைத்துவிடாது என்பதையும் இவர் எழுதியிருக்கிறார். தூத்துக்குடி பகுதியில் வாழும் ஒடுக்கப்பட்ட சாதிகளுக்குள் நிகழும் உட்சாதிப் பிரச்னைகள் பற்றியும் இவர் எழுதியிருக்கிறார். ஒடுக்கப்பட்ட அருந்ததியப் பெண்களைச் சுயமரியாதை உள்ளவர்களாகவும் அதிகாரத்திற்கு எதிராகக் கொதித்து எழுபவர்களாகவும் ஸ்ரீதர கணேசன் எழுதியிருக்கிறார். தூத்துக்குடி நிலத்தில் உப்பளத் தொழில் செய்யும் மக்களின்

வாழ்க்கையைப் படைப்பூக்கத்துடன் எழுதியதில் இவர் முக்கியத்துவம் பெறுகிறார். 'உப்பு வயல்', 'வாங்கல்' 'சந்தி', 'அவுரி', 'சடையன் குளம்' ஆகிய நாவல்களும் 'மீசை' என்ற சிறுகதைத் தொகுப்பொன்றும் வெளியாகியுள்ளது. 'விரிசல்' ஸ்ரீதர கணேசனின் குறுநாவல்கள் அடங்கிய தொகுப்பாகும். தலித் அல்லாதவர்கள் எழுதும் தலித் எழுத்தின்மீது இவருக்கு மாற்றுக் கருத்துண்டு.

விடிவெள்ளி என்ற புனைபெயரில் மேரி ஸ்டெல்லா எழுதியுள்ள 'கலக்கல்' (1994) என்ற தன்வரலாற்று நாவலும் குறிப்பிடத்தக்க தலித் ஆக்கமாகும். ஒடுக்கப்பட்ட தலித் சமூகத்தைச் சார்ந்த மேரி ஸ்டெல்லா கிறித்தவ மதத்தைத் தழுவுகிறார். ஆனால் அங்கும் அவருக்குக் கிடைத்தது சாதி சார்ந்த ஒடுக்குதல்கள்தாம். பெண், தலித் ஆகிய இரு காரணங்களாலும் கிறித்தவ மதத்தைச் சார்ந்த பாதிரியார்களால் கடுமையான துயரத்துக்கு உள்ளாகிறார். இதனைக் 'கலக்கல்' என்ற புனைவாக எழுதியுள்ளார். பாமாவின் 'கருக்கு' (1992) போன்றே இந்நாவலும் முக்கியமான படைப்பாகும். இவர் தொடர்ச்சியாக எழுதாததால் பாமாவின் இடத்தை இவரால் அடைய முடியவில்லை என்று கருதலாம். விருதுநகர் மாவட்டத்தைச் சார்ந்த பாண்டிய கண்ணன் எழுதியுள்ள நாவல் 'சலவான்' (2008). தூய்மைப் பணி செய்யும் ஒடுக்கப்பட்ட மக்களின் வாழ்க்கையைப் பிரதிபலிக்கும் முக்கியமான தலித் நாவலாக இதனைக் கருதலாம். பன்றி வளர்ப்புத் தொழில் குறித்த நுணுக்கங்களை இந்நாவல் காத்திரமாகப் பகிர்ந்துகொள்கிறது.

தலித் புனைகதைகளின் தன்மைகள்

தலித் இலக்கியம் என்ற சொல் அறிமுகமாவதற்கு முன்பே ஒடுக்கப்பட்டவர்கள் குறித்த புனைவுகள் தமிழில் எழுதப்பட்டு விட்டன. கே. டானியல் நாவல்கள் தலித் இலக்கிய எழுச்சியைத் தமிழில் உருவாக்கின. சாதிரீதியாக ஒடுக்கப்பட்டவர்களின் வாழ்க்கை எவ்வித அரசியல் தன்மையுமின்றி இயல்பாக எழுதப்பட்டன. அப்படித்தான் பூமணி 'பிறகு' நாவலை எழுதினார். எவ்வித முன் திட்டமிடுதலையும் அந்நாவலில் காணமுடியாது. பூமணி பார்த்த சக்கிலியரின் வாழ்க்கையை அழகிரி என்ற கதாபாத்திரத்தின் மூலமாக விவரித்தார். பின்னர், தலித் இலக்கியம் குறித்த உரையாடலை முன்னெடுத்தவர்கள் அதற்கான அரசியலையும் அழகியலையும் கட்டமைத்தனர். தலித் புனைவுகளை ஒட்டுமொத்தமாக வாசிக்கும்போது சாதியும் அது

உருவாக்கி வைத்திருக்கும் அதிகாரமும்தான் திரும்பத் திரும்ப வெவ்வேறு வகைமைகளில் எழுதப்பட்டிருக்கின்றன. சாதி சமூகத்தில் செயல்படும் விதத்தை எழுதுவதே தலித் புனைகதைகளின் முக்கியத் தன்மையாகக் கருதலாம்.

தலித்தியப் பெண் எழுத்தாளர்களின் புனைவுகள் ஒடுக்கப்பட்ட பெண்களின் பிரச்னைகளுக்கே முக்கியத்துவம் கொடுத்திருக்கின்றன. பாலினப் பாகுபாடு சாதிய வன்மத்தைவிட மோசமானதாக இருப்பதை அவர்கள் இனங்காணுகின்றனர். ப. சிவகாமி, பாமாவின் புனைவுகளை இந்தத் தன்மைகளுடன்தான் அணுக வேண்டும். தலித்துகளின் பிரச்னை நிலம் சார்ந்தும் தொழில் சார்ந்தும் வேறுபடுகின்றன. இதில் உட்சாதிகளுக்கு இடையிலான பிரச்னைகள் வேறு. இதனையும் தலித் புனைவுகள் கவனப்படுத்தியிருக்கின்றன. இந்து மதமும் அதன் சடங்குகளும் ஒடுக்கப்பட்டவர்களின் வாழ்க்கையில் பாதிப்பை ஏற்படுத்துகின்றன. ஒருவர் தாழ்த்தப்பட்ட சாதியில் பிறந்து விட்டவர் என்ற ஒரே காரணத்துக்காக எவ்வளவு மோசமாக நடத்துகிறார்கள் என்ற கேள்வியைத் தலித்திய புனைவுகள் தொடர்ந்து எழுப்பிக்கொண்டே இருக்கின்றன.

துயரத்தையும் வலிகளையும் பகிர்ந்துகொள்ளுதல் ஒரு வகை எழுத்து. அந்தத் துயரங்களுக்குக் காரணமானவர்களை எதிர்த்தல் என்பது மற்றொரு வகை எழுத்து. தலித் புனைவுகள் இரண்டையுமே பதிவு செய்திருக்கின்றன. தலித் இலக்கியத்தின் இரண்டாம் தலைமுறை எழுத்தாளர்கள் கலகம் செய்தலையும் எதிர்த்தலையும் முக்கிய நோக்கமாகக் கொண்டனர். பணிய மறுத்தலை அவர்கள் அரசியலாகக் கருதினர். தங்கள் வாழ்க்கையிலிருந்தே தங்களுக்கான அழகியலையும் அரசியலையும் கட்டமைத்துக் கொண்டனர். மரபைத் தீவிரமாக எதிர்த்தனர். ஒடுக்கப்பட்டவர்கள் குறித்துத் தலித் அல்லாதவர்கள் எழுதியதைச் சந்தேகப்பட்டனர். தொன்மங்களை மறுவாசிப்புக்கு உட்படுத்தினர். மறைக்கப்பட்ட தலித்துகளின் உண்மை வரலாற்றைப் புனைவுகளினூடாக உருவாக்கவும் முயன்றனர்.

16. தலித்திய தமிழ் அல்புனைவுகள்

தலித் இலக்கிய உருவாக்கத்தில் தலித்திய ஆய்வாளர்களின் பங்கும் முக்கியமானது. தலித் இலக்கியத்தின் தன்மைகள் குறித்து 'நிறப்பிரிகை' இதழின் வழியாக நீண்ட விவாதங்கள் நடைபெற்றன. விடுதலைச் சிறுத்தைகள் அமைப்பாளர் தொல். திருமாவளவன், தியாகி இமானுவேல் பேரவைத் தலைவர் சந்திரபோஸ், எழுத்தாளர்கள் ராஜ் கௌதமன், ரவிக்குமார், கே.ஏ. குணசேகரன் ஆகியோர் கூட்டாக நிகழ்த்திய கலந்துரையாடல்களும் முக்கியத்துவம் வாய்ந்தவை. தலித்துகள் விடுதலைக்கு அம்பேத்கர் வகுத்துக்கொடுத்த உத்திகளை நடைமுறைப்படுத்துவதில் இவர்கள் களப்பணியாற்றினர். தலித் விடுதலை, சாதியொழிப்புக்குத் தடையாக இருப்பது இந்து மதம். எனவே தலித்துகள் இந்து மதத்தைவிட்டு வெளியேற வேண்டும் என்று ஒரு பிரிவினரும் இந்து மதத்திற்குள் இருந்துகொண்டே ஆதிக்கச் சாதிகளை எதிர்க்க வேண்டும் என்று மற்றொரு பிரிவினரும் கூறி வருகின்றனர். இந்த விவாதங்கள் அம்பேத்கர் காலத்திலிருந்தே நடைபெற்று வருகின்றன என்பது குறிப்பிடத்தக்கது.

தலித்துகள் மது அருந்தக் கூடாது; செத்த மாட்டை உண்ணக் கூடாது போன்ற கருத்துகளும் உரையாடல்களில் முன்வைக்கப்பட்டன. ஆனால் ரவிக்குமார் 'குடிப்பதையே போராட்டத்தை ஒட்டியதாகச் செய்யலாம். குடி என்றால் குடிக்காதே; குடிக்காதே என்றால் குடி என்ற கோணத்தில் பார்க்கலாம்' (2022:53) என்ற கருத்தை முன்வைத்தார். குடியை ஒருபோதும் ஏற்க முடியாது என்கிறார் சந்திரபோஸ். தலித் பண்பாடு என்பது கலகத்தை உண்டாக்குவது; அடங்க மறுப்பது; ஆதிக்கப் பண்பாட்டை உடைப்பது

ஆகியவற்றை உள்ளடக்கியதாக இருக்க வேண்டும். தலித்துகளுக்குள்ளே ஆதிக்கசாதி மனநிலை கொண்டவர்கள் இருக்கிறார்கள். தங்கள் சாதியை மறைத்துக்கொண்டு உயர்சாதித் தன்மைகளுடன் வாழ்கிறார்கள். அவர்கள்தாம் மாட்டிறைச்சி உண்ணக்கூடாது என்கிறார்கள். செத்த மாட்டை உண்ணக்கூடாது என்பதை வேண்டுமானால் ஏற்றுக்கொள்ளலாம் என்பது போன்ற கருத்துகளும் விவாதிக்கப்பட்டன.

தலித் இலக்கியம் தமிழில் உருவாகி நிலைபெற்றதற்கு அ. மார்க்ஸ், கோ. கேசவன் உள்ளிட்ட தலித் அல்லாதவர்களின் பங்களிப்பும் முக்கியமானது என்பதை நினைத்துப் பார்க்க வேண்டும். இன்றைய சூழலில் தலித்தியம் தொடர்பான தரவுகள் ஆவணப்படுத்தப்படுகின்றன. ஸ்டாலின் ராஜாங்கம், ஜெ. பால சுப்பிரமணியம், கோ. ரகுபதி உள்ளிட்ட பலர் தொடர்ச்சியாக இப்பணியில் தங்களை ஈடுபடுத்திக் கொண்டுள்ளனர். தலித் இலக்கிய வளர்ச்சிக்கும் தலித்திய வரலாற்றைக் கட்டமைக்கவும் ஒடுக்கப்பட்டோர் சார்ந்த ஆய்வுகள் மிக முக்கியம்.

ராஜ் கௌதமன்

விருதுநகர் மாவட்டத்தைச் சார்ந்தவர். பேராசிரியராகப் பணியாற்றியவர். தொடக்கக்காலத் தலித் ஆய்வாளர்களில் முதன்மையானவர். மார்க்சியம், பெரியாரியம், தலித்தியம், பெண்ணியம், சமூக வரலாறு, நவீன இலக்கிய விமர்சனம், புனைவு எனத் தொடர்ச்சியாக இயங்கியவர். ஈராயிரம் ஆண்டுக்காலத் தமிழ் இலக்கியத்தைக் குறுக்கு வெட்டாக ஆராய்ந்தவர். செவ்விலக்கியங்களில் காணப்படும் சாதியப் படிநிலைகள் குறித்தும் அதன் வளர்ச்சி பற்றியும் சிரத்தையாக ஆராய்ந்தவர். இலக்கியங்களின் வழியாகச் சமூகத்தைப் பார்த்தவர். 'தலித் பார்வையில் தமிழ்ப் பண்பாடு (சங்க காலம்)', 'தலித் பண்பாடு' ஆகிய இருநூல்களும் இவ்வகையில் முக்கியமானவை. 'தலித்தாகப் பிறந்தால் மட்டுமே தகுதி வந்துவிடாது; தலித் பார்வையும் ஓர்மையும் அடிப்படைத் தகுதிகளாகும்' என்ற கருத்துடையவர்.

தலித் அரசியல், தலித் அழகியல், தலித் பண்பாடு, தலித் மொழி உள்ளிட்ட சொற்சேர்க்கை உருவாக்கத்தில்கூட ராஜ் கௌதமனின் பங்களிப்பு மகத்தானது. தமிழ்ப் பேராசிரியராக இருந்தாலும் தலித் சிந்தனையை உள்வாங்கிய சமூகவியல் ஆய்வையே தொடர்ந்து செய்துவந்தார். மொழிபெயர்ப்புகளின் வழியாகப் பெண்ணிய

ஆய்வையும் முன்னெடுத்தவர். 'சிலுவைராஜ் சரித்திரம்', 'காலச்சுமை' ஆகிய தன்வரலாற்றுப் புதினங்களையும் எழுதியிருக்கிறார். 'எண்பதுகளில் தமிழ்க் கலாச்சாரம்', 'அறம் / அதிகாரம்', 'க.அயோத்திதாசர் ஆய்வுகள்', 'பாட்டும் தொகையும்: தொல்காப்பியமும் தமிழ்ச் சமூக உருவாக்கமும்', 'தமிழ்ச் சமூகத்தில் அறமும் ஆற்றலும்', 'வேதாகமக் கல்லூரியும் தலித்தும்', 'பொய் + அபத்தம் = உண்மை', 'தலித்திய விமர்சனக் கட்டுரைகள்', 'தலித் அரசியல்' உள்ளிட்ட நூல்கள் இவரது பங்களிப்புகளில் அடங்கும்.

ரவிக்குமார்

நாகப்பட்டினம் மாவட்டத்தில் பிறந்தவர். சட்டம் பயின்றவர். கவிதை, கட்டுரை, ஆய்வு, மொழிபெயர்ப்பு எனச் செயல் படுகிறார். தொடக்கத்தில் வங்கியில் பணியாற்றினார். தற்போது அரசியல்வாதி. தொடக்கக்காலத் தலித் சிந்தனையாளர்களில் ரவிக்குமாரும் ஒருவர். 'தலித்', 'போதி', 'மணற்கேணி' ஆகிய இதழ்களை நடத்தி வருகிறார். தொடக்கத்தில் தலித் ஆய்வுகளில் மட்டும் தீவிரக் கவனம் செலுத்தினார். தற்போது உலக அளவிலான பிரச்னைகளுக்கு முக்கியத்துவம் கொடுக்கிறார். தொண்ணூறு களில் இவர் எழுதிய கவிதைகள் தலித் இலக்கியத்தின் அடையாளமாக விளங்கின. அரசியலுக்குச் சென்றபிறகு இவரது பார்வை நெகிழ்ந்திருக்கிறது. தலித்துகள் சிறுதெய்வ வழிபாட்டை நோக்கி நகரவேண்டும்; தலித்துகள் எதிர்க்க வேண்டிய பல பிரச்னைகளைக் கோயில் வழிபாடு திசை திருப்பி விடுகிறது என்ற கருத்தை ரவிக்குமார் முன்வைக்கிறார்.

பெரியார், அம்பேத்கர், அயோத்திதாசர் கருத்துகளை உள்வாங்கிக் கொண்டவை ரவிக்குமாரின் எழுத்துகள். வட தமிழகத்தின் ஒடுக்கப்பட்டோர் பிரச்னைகளைத் தீவிரமாகக் கண்காணித்துக் கட்டுரைகளாக எழுதியிருக்கிறார். தலித் இலக்கிய வளர்ச்சிக்கு இவர் ஆற்றியுள்ள பங்களிப்புகள் முக்கியமானவை. அயோத்திதாசர், இரட்டைமலை சீனிவாசன், சுவாமி சகஜானந்தா உள்ளிட்டோர் எழுத்துகளைத் தொகுத்து வெளியிட்டுள்ளார். 'தலித்: கலை - இலக்கியம் - அரசியல்', 'தலித் என்கிற தனித்துவம்' ஆகிய தொகைநூல்களின் வழியாகத் தலித்தியச் சிந்தனையை முன்னெடுத்தார். மேலைநாட்டுத் தத்துவங்களைத் தமிழில் மொழிபெயர்த்துள்ளார். மணற்கேணி பதிப்பகத்தின் வழியாகத் தலித்திய ஆய்வு நூல்களை வெளியிட்டு வருகிறார்.

'கண்காணிப்பின் அரசியல்', 'கொதிப்பு உயர்ந்து வரும்', 'கடக்க முடியாத நிழல்' உள்ளிட்ட ஏராளமான நூல்களைத் தமிழுக்கு அளித்துள்ளார்.

அரங்க. மல்லிகா

தலித்திய ஆய்வாளர்களில் அரங்க. மல்லிகா குறிப்பிடத்தக்கவர். பேராசிரியராகப் பணியாற்றியவர். கல்விப் புலத்தில் தொடர்ந்து தலித்திய ஆய்வுகளை நிகழ்த்தியவர். பெண் விடுதலையைத் தொடர்ந்துதான் தலித்துகள் விடுதலை பெற முடியும் என்று தொடர்ந்து வலியுறுத்தியவர். இந்தக் கருத்துதான் 'தலித் பெண்ணியம்' என்ற இலக்கிய வகைமை உருவாகக் காரணமாக இருந்தது. தலித் பெண்ணியம் குறித்து ஏராளமான கட்டுரைகளை எழுதியுள்ளார். பௌத்த சமய ஆய்வுகளில் கவனம் செலுத்தியவர். ஒடுக்கப்பட்ட சாதியைச் சார்ந்த ஆண்களே பெண்களுக்குச் சம உரிமை கொடுப்பதில்லை. பாலினப் பாகுபாடு காட்டும் இவர்கள் தான் சாதிய ஏற்றத்தாழ்வுகள் குறித்துப் பேசுகிறார்கள் என்ற விமர்சனமும் அரங்க. மல்லிகா எழுத்துகளில் வெளிப்பட்டன.

சாதிய விடுதலையுடன் பெண் விடுதலையையும் சேர்த்தேதான் பேச வேண்டியுள்ளது. பெண்களை உற்பத்திப் பொருளாகப் பார்க்கும் ஆணாதிக்க மனநிலை மாற வேண்டும் என்பது அரங்க.மல்லிகா முன்வைக்கும் முக்கியக் கருத்தாகும். தமிழ் இலக்கியங்களின் வழியாகச் சாதியையும் பெண்ணியத்தையும் அணுகியவர் அரங்க.மல்லிகா என்பது குறிப்பிடத்தக்கது. 'தமிழ் இலக்கியமும் பெண்ணியமும்', 'பெண்ணியக் குரலதிர்வும் தலித் பெண்ணிய உடல்மொழியும்', 'வழிகாட்டுதலும் ஆலோசனை கூறுதலும்', 'பெண்ணிய வெளியும் இருப்பும்', 'தலித் பெண்ணிய அழகியல்', 'தலித் அறம்' உள்ளிட்ட நூல்களை எழுதியுள்ளார்.

ஸ்டாலின் ராஜாங்கம்

திருவண்ணாமலை மாவட்டத்தைச் சேர்ந்தவர் ஸ்டாலின் ராஜாங்கம். தற்போது மதுரை அமெரிக்கன் கல்லூரியில் பேராசிரியராகப் பணியாற்றுகிறார். அயோத்திதாசர் குறித்து ஆய்வுசெய்து முனைவர் பட்டம் பெற்றவர். தன் வாழ்நாளைத் தலித் ஆய்வுகளுக்காக ஒப்புக்கொடுத்தவர். தலித்திய வரலாறு, தமிழ்ச் சமூக வரலாறு, பண்பாட்டு ஆய்வுகள், பதிப்பு வரலாறு எனத் தொடர்ந்து இயங்கி வருபவர். இதழ்கள், சினிமா உள்ளிட்ட ஊடகங்களின் வழியாகவும் தமிழ்ச் சமூக வரலாற்றைக்

கட்டமைப்பவர். அயோத்திதாசரை மையமாகக்கொண்டு இயங்கிய சமூகத்தை வரலாறாக்கும் முயற்சியில் ஈடுபட்டு வருகிறார். வரலாற்றில் மறைக்கப்பட்ட தலித் போராளிகளைக் கள ஆய்வினூடாகக் கண்டறிந்து ஆவணப்படுத்தும் பெரும் பணியையும் செய்து வருகிறார். அடுத்த தலைமுறை மாணவர்களையும் சமூக ஆய்வுப் பணிகளில் ஈடுபட வழிகாட்டி வருகிறார்.

பத்தொன்பதாம் நூற்றாண்டில் நிகழ்ந்த சமூக மாற்றங்களிலும் ஸ்டாலின் ராஜாங்கம் கவனம் செலுத்தி வருகிறார். ஊடகங்களினூடாகக் கட்டமைக்கப்படும் ஒடுக்கப்பட்டோர் கருத்தியலையும் அரசியலையும் அவதானித்து வருகிறார். இது தொடர்பாக இவரெழுதிய, 'எண்பதுகளின் தமிழ் சினிமா', 'தமிழ் சினிமா: புனைவில் இயங்கும் சமூகம்' ஆகிய நூல்கள் முக்கியமானவை. 'அயோத்திதாசர்: வாழும் பௌத்தம்', 'ஆணவக் கொலைகளின் காலம்', 'எழுதாக் கிளவி', 'சாதியம் கைகூடாத நீதி', 'பெயரழிந்த வரலாறு: அயோத்திதாசரும் அவர்கால ஆளுமைகளும்', 'தீண்டப்படாத நூல்கள்: ஒளிப்படா உலகம்', 'நவீன பௌத்த மறுமலர்ச்சி இயக்கம்', 'வரலாற்றை மொழிதல்', 'வைத்தியர் அயோத்திதாசர்', 'நெடுவழி விளக்குகள்: தலித் ஆளுமைகளும் போராட்டங்களும்', 'பண்பாட்டின் பலகணி' உள்ளிட்ட நூல்களை எழுதியிருக்கிறார்.

கோ. ரகுபதி

வரலாற்றுத்துறைப் பேராசிரியர். தலித்துகளின் உண்மை வரலாற்றை ஆவணப்படுத்தும் பணிகளில் ஈடுபட்டுள்ளார். 'ஆதி மருத்துவர் சவரத் தொழிலாளராக்கப்பட்ட வரலாறு' என்ற இவரது நூல் மிகுந்த கவனம் பெற்றது. அனைவருக்கும் பொதுவான இடங்களான நீர்நிலைகள், பொதுக்கிணறுகள், கோயில்கள், பொது வழித்தடங்கள், அஞ்சல் நிலையங்கள், பள்ளிகள் போன்றவற்றில் தலித்துகள் அனுமதிக்கப்படுவதில்லை. இந்த உரிமைகளைப் பெறுவதற்காகப் பல்வேறு போராட்டங்களைத் தலித்துகள் முன்னெடுத்துள்ளனர். இவற்றையெல்லாம் ஆவணப்படுத்தி கோ. ரகுபதி எழுதிய கட்டுரைகள், 'தலித்துகளும் தண்ணீரும்', 'தலித் பொதுவுரிமைப் போராட்டம்' ஆகிய நூல்களாக வெளிவந்துள்ளன.

தரவுகளின் அடிப்படையில் ஆய்வுகளை மேற்கொள்பவர் கோ.ரகுபதி. 'இரட்டைமலை சீனிவாசனின் மத நிலைப்பாடு',

‘காந்தியின் ஸநாதந அரசியல்’, ‘காவேரிப் பெருவெள்ளம் 1924’, ‘போக்குவரத்து உருவாக்கமும் ஜாதிகளின் உருமாற்றமும்’ உள்ளிட்ட நூல்களையும் எழுதியுள்ளார். ‘ஆனந்தம் பண்டிதர் (சித்த மருத்துவரின் சமூக மருத்துவம்)’ என்ற நூலைப் பதிப்பித்துள்ளார். ‘திராவிடப் பத்திரிகைகளில் ஆதிதிராவிடர் ஆவணங்கள்’, ‘பறையன் பாட்டு (தலித்தல்லாதோர் கலகக் குரல்)’, ‘பாலம்மாள் (முதல் பெண் இதழாசிரியர்)’, ‘கா. அலர்மேன் மங்கையின் திராவிட மதம்’ உள்ளிட்ட நூல்களைத் தொகுத்துள்ளார். புதிரை வண்ணார்கள் பற்றிய ‘தீண்டாமைக்குள் தீண்டாமை’ என்ற நூலை கி. லஷ்மணனுடன் இணைந்து எழுதியுள்ளார்.

ஜெ. பாலசுப்பிரமணியம்

திருநெல்வேலி மாவட்டத்தைச் சேர்ந்தவர். மதுரை காமராசர் பல்கலைக்கழகத்தில் இதழியல் துறைப் பேராசிரியராகப் பணியாற்றுகிறார். பத்தொன்பதாம் நூற்றாண்டு இதழ்களை ஆவணப்படுத்தும் பணியில் ஈடுபட்டு வருகிறார். குறிப்பாகத் தலித் இதழ்களைத் தொகுத்து வெளியிடுவதன் மூலமாக, பத்தொன்பதாம் நூற்றாண்டின் தலித்துகளின் இருப்பையும் வரலாற்றையும் மீட்டுருவாக்கம் செய்கிறார். இவர் எழுதியுள்ள ‘சூரியோதயம் முதல் உதயசூரியன் வரை’, என்ற நூலில் 1869-1943 காலகட்டங்களில் வெளிவந்த முப்பத்தெட்டு தலித் இதழ்கள் பற்றிய தகவல்களைத் திரட்டிக் கொடுத்துள்ளார். இது இவரது முனைவர்பட்ட ஆய்வாகும். இவரது ‘பூலோகவியாஸன்: தலித் இதழ்த் தொகுப்பு’, ‘வழிகாட்டுவோன் தலித் இதழ் தொகுப்பு’, ‘இரட்டைமலை சீனிவாசன் (இந்திய இலக்கியச் சிற்பிகள்)’ ஆகிய ஆக்கங்களும் குறிப்பிட வேண்டியவை.

17. தலித்திய தமிழ் அரங்கம்

தலித் இலக்கியத்தின் வளர்ச்சி, நாடகங்கள் வரை தாக்கத்தை ஏற்படுத்தியது. தொடக்கக் காலத்தில் நாடகங்கள் பெரும்பாலும் இரு வகைகளாகப் பிரிக்கப்பட்டிருந்தன. வேந்தர்கள் மட்டும் காணும் நாடக அரங்கை 'வேத்தியல்' என்றும் பொதுமக்கள் பார்க்கும் நாடக அரங்கைப் 'பொதுவியல்' என்றும் வரையறுத்து வைத்திருந்தனர். குறவஞ்சி, பள்ளு, கீர்த்தனை உள்ளிட்ட மக்களுக்கான நாடக அரங்குகள் உருவாகும் வரை தமிழ் நாடகம் என்பது உயர்சாதியினருக்கான பொழுதுபோக்கு வடிவங்களாகவே இருந்தன. பள்ளரும் குறவரும் நாடகத்தின் முக்கியப் பாத்திரமேற்று நடித்ததெல்லாம் நாயக்கர்கள் காலத்தில்தான். எனவே, நாடகம் எனும் கலை வடிவம்கூட ஒடுக்கப்பட்டவர்களுக்கானதாக இல்லை என்பதுதான் நிதர்சனம்.

பள்ளனை முதன்மைக் கதாபாத்திரமாகக்கொண்டு பள்ளு நாடகம் இயங்கினாலும் அங்கும் பள்ளன் சாதிரீதியாக ஒடுக்கப்பட்டவனாகவே படைக்கப்படுகிறான். நாடகத்தில் வரும் பண்ணையாரால் கடுமையான வசைச்சொல்லால் இகழப்படுகிறான்; கட்டிவைத்து அடிக்கப்படுகிறான். சாதியும் பொருளாதாரமும் பள்ளன் இவ்வளவு மோசமாக நடத்தப்படுவதற்குக் காரணங்களாக இருக்கின்றன. பள்ளனை அடிக்கும்போது ஏற்படும் வலியைத்தான் அவனால் உணரமுடிகிறது. சாதி சார்ந்த இழிவுகள் அவனைப் பெரிதாகப் பாதிக்கவில்லை. அந்தப் பாத்திரம் அப்படித்தான் படைக்கப்பட்டிருக்கிறது. பள்ளர்கள், ஆதிக்கச் சாதியினரின் ஒடுக்குதலுக்குத் தங்களை ஒப்புக்கொடுத்து வாழப் பழக்கப் பட்டிருந்தனர். அதனால் நாடகப் பிரதிகளும் அப்படித்தான்

உருவாக்கப்பட்டன. பள்ளு நாடகத்தில், மூத்த பள்ளியும் இளைய பள்ளியும் சமயம் சார்ந்து ஒருவரையொருவர் இகழ்ந்துகொள்ளும் பகுதிதான் முக்கியத்துவம் மிக்கதாக இருக்கும்.

குறவஞ்சி நாடகத்தில், குறவஞ்சி என்ற குறவர்குலப் பெண் முதன்மைப் பாத்திரமாக இருக்கிறாள். ஆனால் அவளும் உயர்குடியைச் சார்ந்த பெண்ணின் காதலுக்கு உதவிசெய்யும் கதாபாத்திரமாகவே படைக்கப்படுகிறாள். அவளுக்குக் கிடைக்கும் ஓரிடத்தில் தங்கள் குலத்தின் பெருமைகளையும் தங்கள் மலையின் சிறப்புகளையும் சொல்லிக்கொள்ள அனுமதிக்கப் படுகிறாள். பிற நாடக வடிவங்களைவிட பள்ளும் குறவஞ்சியும் பொதுமக்களுக்கான வடிவமாக இருந்ததில் மாற்றுக் கருத்தில்லை. நொண்டி நாடகமும் பொதுமக்களின் நாடக வடிவமாகப் பார்க்கப்பட்டது. நாடகம் பார்ப்பவர்களுக்கு நீதியைக் கற்பிக்க நொண்டி நாடகங்கள் பொதுமக்கள் மத்தியில் நிகழ்த்தப் பட்டன. நொண்டி நாடகங்களின் கதை அமைப்பு என்பது, கதை நாயகன் தனது பழைய வாழ்வை நினைவு கூறுவதுபோல அமைக்கப்பட்டிருக்கும். தவறான வழியில் சென்ற அவன் பொருளை இழந்து தவறிழைக்கத் தொடங்குவான். குதிரை திருடி அகப்பட்டு காலை இழந்து ஊனமுறுவான். பின்னர் மனம் திருந்திக் கடவுளை வழிபடுவான். அதன் பலனாக இழந்த கால்களை மீண்டும் பெறுவான். இவ்வகை நாடகங்கள் பொதுமக்கள் பார்த்து இன்புறும் வண்ணம் எளிய நடையும் நையாண்டியும் கொண்டு எழுதப்பட்டன. இந்த நாடகத்தில் நடிக்கக்கூடிய கலைஞர் ஒருவரே. துணைப்பாத்திரங்கள் ஏதும் இல்லை.

பள்ளு, குறவஞ்சி, நொண்டி நாடகங்களில் எளிய மக்கள் பேசும் மொழியில் வசனங்கள் அமைக்கப்பட்டிருக்கும். கிராமங்களில் சாதாரணமாகப் புழங்கும் வசைச் சொற்கள் நாடகங்களில் இடம்பெறும். இத்தகைய வசைச்சொற்கள் ஒடுக்கப்பட்ட மக்களைச் சாதி சார்ந்து இழிவுபடுத்தக்கூடியதாகவும் இருக்கும். அவர்கள் உடல் தோற்றங்களையும் உடல் உறுப்புக்களையும் கேலி பேசுவதாகவும் அமைந்திருக்கும். இந்த மூன்று வகையான நாடகங்களிலும் ஒடுக்கப்பட்ட மக்களே முதன்மைப் பாத்திரங்கள். ஆனால் அவர்களை இயக்குபவர்கள் ஆதிக்கச் சாதியைச் சார்ந்தவர்கள். இந்நாடக அரங்கு கி.பி. பதினேழாம் நூற்றாண்டுக்குப் பிறகு உருவாகியிருக்கிறது. அதற்கு முன்பு வேந்தர்களை முன்னிறுத்தியே நாடகங்கள் உருவாக்கப்பட்டன. அந்த வகையில் பள்ளு, குறவஞ்சி, நொண்டி நாடக வடிவங்களை வரவேற்கலாம்.

அம்பேத்கர் நூற்றாண்டைத் தொடர்ந்து எழுச்சிபெற்ற தலித் இலக்கியம் நாடகத்திலும் தாக்கத்தை ஏற்படுத்தியது. ஒடுக்கப் பட்ட மக்களை முதன்மைப்படுத்தி நாடகங்கள் இயற்றப்பட்டன. கவிதை, புனைகதைகளில் எழுதப்பட்ட தலித்துகளின் துயரங்களையும் எழுச்சியையும் நாடகத்திலும் எழுதிப் பார்த்தனர். ஒடுக்கப்பட்டவர்களுக்கான அரங்க வடிவமே மாற்றி அமைக்கப் பட்டது. தலித் விடுதலையை நோக்கியதாக இந்நாடக அரங்குகள் இருந்தன. தலித் மக்கள் ஆதிக்கச் சாதியினரால் எவ்வாறெல்லாம் ஒடுக்கப்படுகிறார்கள் என்பதை அவர்களுக்கு உணர்த்த இந்த அரங்கு பயன்படுத்தப்பட்டது. அவர்களுக்கு வாழ்க்கை குறித்த விழிப்புணர்வை ஏற்படுத்தவும் தலித் அரங்குகள் பயன்பட்டன. ஒடுக்கப்பட்ட மக்களின் பிரச்னைகள் பேசப்படும் இவ்வரங்கில் பெண்ணியம் குறித்தும் பேசப்பட்டன.

1996ஆம் ஆண்டு டிசம்பர் 6ஆம் தேதி, மதுரை தலித் ஆதார மையத்தின் ஒருங்கிணைப்பில் நடத்தப்பெற்ற கலை இலக்கிய நிகழ்வுகளில் 'தலித் அரங்கம்' என்ற தனி நாடக வகையை வடிவமைத்தனர். இந்நிகழ்வில் மேடையேற்றப்பட்ட நாடகங்களில் 'பலி ஆடுகள்' தனித்துவம் மிக்கதாக இருந்தது. உடல் உழைப்பைச் சுரண்டிப் பிழைக்கும் ஆதிக்க சாதிகளுக்கு எதிரான பிரதியாகப் 'பலி ஆடுகள்' இருந்தது. இதிலிருந்துதான் எங்கள் பிரச்னைகள் பேசப்படாத எந்த அரங்கும் எங்களுக்குத் தேவையில்லை என பொது அரங்கைத் தலித்துகள் மறுத்தனர். 'தலித் அரங்கு என்பது ஆதிக்கக் கலாச்சார அரங்கிற்கு மாற்றான எதிர் அரங்காகவும், (Anti Theatre) பல்வேறு ரீதிகளில் பிரச்னைகளை அணுகி அரங்கியல் வாழ்க்கை முறையுடன் இணைத்துத்தரும் வகையில் ஒரு கலக அரங்காகவும் தலித் நாடக அரங்கு அமைவது தவிர்க்க இயலாததாகும்' (1995:52) என்று கே.ஏ. குணசேகரன் கூறுகிறார். தலித் அரங்கம் என்பது மரபான அரங்குக்கு எதிரானது. நாடக மொழி, இயக்கம் போன்ற வற்றைக்கூட தலித் அரங்கம் மாற்றியமைத்திருக்கிறது.

தலித் அரங்கியல் என்பது பொது அரங்கிலிருந்து முற்றிலும் வேறுபட்டது. எளிய மக்களையும் அவர்களது மொழியையும் முன்னிறுத்தி நாடகப் பிரதிகள் உருவாக்கப்பட்டன. ஒடுக்கப் பட்ட மக்களின் இசைக்கருவிகள் இந்த அரங்கில் பயன்படுத்தப் பட்டன. கதைகூறும் முறையிலும் மொழியைப் பயன்படுத்தும் முறையிலும் மேடை அமைப்பிலும் தலித் அரங்குகள் வேறுபட்டன. பொதுமக்களிடம் எளிதாகத் தொடர்புகொள்ளும்

வகையில் மெய்நிகர் அரங்குகளாக உருவாக்கப்பட்டன. கதை, வசனம், பாடல்கள், ஒப்பனை உள்ளிட்டவை ஒடுக்கப்பட்ட மக்களுக்கு நெருக்கமானதாக இருக்கும்படி பார்த்துக் கொண்டனர். தலித் நாட்டுப்புறக் கதைகளையும் பாடல்களையும் தலித் அரங்கு பயன்படுத்திக் கொண்டது. சொந்த அடையாளங்களை மீட்டெடுக்கும் கலைவடிவமாகத் தலித் அரங்கியல் உருவாக்கப் பட்டது.

கே.ஏ. குணசேகரன்

தலித் அரங்கை உருவாக்கியதில் கே.ஏ. குணசேகரன் முக்கியமானவர். சிவகங்கை மாவட்டத்தைச் சேர்ந்தவர். புதுவைப் பல்கலைக்கழக நாடகத்துறையின் தலைவராகப் பணியாற்றினார். தலித் இசைக் கலைஞர்களும், கிராமிய இசைக் கருவிகளும் அதிக அளவில் பங்கு பெறும் 'தன்னானே' இசைக்குழுவை அமைத்தவர். மக்களிடம் தலித் இசையைக் கொண்டுசென்றவர். இவர் எழுதிய 'பலி ஆடுகள்' முதல் தலித் நாடகப் பிரதியாகும். 'தொடு', 'சத்திய சோதனை', 'பவளக்கொடி அல்லது குடும்ப வழக்கு' ஆகியன இவர் எழுதிய பிற நாடகங்களாகும். நாட்டார் கலைகளை முதன்மைப்படுத்தி இவர் தொடர்ச்சியாகச் செயல்பட்டார். தொன்மக் கதைகளை மறுவாசிப்புச் செய்து நாடகப் பிரதிகளை உருவாக்கினார். அரிச்சந்திரன், அர்ஜுனன் உள்ளிட்ட கதாபாத்திரங்களை இவர் விமர்சனம் செய்தார். தலித்துகளின் ஒட்டுமொத்த அரசியலையும் அழகியலையும் இவர் நாடகக் கலை வடிவங்களாக மாற்றினார். ஆதிக்கச் சாதியினரின் கலை வடிவங்களையும் அவர்கள் உருவாக்கி வைத்திருந்த புராணக் கதைகளையும் இவர் மீளுருவாக்கம் செய்தார். அந்தப் பிரதிகளிலுள்ள போதாமைகளைச் சுட்டிக் காட்டினார். நாட்டுப்புறக் கலைகளை ஆவணப்படுத்தியதிலும் நாட்டுப்புறவியல் என்ற இலக்கிய வகைமைக்கு இணையாகச் 'சேரிப்புறவியல்' என்ற இலக்கிய வகைமையைப் புதிதாக உருவாக்கியதிலும் கே.ஏ. குணசேகரனின் பங்கு முக்கியமானது.

தலித் சமூக மாற்றத்துக்கான காரணியாகத் தலித் அரங்கியலைக் கே.ஏ. குணசேகரன் முன்னெடுத்தார். இவர் எழுதிய நாடகங்கள் பார்வையாளர்களிடையே உடனடியான விளைவுகளை ஏற்படுத்தின. உடல்மொழிக்கு தலித் அரங்கியல் முக்கியத்துவம் கொடுத்தது. தலித் அரங்கியல் செய்ய வேண்டியவையாகப் பின்வருவனவற்றைக் கூறுகிறார்.

- தலித் அரங்கியலில் நமது வாழ்வியலைப் பேச வேண்டும்.
- தலித் மக்கள் ஒடுக்கப்பட்ட வரலாறுகளைத் தலித் அரங்கியல் வழி எழுதவேண்டும்; வெளிப்படுத்தவேண்டும்.
- தலித் அழகியலைப் புதிதாக நமது கலைக் கூறுகளிலிருந்து படைக்க வேண்டும்.
- இதுகாறும் கட்டமைத்துள்ள அரங்கியல் முறைமையைக் கேள்விக்குள்ளாக்க வேண்டும்.
- செவ்வியல் கலைகளிலிருந்து நமது கலைக்கூறுகளை ஆய்ந்தறிந்து அடையாளம் கண்டுணர வேண்டும்; மீட்டெடுக்க வேண்டும்.
- தனித்த நிலைத் தலித் கலாச்சாரத் தன்மைகளுக்கேற்ப கதை கூறும் முறைமை, வெளிப்பாட்டு முறைமை, அரங்கக் கட்டமைப்பு முறைமை வேறுபட்டமை பற்றிப் பேச வேண்டும்.
- புதிய அரங்காகத் தலித் அரங்கியல் நமது ஆடல் வகை, பாடல் வகை, இசை வகை, இசைக்கருவிகள் வகை, உடை ஒப்பனை முறை, பேச்சு முறை, உடல் மொழி வகை, அரங்க நிர்மாண வகை போன்ற அரங்கக் கூறுகளை வாழ்வியலுக்கேற்ப புதிதாக மீட்டுருவாக்கம் செய்து படைப்புத்திறன் பெற வேண்டும் *(1999:13)*.

கே.ஏ. குணசேகரன் தனியொருவராகத் தலித் அரங்கைத் தொடக்கத்தில் உருவாக்கினார். இந்த மரபு பெரிதாகத் தொடரவில்லை என்றே கருதுகிறேன். இவர், தலித் நாட்டுப் புறவியலுக்குப் பெரிய அளவில் பங்களித்திருக்கிறார். ‘அக்கினீஸ்வரங்கள்’, ‘நகர்சார் நாட்டுப்புறக் கதைப்பாடல்கள்’, ‘தொட்டில் தொடங்கி தொடுவானம் வரை’ போன்ற நாட்டுப்புறக் கதைகளையும் கதைப்பாடல்களையும் தொகுத்துள்ளார். ‘நாட்டுப்புற இசைக்கலை’, ‘நாடக அரங்கம்’, ‘நாட்டுப்புற மண்ணும் மக்களும்’, ‘நாட்டுப்புற நடனங்களும் பாடல்களும்’, ‘நாட்டுப்புற நிகழ்ச்சிகள்’, ‘தமிழக மலையின மக்கள்’, ‘தலித் அரங்கியல்’, ‘இன்றைய தமிழ் நாடகச் சூழல்’, ‘தலித் கலை கலாச்சாரம்’ உள்ளிட்ட ஏராளமான நூல்களை எழுதியுள்ளார். இவர் எழுதிய ‘வடு’ என்ற தன்வரலாற்று நூல் முன்னோடிப் படைப்பாகும். தலித் நாட்டுப்புறவியல், நகர்சார் கதைப்பாடல்கள், தலித் அரங்கம் ஆகியன உருவாக்கத்தில் கே.ஏ.குணசேகரனின்

பங்களிப்பு மகத்தானது. ரவிக்குமார் எழுதி, அ.ராமசாமி நெறியாள்கை செய்த 'வார்த்தை மிருகம்' என்ற நாடகமும் தலித் நாடகப் பிரதியாகக் கருதப்படுகிறது.

தலித்தியத்தில் விரிவாக எழுதுவதற்கான களங்கள் உருவாகிக் கொண்டே இருக்கின்றன. தலித் இலக்கியம் ஒடுக்கப்படும் மக்களுக்கான இலக்கியம். எனவே, சாதிய ஏற்றத்தாழ்வுகளும் ஒடுக்குதல்களும் இருக்கும்வரை தலித் இலக்கியத்தின் தேவை இருக்கும்.

பின்னிணைப்புகள்

1. பதவி

அர்ஜுன் டாங்ளே

'**நா**ன் சொல்றேன். நீ செய்துதான் தீரணும்.'

'இல்லை. என்னால் முடியாது.'

'இதோபார், கோட்போலே, அந்தப் பெண்மணி இன்னும் இரண்டு நாள்களுக்கு விடுப்பில் இருக்கிறாங்க. இந்தத் திட்டம் இன்றைக்கே போயாகணும். தயவுசெய்து செஞ்சிடுங்க. இல்லைன்னா நான்...'

'என்னைப் பற்றி புகார் கொடுக்கறதுன்னா நீங்க செய்துக்கலாம். நான் ஆயிரம் தடவை சொல்லிட்டேன். இது என்னுடைய வேலை இல்லைன்னு'

'மரியாதை கொஞ்சம் கத்துக்க. உயர் அதிகாரிகளுக்கு மரியாதை கொடுக்க கத்துக்க.'

'நீங்க என்னுடைய அதிகாரின்னு எனக்குத் தெரியும். ஆனா உங்களைவிட நான் அதிக வருஷம் வேலை செய்யறவன்றதை நீங்க மனசில வச்சுக்கங்க.'

'தயவு செய்து, வெளியே போ'

வாக்மாரே, கோட்போலே பற்றி புகார் ஒன்று எழுதுவதற்காக காகிதம் ஒன்றை இழுத்தான். அவன் ஒரு டம்ளர் தண்ணீரைக் குடித்தான். புகாரை மனசில் சேர்த்து பார்த்துக்கொண்டு மேலே இருந்த மின்விசிறியைப் பார்த்துக் கொண்டிருந்தான். உண்மையில் புகார் எழுதுவதில் ஒரு பயனும் இல்லை. அனுபவத்திலிருந்து

அவனுக்குத் தெரியும், கோட்போலேவுக்கு எதிராக எந்த நடவடிக்கையும் எடுக்கப்படாது என்பது. கோட்போலே ஜோஷி சாரின் கைக்கூலி என்பதும் ஒவ்வொரு மாதமும் அவனது வெற்றிகளைக் கொண்டு செல்பவன் என்பதும் மொத்த இலாகாவுக்கும் தெரியும்.

கோட்போலேவைப் பகைத்துக்கொள்ள யாரும் முயன்றதில்லை. இருப்பினும் ஒரு புகார் கொடுத்து வைப்பது நல்லது.

அவன் அந்தத் திட்டத்தைச் சமர்ப்பிப்பதில் தாமதம் ஏன் என்று கேட்கப்பட்டால் காரணம் கொடுப்பதற்கு வசதியாக இருக்கும்.

அவன் பொத்தானை அழுத்தி பியூனைக் கூப்பிட்டு இரண்டு பனாரசி 120 பீடாபான் வாங்கி வரச்சொன்னான். அவாலே சாகெப்பை ஒரு கோப்பைத் தேநீருக்காக வரச்சொல்லியும் இருந்தான். பியூன் போய்விட்டான். சிறிது நேரம் கையைத் தலையில் வைத்துக்கொண்டு உட்கார்ந்தான். அவன் மறுபடி மணியடித்து திரு. சிங்கின் பியூன் வருவான் என்று எதிர் பார்த்தான். மறுபடி மணி அடித்தான்; யாரும் வரவில்லை. கடைசியாக அவனே எழுந்துசென்று, திருமதி கார்னிக் மேசைமீது வைத்திருந்த காகிதங்களைக் குடைந்து அந்தத் திட்டம் குறித்த காகிதத்தைக் கண்டுபிடித்தான். கோட்போலே தனது நாற்காலியில் உட்கார்ந்து இருந்தானே தவிர, நகரவே இல்லை. வாக்மாரே அந்த வேலையை யாரிடம் கொடுப்பது என்று திகைத்துக்கொண்டு சிறிது நின்றான்.

எல்லா மேசைகளும் அதிக வேலைப் பளுவினால் திணறின. நியாயமாக கோட்போலேயின் வேலைக்குக் கீழே இது வருவதினால் அவன்தான் அதைச் செய்து இருக்க வேண்டும். வாக்மாரே ஃபைலை உள்ளே கொண்டுபோய் படிக்கத் தொடங்கினான்.

திடீரென்று அவனது அறைக்கதவு திறந்துகொண்டது. அவாலே சாகெப் அவருக்கே உரித்தான முறையில் புயலாக நுழைந்தார்.

‘அதிக வேலையாக இருப்பது போலத் தெரிகிறதே?’ என்று சொல்லிக் கொண்டே உட்கார்ந்தார்.

‘ஆமாம் அந்த கோட்போலே நான் சொல்றத கேக்க மாட்டேன்றான். இப்போது முதல் இந்த தொல்லைகளை எல்லாம் நான் எதிர்க்கொண்டாக வேண்டும்.’

'நாசமாப் போக. அவன் வேலையை நீ ஏன் செய்யனும். நன்றாக அவனைத் திட்டி வேலையைச் செய்யவைக்க வேண்டியது தானே.'

'இல்லை. அவன் கேக்கமாட்டான்.'

'நீ ஒரு கோழை. இதுபோல ஊளை இடுவதை விட்டுவிட்டு ஏன் ஒரு 'மெமோ' கொடுக்கக் கூடாது. உன்னை இட ஒதுக்கீட்டின் மூலம் பதவி உயர்வு கொடுத்ததினால் உனக்கு யாரும் உதவி செய்து விடவில்லை என்பதை நினைவில் வைத்துக்கொள்'.

'உதவி செய்கிற விஷயம் அல்ல. ஆனால் மனித உறவு கெட்டுவிடக்கூடாது அல்லவா?'

'கோட்போலே, உன்னை மதிக்கிறானா?'

'இல்லை. நான் அவனைவிட குறைந்த ஆண்டுகள் வேலை செய்தவனாக இருந்தபோதிலும், அசிஸ்டென்ட் பர்ச்சேஸ் ஆபிசராக பதவி உயர்வு பெற்றது அவனுக்குப் பிடிக்கவில்லை என்பது இயல்புதானே.'

'இதைக் கேள், இப்போதுதான் 33% பிரிவினால் நீ அதிகாரி நிலைக்கு வந்திருக்கிறாய். ஆனால் நூற்றாண்டுகளாக இந்த மற்றப் பிரிவினர் 100% சலுகையை அனுபவித்து வந்துள்ளனர். இது ஏதாவது புரிகிறதா உனக்கு?'

'சரி, மறந்துடு.'

'உண்மைதான். மறக்க வேண்டியதுதான். ஒரு நாள் உன்னோட எச்சில், மண்ணிலே விழாமல் துப்பிக்கிறதுக்காக கழுத்தில் ஒரு பானையோடு கண் விழிக்கப்போற அன்றைக்குத்தான் தெரியும்.'

அவர்கள் தேநீர் அருந்தினர். அவாலே போய்விடுவார் என்று வாக்மாரே நம்பினான். அவனது சாதி சம்பந்தப்பட்டு தொல்லைப்படுத்தப்படுகிற போதெல்லாம் அவன் அவாலேயை நினைத்துக் கொள்வான். அவர் அவனுக்கு முழுத்துணையாக இருந்தபோதிலும், அவனை மேலும் துன்பத்திலும் ஆழ்த்தினார்.

பீடா பான் மென்றபடி அவாலே கேட்டார்.

'அச்சகத்தார் தொடர்பாக நீ ஏதேனும் வேலை பார்க்கிறாயா?'

'ஆமாம் ஏதேனும் செய்யணுமா?'

‘நிறைய இல்லை, அம்பேத்கர் ஜெயந்திக்காக கொஞ்சம் ரசீது புஸ்தகங்கள் பிற்பட்டோர் ஊழியர் கழகத்திற்குக் கொஞ்சம் தேவைப்படுது.’

‘இல்லை இது வீணான பிரச்னைகளைத் தூண்டி விடும்.’

‘உனது இலாகாவில் நடப்பவை எல்லாவற்றையும் உனக்குத் தெரியுமா? ரயில் பெட்டிகளே அங்கே காணாமல் போகின்றன. ஆனால் நீ என்னடாவென்றால் ஒரு சில ரசீது அடிக்கவே பயப்படுற.’

‘பயப்படுற சமாசாரம் இல்லை... ஆனால்...’

‘சரி, மறந்துடு; ஏன் நீ நமது பிற்பட்டோர் கழகத்தோட கூட்டங்களுக்கு வர்றதில்லை. நீ வராதது பற்றி நமது ஊழியர்கள் கோபப்படுகிறார்கள்.’

‘சரி, நான் இந்த வேலையைப் பார்க்கணும். நாம் அப்புறம் சந்திக்கலாம்.’

வாக்மாரே அந்தத் திட்டத்தை எழுதி முடிப்பதற்கு நான்கு மணி ஆகிவிட்டது. காலையில் மீண்டும் ஒரு முறை அதைப் பார்த்துவிட்டு, தட்டச்சுக்கு அனுப்பிவிட நினைத்தான். திடீரென்று அவன் கோட்போலேயை நினைத்தான். பிறகு மனதிலிருந்து துடைத்துவிட்டான். அவாலேயின் பின்னால் ஒட்டிக் கொண்டிருப்பதில் பயன் இல்லை. அவன் விஷயங்களை இன்னும் கெடுத்து, எல்லோரும் அவனை அவமானப்படுத்தும்படி ஆகிவிடும். வாக்மாரே இப்போது ஓர் அதிகாரி. அதற்கான தரம் ஒன்றைக் காப்பாற்ற வேண்டும். சிந்தனைச் சக்கரம் வேகமாய்ச் சுழன்றது. அவன் தான் தாகமாய் இருப்பதாக உணர்ந்தான். அவன் பியூனுக்காக மணி அடித்தான்.

‘நான் உள்ளே வரலாமா சார்.’ - செல்வி கோடாம்பே கேட்டாள்.

‘வாருங்கள்.’

‘சார், நான் திங்கள் கிழமையிலிருந்து மூன்று நாள் விடுப்பில் போகிறேன்.’

‘இப்போது எப்படி விடுப்பு எடுக்க முடியும்? திருமதி கார்னிக் இன்னமும் வந்து சேரவில்லை என்று தெரியாதா? உங்களது விடுப்பை பிறகு எடுத்துக் கொள்ளுங்கள்.’

'இல்லை சார், நான் இப்போதே விடுப்பு எடுக்க வேண்டும்.'

'ஏதாவது விசேஷமா?'

'நாங்கள் ஷிர்டிக்குப் போகிறோம்.'

'ஓ, இதை முதலிலேயே ஏன் சொல்லவில்லை? கவலை வேண்டாம். போய்வாருங்கள். என் பெயரில் ஓர் அபிஷேகம் செய்ய மறக்கவேண்டாம்' - அவன் தனது பணப் பையைத் திறந்து பணம் எடுக்க முயன்றான்.

'இல்லை. நானே அபிஷேகம் செய்து விடுகிறேன்.'

வாக்மாரே குலுங்கிச் சிரித்தவாறு சொன்னான்.

'பணத்தை வாங்கிக் கொள்ளுங்கள். இல்லை என்றால் எனது புண்ணியம் உங்களுக்குப் போய்விடும்.'

செல்வி கோடாம்பி மகிழ்ச்சியாகச் சென்றாள்.

குவளை நீரைக் குடித்துக் கீழே வைத்ததும் தொலைபேசி ஒலித்தது.

'ஹலோ. துணை பர்சேஸ் ஆபீசர் வாக்மாரே பேசுகிறேன்.'

'சாப், நான் சுன்னிலால் அண்டு சன்ஸ் கம்பனியிலிருந்து பேசுகிறேன்.'

'ஆம், உங்களுடைய வேலை முடிந்துவிடும். என் நினைவில் வைத்திருக்கிறேன். எப்போது இந்தப் பக்கம் வருகிறீர்கள்?'

'சாப், நீங்கள் ஏன் வரக்கூடாது? உங்களை அழைத்துவர யாரையாவது அனுப்புகிறேன்.'

'இல்லை. இன்று இல்லை. அடுத்த வாரம் பார்க்கலாம்.'

'சரி'

'ஓ.கே.'

வாக்மாரே உயர்ந்து விட்டதாகத் தோன்றியது.

கோட்போலே மனசிலிருந்து மறைந்து விட்டான்.

மணி ஐந்து. அலுவலகம் காலியாக இருந்தது. வாக்மாரே 5-05 மணி ரயிலைப் பிடித்து இருக்கலாம். ஆனால் அவன் பிடிக்கவில்லை.

இப்போது அவன் ஓர் அதிகாரி. அவனுக்கு முதல் வகுப்பு பாஸ் கொடுக்கப்பட்டிருக்கிறது. அவாலேக்கு மரியாதை தெரியாது.

முதல் வகுப்பில் பயணம் செய்வதற்குப் பதிலாக அவரது நண்பர்களுடன் இரண்டாம் வகுப்பில் பயணம் செய்வார். அது மட்டுமல்ல, ரயிலில் ஒரே சத்தமான விவாதங்கள் வேறு செய்வார்.

வாக்மாரே திடீரென்று தனது குமாஸ்தா நாள்களிலிருந்து தொடர்ந்துவரும் நண்பர்களை நினைத்தான். கெய்க்வாட், எப்போது பார்த்தாலும் உரத்த குரலில், 'ஜெய்பீம். வாக்மாரே சாப்' என்று வணக்கம் தெரிவிப்பான். வாக்மாரே இந்த எண்ணத்தினால் அதிர்ந்தான். கெய்க்வாட், ஜெய்பீம் என்பதை ஏன் மெதுவாகச் சொல்லக்கூடாது. கெய்க்வாட் அந்த வார்த்தையை உரத்துச் சொல்லுகிறபோது எல்லோரும் தன்னைக் கவனிப்பது போல உணர்வான்.

வாக்மாரே 5:15 மணி ரயிலின் முதல் வகுப்புப் பெட்டியில் நுழைந்தான். வண்டி கிளம்ப இன்னமும் நாலு நிமிடம் இருந்தது. அப்போதுதான் 'தி இசுனாமிக் நியூஸ்' பத்திரிகையைக் கையில் வைத்துக்கொண்டு அந்த மனிதர், ரயில் பிடிக்க ஓடி வந்ததினால் மூச்சிரைக்கப் பெட்டிக்குள் ஏறினார். வாக்மாரேயின் எதிரில் உட்கார்ந்துகொண்டு அவனைப் பார்த்துச் சிரித்தார்.

'நீங்கள் இந்த இடத்தை 'ரிசர்வ்' செய்து இருக்கிறீர்கள் போலிருக்கிறதே, நீங்கள் எப்போதும் ஜன்னலோர இருக்கையைப் பிடிக்கிறீர்கள்.'

'ரிசர்வ்' என்ற வார்த்தையைக் கேட்டதும் வாக்மாரே ஆடிப்போனான். அந்த சக பயணி அவன் ஒரு ஷெட்யூல்டு வகுப்பைச் சேர்ந்தவன் என்பதைத் தெரிந்து கொண்டிருப்பாரோ என்று ஆச்சரியப் பட்டான். அவருக்குத் தெரிந்திருக்க வாய்ப்பில்லை என்பதை உறுதி செய்துகொண்ட பிறகு, இல்லஸ்ட்ரேட்டட் வீக்லியை உருவி எடுத்து அதன் பக்கங்களைப் புரட்டத் தொடங்கினான்.

அவன் தனது குடும்பப் பெயரை மாற்றிக்கொள்ள வேண்டும் என்று மறுபடி நினைத்தான். அவன் அகோலா என்ற ஊரிலிருந்து வருவதால் அகோல்கர் என்று மாற்றிக் கொள்வது பொருத்தமாக இருக்கும்.

அதிகாரிகளுக்கு என்று கொடுத்திருக்கும் தனது வீட்டை அடைவதற்கு ஆறு மணி ஆகிவிட்டது. தொலைக்காட்சியில் மராத்தி சினிமா இருக்கும் என்பதால் வேகமாக நடை போட்டான்.

தொலைக்காட்சிப் பெட்டி போடப்பட்டு இருந்தது. மனைவியும் குழந்தைகளும் அதைப் பார்த்துக் கொண்டு இருந்தனர். வாக்மாரே துணி மாற்றிக் கொண்டு சோஃபாவில் அமர்ந்தான்.

கதவு தட்டப்பட்டது. அவனது மனைவி எழுந்துசென்று திறந்தாள்.

அழுக்கான, மோசமான உடை அணிந்த ஒரு பெண்மணியையும், அதே அளவுக்கு ஒழுங்கற்ற இரண்டு குழந்தைகளையும் உள்ளே வரவேற்றாள்.

'உள்ளே வாங்க, சினிமா இப்பதான் தொடங்கிச்சு.' வாக்மாரே சாரின் முகமும், அழுக்காகவும், ஒழுங்கீனமாகவும் மாறியது. சினிமா முடிந்தது.

'குஸீம், நான் இப்போ போய்ட்டு வரேன்,' அந்த அழுக்கான பெண்மணி சொன்னார்.

'ஒரு கோப்பை தேநீர் குடித்துவிட்டுப் போங்கள்.'

'இல்லை. அவர் எழுந்திட்டு இருப்பார். அவர் 'நைட் ஷிப்டில்' இருக்கிறார்.' அந்த பெண்மணியும், குழந்தைகளும் போய்விட்டனர்.

'அந்த பெண்மணி யார்?'

'அவங்க எனது அத்தை. நம்ம குடியிருப்புக்கு எதிரிலுள்ள சேரியில் வாழ்கிறார்கள்.'

'அவங்களை ஏதோ விசேஷமாகக் கூப்பிட்டது போல இருக்கு. ஏன் இன்னும் சிறப்பான முறையில் வரவேற்று இருக்கக்கூடாது?'

'நான் சொல்கிறேன் என்ன நடந்ததுன்னு. நான் கடைக்குப் போகும்போது அவங்களைச் சந்திச்சேன். அவங்க எப்போதும் என்மேலே அன்பாக இருந்திருக்காங்க. நான் இங்கே வாழறேன்னு அவர்களுக்குத் தெரியாது. பல வருஷம் கழிச்சு நான் அவங்களைச் சந்திக்கிறேன்.'

'இங்கே பார். நீயா நெனச்சுக்காதே. நாம ஒண்ணும் ஒண்டுக் குடித்தன சின்ன வீட்ல வாழல. மொத்த சேரியும் நம்பளைப் பார்க்க வந்தா, அக்கம் பக்கத்திலே இருக்கிறவங்க என்ன நெனைப்பாங்க?'

'சரி, அவங்க என்ன உங்களைக் கொள்ளை அடிச்சிடவா போறாங்க?'

'நிறைய பேசாத. உன்னுடைய தராதரத்தைக் காப்பாத்திக்க. நீ ஓர் அதிகாரியினுடைய மனைவி.'

குஸீம் அழத்தொடங்கி விட்டாள். அவளை நேசித்த அவளது ஏழை அத்தையை நினைத்துக் கொண்டாள். அந்த அத்தையினால்

தடவிக் கொடுக்கப்பட்டு, அக்கறை எடுக்கப்பட்டதை நினைத்துக் கொண்டாள். அந்த அத்தை இவ்வளவு பக்கத்தில் இருந்தும் கூட...

'வா, சாப்பாடு போடு.'

சாப்பாடு போட விரைந்ததில் அத்தை பற்றிய நினைவுகள் துண்டு துண்டாயின.

'ஏதாவது பழம் வாங்கினியா?'

'இல்லை'.

'அப்ப, கடைக்குப் போனேன்னு சொன்னியே?'

'போனேன். பழம் ரொம்ப விலையாயிருந்தது.'

வாக்மாரே சோஃபாவின் மீது அமர்ந்தான். அவனது ஐந்து வயது பையன் வந்து உட்கார்ந்தான்.

'பப்பு. எப்படி அடிபட்டது?'

'உங்களுக்குப் ப்ரமோத்தைத் தெரியுமில்லையா?' அதான் அந்த அழகான கணபதி பொம்மை வைத்திருப்பவன். அவனது பாட்டி தள்ளிட்டாங்க.'

'ஏன்? நீ அவனை அடிச்சியா?'

'இல்லை. நாங்க விளையாடிக்கிட்டு இருந்தப்போ அவனது தண்ணி பாட்டிலிலிருந்து நான் தண்ணி குடிச்சேன்.'

வாக்மாரேயின் மனசு கோட்போலேயின் நினைவினால் நிறைந்தது. அவனுக்குப் பதவி உயர்வினால் புதிதாக வளர்ந்த சிறகுகள் உதிர்ந்தன. சாதாரண மனிதப் பிறவியான பாண்டுரங் சத்வா வாக்மாரே உடைந்து கீழேயிருந்த ஆழம் காண முடியாத பள்ளத்தில் விழுந்தான்.

இந்திரன் தொகுத்து மொழிபெயர்த்த 'பிணத்தை எரித்தே வெளிச்சம்' (அலைகள் வெளியீட்டகம், சென்னை, முதல் பதிப்பு, 1995) என்ற நூலிலிருந்து இக்கதை எடுக்கப்பட்டுள்ளது.

நன்றி: அர்ஜுன் டாங்ளே, இந்திரன், அலைகள் வெளியீட்டகம்

2. பீடிக்கப்பட்டவர்கள்

தேவனூரு மகாதேவ

இப்படியே போசித்த வண்ணம் உட்கார்ந்திருந்தால் பூமியிலேயே புதைந்து போய்விடுவோமோ என்ற பயம் உண்டானது. முன்னும் பின்னும் பார்க்காமல் மேலே எழுந்துநிற்கிற கதையையும் காணோம். அங்கே தொங்கிக் கொண்டிருந்த லாந்தர் விளக்கின் வெளிச்சத்தில் நிழல்கள் பெரிதாவதும், குறைவதும், திடுமென இல்லாமல் போவதுமாகக் குழப்பமாயிருந்தது. சுற்றிலும் பார்த்தபோது எதிர்ப்புறச்சுவரில் பஸவண்ணன், தவக்கோலத்தில் இருக்கும் சிவன், பெரிதாக்கப்பட்ட அப்பாவின் படம் எல்லாம் கண்களில் விழுந்தன. அடுத்து இருந்த அறையைத் தாண்டிப் பார்வை செல்லவில்லை. அம்மா தூங்கிக்கொண்டிருக்க வேண்டும். இல்லாவிட்டால் கௌடரின் வீட்டுக்குப் போகட்டுமா வேண்டாமா என்று கேட்டிருப்பாள். அறை வாசலில் சென்று நின்றேன். கழுத்துவரை போர்வையைப் போர்த்திக்கொண்டு சுவர்ப்பக்கம் திரும்பி அம்மா படுத்திருந்தாள். லாந்தர் விளக்கு வெளிச்சம் அறைக்குள் பரவி தன்னால் முடிந்த வரைக்கும் எல்லாவற்றையும் புலப்படுத்தியது.

அம்மா எழுந்து நடமாடியதெல்லாம் மறந்துபோகும் அளவுக்கு ரொம்ப நாட்கள் ஆகிவிட்டன. சோம்பியிருந்த வீட்டின் நிலைமையோடு அம்மாவின் இதயத்துடிப்பும் சேர்ந்து கொண்டது நினைத்துப் பார்க்கவே இயலாததாக இருந்தது. வீட்டு வாசலுக்கு வந்து நின்ற கௌடர் அகங்காரத்தோடு திட்டத் தொடங்கியபோது அம்மாவின் உயிர் எழுந்திருக்கவும் முடியாமல் உட்கார்ந்திருக்க வும் முடியாமல் தவித்திருக்க வேண்டும். ஒரு கணம் மூச்சைக்

கட்டிக்கொண்டு சொன்னாள்: 'கௌடர்தான் ஏதேதோ திட்டறாரு. நீ அவருக்கு எதிரா நடக்கறதுன்னா என்ன அர்த்தம்? என்னதான் இருந்தாலும் அவரு பெரியவரு.' அம்மாவின் வார்த்தைகளைக் கேட்டு கௌடர் வேகமாகப் பேசினார். ஒரு கையில் சிகரெட்டு, இன்னொரு கையை அசைத்தசைத்துப் பேசினார். 'என்னமோ யோக்கியமான புள்ளைன்னு ஆயிரம் ரூபா வரைக்கும் கடன் கொடுத்தேன். ஸ்வாமி கால்ல விழுந்து வேல வாங்கிக் கொடுத்தவன் நான். இப்ப ஆளு எப்படிப்பட்டவன்னு புரியுதா இவளே. நா சொல்றது இவ்வளவுதான். அசலயும் வட்டியயும் சேர்த்துக் கடனத் திருப்பி அடைக்கச் சொல்லு. இல்லன்னா, என்ன நடக்கும்னு ஒனக்கே தெரியும். ஒரு சாண் நெலம்கூட மிச்சமிருக்காது.' இதைக்கேட்டதும் அம்மாவுக்கு வார்த்தையே நின்றுபோய்விட்டது. ரொம்பவும் கம்பீரமாக நடைபோட்டபடி வெளியேறினார் கௌடர்.

கல்லைப்போல ஒரேயடியாக நிற்க முடியவில்லை. 'அம்மா' என்று கூப்பிட்டால் கண்களைத் திறக்கக் கூடும். கண்களிலேயே உயிரைத் தேக்கிக்கொண்டு என்னை முழுக்கவும் பார்க்கக் கூடும். நிற்க முடியவில்லை. வாசல் கதவைத் திறந்துகொண்டு பெரியம்மா உள்ளே வந்தாள்.

'எப்படி இருட்டிக்கெடக்குது பாரு' என்றாள் அவள்.

பெரியம்மாவை உற்றுப் பார்த்தேன். பார்க்க இயலாத அளவுக்கு நலிந்திருந்தாள். இரவும் பகலும் வேலை வேலை என்றே இருந்தாள். இதெல்லாம் எதற்காக என்று தோன்றியது.

'டீ வேணும்னா வைக்கட்டுமா?' என்று கேட்டபோது 'சரி' என்றேன். ஏதாவது பேசக்கூடும் என்று நினைத்து அறைக்குள் சென்று பலகை போட்டு உட்கார்ந்து கொண்டேன். ஒரு நிமிஷத்தில் அடுப்புப் பற்றவைத்த பெரியம்மா வேலையை ஆரம்பித்து விட்டாள். அடுப்புப் பக்கத்தில் இருந்து என் பக்கம் முகம் திருப்பிய பெரியம்மா, 'நீ ஒரு கல்யாணத்த பண்ணிக்காம எனக்கு இப்படி ஒரு கஷ்டத்தக் கொடுக்கற பாரு. ரெட்ட வேல எனக்கு' என்றாள்.

'என்ன பெரியம்மா?' என்றேன்.

'இன்னும் நீ கொழந்தைடா' என்று அவள் சொன்ன விதத்தில் அக்கறை தெரிந்தது. நெருப்பிலேயே கரைந்து விடுபவளைப் போல பக்கத்திலேயே உட்கார்ந்திருந்தாள். ரொம்ப

நேரத்திற்கப்புறம் 'கல்யாணம்னு சொன்னா உனக்கு ஏன் பேச்சே வரமாட்டேங்குது' என்றாள்.

...புல்மேயும் மானைப்போல அவளுடைய நினைவுகள் உடைத்துக்கொண்டு வரத்தொடங்கின. பெரிய பெரிய இரண்டு கண்கள். பெரிய நெற்றி. அகன்ற மார்பு. நானே அவள் மார்பில் சாய்ந்து கொள்ளலாம் என்னும் அளவுக்கு அகன்ற மார்பு. இரவு முழுக்க சிகரெட் புகைத்துவிட்டு, காலையில் நேரம் கழித்து எழுந்து அவளிடம் திட்டு வாங்கியதை நினைத்துக்கொண்ட போதெல்லாம் சிரிப்பு வந்தது. அடக்கிக்கொண்டு பெரியம்மாவின் பக்கம் பார்த்தேன். பெரியம்மா சிரித்தபடியே 'என்ன..?' என்று கேட்டாள்

'எதுவோ ஞாபகத்துக்கு வந்திச்சு' என்றேன். 'எல்லாம் எனக்குத் தெரியும், ஆகாததயெல்லாம் மனசுல நெனச்சுக்கிட்டு அல்லாடற நீ' என்று அடிக்கிற மாதிரி சொல்லிவிட்டு டீயை வடிகட்டிய பிறகு அறைக்குள் கொண்டு வந்துவைத்துவிட்டு அங்கேயே உட்கார்ந்தாள். நானும் அறைக்குள் சென்று டீயைக் குடித்தபடியே பெரியம்மாவின் பக்கம் பார்த்தேன். எரியும் நெருப்பின் அலை அவள் முகத்தில் நிழலாடியது.

எழுந்து 'கௌடரைப்போய்ப் பார்த்துட்டு வரேன்' என்று சொல்லிவிட்டு வெளியே வந்தேன். வரவர இரவு நேரம் அதிகமானதைப்போலத் தோன்றியது. வெளுத்த முகங்களுடன் அம்மாவும் பெரியம்மாவும் முதுகுக்குப் பின்னால் தொடர்ந்து வருவது போலத் தோன்றியதால் பின்னால் உடனே திரும்பிப் பார்க்கவேண்டும் என்று தோன்றியது. பலமுறை அப்படித்தான். செல்லரித்து நிற்கிற வீட்டுச் சுவர்போல அம்மா இருந்தாள். அசைவற்றுப் படுத்துக் கிடப்பதும் கண் திறந்தால் அறைக்குள் எல்லா இடங்களையும் சுற்றிப் பார்ப்பதுமாக இருந்தாள். அதற்குப் பின்னர் என்னை நினைத்துக்கொண்டு குலதெய்வத்தை நினைத்துக் கொள்வாள். வீட்டு வேலைகளையெல்லாம் முடித்து விட்டு பெரியம்மா வந்து பக்கத்தில் உட்கார்ந்ததும் 'கடுதாசி எதாச்சி எழுதி இருக்கானா? எப்ப வரானாம்?' என்று கேட்பாள். இது அம்மாவின் கதை.

பெரியம்மாவோ கழனி வேலைக்கும் வீட்டு வேலைக்கும் நடுவே உழைத்து உழைத்துத் தேய்ந்தபடியிருந்தாள். அம்மாவுக்கு இரண்டு வேளை கஞ்சி கொடுத்து விடுவதும் அவள்தான். என்னைப் பற்றி யாராவது அப்படி இப்படிப் பேசினால் கோபத்துடன் எழுவதும்

அவள்தான். இவர்களின் இந்த அக்கறை என் இருப்பையே இல்லாமல் ஆக்கிவிடுகிறதே என்று தோன்றியது. காசநோயுடன் உடல் வெளுத்த உடலோடு ஊரெல்லாம் அம்மா திரிந்ததை எண்ணிக் கொண்டேன். இருட்டில் ஊருக்கு முன்னால் நிற்கிற மரங்கள் தேமே என்று நின்றிருந்தன. வீட்டு ஜன்னல் வழியாக வெளியே வந்த வெளிச்சம், வெளியே விழுந்ததுமே இருட்டோடு கரைந்து போனது. சாலையைப் பார்த்தபடி நின்ற கௌடரின் பெரிய வீடு இருளில் மூழ்கியிருந்தது.

இரண்டுமுறை கதவைத் தட்டிய பிறகு கதவைத் திறந்துகொண்டு நாகவ்வா வந்தாள். 'எப்ப வந்தே' என்று கேட்டுவிட்டு உள்ளே சென்றாள்.

திண்ணையில் போடப்பட்டிருந்த கட்டிலின் முன்னால் லாந்தர் விளக்கை வைத்திருந்த கௌடர் பத்திரங்களைத் தேடிக்கொண்டு உட்கார்ந்திருந்தார். ஒருவழியாக நிமிர்ந்து பார்த்து, 'வாடா' என்றார்.

நான் போய் மாட்டுக் கொட்டகையில் வரிசையாகக் கட்டப்பட்டிருந்த மாடுகளையும் கன்றுகளையும் பார்த்தேன். யார் யார் வீட்டைச் சேர்ந்த மாடுகள் எவை எவை என்று கண்டுபிடிக்க எந்த அடையாளமும் இல்லை.

கௌடர் 'இவளே, டீ போடு' என்றார்.

நான் 'எதுவும் வேணாம்' என்றேன்.

கௌடர், 'பரவாயில்ல' என்று சொன்னபடி தலை நிமிர்ந்து 'உன் பத்திரத்தத்தான் எடுத்துப் பாத்துட்டிருந்தேன்' என்றார்.

பேசுவதற்கு ஆரம்பமாக எச்சிலைக் கூட்டி விழுங்கிவிட்டு, 'கொஞ்சம் பொறுமையாகவே பாத்திருக்கலாமே' என்றேன்.

சிகரெட்டை எடுத்துப் பற்றவைத்துப் புகையை இழுத்து மேலே விட்டபடி. 'இப்படியும் நடக்குமா சொல்லு...' என்றார். அதற்குப்பிறகு கொஞ்சநேரம் என் பக்கம் திரும்பவே இல்லை. நாகவ்வா டீ எடுத்துக்கொண்டு வந்து வைத்துவிட்டு உள்ளே சென்றாள். 'இப்ப எங்கேருந்து கொண்டு வரட்டும் சொல்லு. வேலய விட்டு வந்த விஷயம்தான் எல்லாருக்கும் தெரிஞ்சிட்டுது...' கௌடர் என்னை ஆழம் பார்ப்பதுபோலப் பார்த்தார். பிறகு, 'சரி... நீ என்னமோ வேலய விட்டுட்டே... வாங்கிக் கொடுத்தவங்க மானம் என்னாகறது?' என்று தனக்கே உரிய சிரிப்பை முகத்தில்

தேக்கிக்கொண்டு சொன்னபோது என்ன சொல்வது என்றே புரியவில்லை.

'அப்படியெல்லாம் இல்ல. அது உங்களுக்குப் புரியாது' என்றேன்.

தைத்ததுபோல நிமிர்ந்து உட்கார்ந்தார். 'என்ன சொன்னே?' என்று உரத்த குரலில் சத்தமாய்க் கேட்டார். 'எனக்கு எப்படிய்யா தெரியும்? சுவாமிக்கு முன்னால நீ எந்த அளவுக்கு சமமாவாய்? சுவாமிங்க எல்லாரும் அப்படி இப்படின்னு மேடையில பேசறது வேற கேடு ஒனக்கு... இப்ப எதுக்குப் பஞ்சாயத்து? எனக்கும் உனக்கும் இருந்த விவகாரம் முடிஞ்சி போச்சு. அசலயும் வட்டியையும் கொண்டாந்து குடுத்துட்டு உன் வழிய நீ பார்த்துக்கோ' என்று சொல்லிவிட்டு ஓய்ந்துபோய் உட்கார்ந்தார்.

வெறுமனே உட்கார முடியவில்லை. 'அப்படியெல்லாம் இல்ல கௌடரே...' என்றேன். அவர் என்னைப் பார்த்தார். 'சொன்னா ஒங்களுக்குப் புரியாது...' என்று சொல்லத் தயாரானேன்.

பேச்சைத் துண்டிப்பதுபோல 'எல்லாம் இப்பத் தெரியும்' என்று சொல்லிவிட்டு வெட்டிக்கிழித்துவிடுவதைப் போலப் பார்த்தார். நானும் சட்டென்று 'சரி... வரேன்' என்று சொல்லி விட்டுத் திரும்பிக்கூடப் பார்க்காமல் வெளியே வந்தேன். தலை கிர்ரென்று சுற்றியது. சூழ்ந்திருந்த இருளில் வழி தெரியாததைப்போல ஆனது.

பெரியம்மா கதவைத் திறந்து வைத்துக்கொண்டு நின்றாள். என்னைப் பார்த்ததுமே, 'ஏன் இவ்வளவு நேரம்?' என்றாள்.

'நேரமாய்டுச்சு' என்றேன்.

உன்கூட இவ்வளவு நேரம் பேசிட்டிருந்தாரா?' என்றாள். நான் சிரிக்க முயற்சி செய்தேன்.

'ரொம்ப நேரமாய்டுச்சு. அந்த வீட்டுலயும் ஏதாவது செய்யணுமே. நா கௌம்பறேன்' என்றாள். ஒன்றிரண்டு அடி வைத்துச் சென்றவள் மீண்டும் திரும்பி, 'அம்மாவுக்கு நீயே கஞ்சி குடுத்துடு' என்று சொல்லிவிட்டுச் சரசரவென்று நடந்துபோனாள்.

திறந்திருந்த கதவு வழியே விழுந்த வெளிச்சம் தெரியும் மட்டும் பெரியம்மா உருவம் தெரிந்தது. அதற்கப்புறம் காணவில்லை. நீண்டநேரம் அங்கேயே நின்றேன். காற்று வேகமாக வீசியது. அங்கொன்றும் இங்கொன்றுமாக மழைத்துளிகள் விழுந்ததும் உள்ளே சென்றேன்.

சாப்பிடப் பிடிக்கவில்லை. 'சாப்பாடு எடுத்துட்டு வரட்டு மாம்மா' என்று கேட்டேன். அறையிலிருந்து 'ரயில் போயிடுச்சா?' என்று கேட்பது கேட்டது.

'போயிருக்கும். இன்னும் போகாம இருக்குமா?' என்றேன்.

'இன்னும் கொஞ்சம் நேரமாகட்டும்' என்று சொன்ன அம்மாவின் குரலோடு உஸ்ஸென்று வீசிய காற்றின் சத்தமும் கேட்டது.

சிறிது நேரம் கழித்து 'மழை வந்துச்சா' என்று கேட்டாள்.

'வந்தாலும் வரும்' என்றேன்.

'வெயில் காலத்துலயே இந்தக் கூரையச் சரிப் படுத்துன்னு அடிச்சுகிட்டேன். இப்ப எல்லா எடத்துலயும் ஒழுகும்...' அம்மா குரலை உயர்த்திப் பேசியது கோபத்தை மூட்டியது. கட்டுப்படுத்திக்கொண்டு சரியாக உட்கார்ந்தேன்.

...சிகரெட்டைப் பற்றவைத்து வேகமாகப் புகையை இழுத்து, புகையோடு அவளைப் பற்றிய நினைவுகளையும் வெளியேவிட நினைத்தேன். நடுங்க வைக்கும் குளிரில் உட்கார்ந்தபடி, 'எனக்கும் கல்யாணத்துக்கும் ரொம்ப தூரம்' என்றாள். 'எவ்வளவு தூரம்?' என்று கேட்க நினைத்து அப்படிக் கேட்க முடியாமல் அவள் நினைவுகளையே மனசில் நிறைத்துக் கொண்டபடி உட்கார்ந்தேன், ரொம்பவும் கவர்ச்சியாகத் தெரிந்தாள். என்னவோ தெரியவில்லை. எனக்குத் துயரமுண்டாகும் போதெல்லாம் நீ வேண்டும் என்று நினைப்பது பைத்தியக்காரத்தனம் எனத் தோன்றியது. சொன்னால் எல்லாமே வெறும் வார்த்தைகளாக எஞ்சிவிடும். இருப்பதெல்லாம் பொய் என்று தோன்றியது. நீயே எல்லாம் எனத் தோன்றியது. அம்மா, அக்கா, தங்கை, குழந்தை, தோழி, மனைவி எல்லாமாகவும், வழக்கத்துக்கு மாறாகவே இருந்திருக்கும். அவளுக்குள் என்ன மாதிரியான எண்ணங்கள் ஓடும் என்கிற சந்தேகம் வந்தது. 'இப்படி அடிக்கடி பாக்காதீங்க ஒரு மாதிரியா இருக்குது' என்றாள், வராத சிரிப்பைக்கூட வரவழைத்துக்கொண்டு சிரிக்க வேண்டும். அவள், அவளுடைய தாய் தந்தை, துண்டித்து வைத்திருக்கிற சாதி, சுற்றத்தார் இவற்றிற்கு இடையே நானும் அவளும் பருந்துகளுக்கு எறியப்பட்ட பிணங்களைப் போலத்தான். எழுந்து நின்று 'வரட்டுமா?' என்றேன்.

வேகமாக வீசிய காற்றில் கதவு பாதி திறந்துமூடி கொண்டது. திடுமென உள்ளே வீசிய காற்றில் லாந்தர் விளக்கின் திரி கிசுகிசு

மூட்டப்பட்டவனைப்போல ஆடியது. திடுமென ஞாபகம் வந்தவளைப்போல அம்மா 'கௌடர் வீட்டுக்குப் போய்ட்டு வந்தியா' என்று கேட்டாள்.

நானும் பொறுமையாகவே 'போனேன்' என்றேன்.

'என்ன சொன்னாரு' என்று கேட்டாள்.

என்ன பதில் சொல்வது என்று புரியவில்லை. அம்மா மீண்டும் அதே கேள்வியைக் கேட்டபோது 'வேற என்ன சொல்லப் போறாரு. எல்லாம் பழைய கதைதான்' என்றேன்.

'பழைய கதைன்னா என்ன?' என்றாள்.

என்ன பதில் சொல்வது என்று புரியாமல் சகித்துக்கொள்ள முடியாத நிலைமைக்கு ஆளானேன். 'சும்மா படுத்துத் தூங்கும்மா' என்றேன்.

'என்னுடைய பேச்சுன்னா உனக்கு ஏன் இப்படி ஆவுது. சொல்லு' என்று மூச்சைக் கட்டிக்கொண்டு குரலை உயர்த்திக் கேட்டாள்.

அவள் குரலும் கேள்வியும் வீட்டுக்குள் நாலா பக்கமும் அலைந்தன. கோபத்துடன் வேகமாக எழுந்துபோய் அவள் அறையின் முன்னால் நின்று 'என்ன கேக்கணும் கேளு' என்றேன். அவள் அப்படியே படுத்திருந்தாள். வழக்கத்தை விடவும் அதிகமாக அவள் முகம் வெளுத்ததைப்போலக் காணப்பட்டது. கண்கள் திறந்தே இருந்தன. மூச்சு வாங்கியதில் மார்பு மேலேறித் தாழ்ந்தது.

'வா... உக்காரு' என்றாள். போய் அவள் படுக்கைக்குப் பக்கத்தில் உட்கார்ந்து எப்படிச் சொல்வது என்று தவித்தேன்.

'சொல்லு' என்று அவள் திரும்பிப் பார்த்தாள்.

எவ்வளவோ நேரம் சும்மா இருந்து, பிறகு அப்படியும் இருக்க இயலாமல், எனக்குச் சரின்னு பட்டத சொல்றது தப்பா?' என்றேன்.

'சரி' என்றாள்.

'எனக்கு சரின்னு பட்டுது. மதம், வினை, மடம், சுவாமிகள் எல்லாமே வேஷம்னு சொன்னேன்...'

அம்மா என்னையே உற்றுப் பார்த்தாள். 'எதுவுமே வேணாம். இருக்க வீடும் நெலமும் இருந்தா போதும்னு இங்க வந்தா, யாரோ

கௌடருக்கு குத்தி விட்டிருக்காங்க...' என்று சொல்லிவிட்டுப் பார்த்தேன். மிகவும் நொந்து போயிருந்தாள். வெறுமனே பார்த்தபடி இருந்தேன். வேகமாக மூச்சு வாங்கிய பின்னர் நெற்றியில் அடித்துக் கொண்டாள். சிறிது நேரம் வேறு எங்கோ பார்த்திருந்துவிட்டு அம்மாவை மீண்டும் பார்த்தபோது அவள் உதடுகளைக் கடித்துக் கொண்டிருப்பது தெரிந்தது. கண்களிலிருந்து பொல பொலவென்று கண்ணீர் தளும்பியது. சிறிது நேரத்திற்கப்புறம் கடுமையான குரலில், 'இப்பவே போய் தப்பாய்ட்டுதுன்னு சொல்லி மன்னிப்பு கேட்டுக்கோ, கடவுள் மாதிரி இருக்கறவங்ககிட்ட ஓனக்கு எதுக்குப் பகை. இதெல்லாம் என் தலையெழுத்து. இப்பவே போ...' என்றாள்.

'யார்கிட்டயும் மன்னிப்பு கேக்க வேண்டிய அவசியம் ஒண்ணும் இல்ல' என்று இரண்டு கைகளாலும் தலையைப் பிடித்துக்கொண்டு அமைதிகொள்ள முயற்சி செய்தேன். இருவருக்குமிடையே நீண்ட நேரம் மௌனம் நிலவியது.

பிறகு மெதுவாக அம்மாவே, 'அப்படின்னா நாம பொழைக்கறது..?' என்றாள்.

அவள் சத்தத்தைக் கேட்கவே முடியவில்லை. அவளையே உற்றுப் பார்த்து, 'இப்ப மட்டும் நாம வாழறமா?' என்று கேட்டேன். அம்மாவின் கழுத்து நரம்புகள் புடைத்துக்கொண்டு மேலெழுந்தன. எழுந்து விடுவிடுவென்று கதவைத் திறந்துகொண்டு வெளியே வந்து இருட்டில் தட்டுத்தடுமாறி திண்ணையில் தூணைப் பிடித்தபடி தளர்ந்து ரொம்ப நேரம் நின்றிருந்தேன்.

தேவனூரு மகாதேவ எழுதிய 'பசித்தவர்கள்' (தமிழில்: பாவண்ணன், என்.பி.டி. வெளியீடு, புதுதில்லி, முதல் பதிப்பு, 1999) என்ற நூலிலிருந்து இக்கதை எடுக்கப்பட்டுள்ளது.

நன்றி: தேவனூரு மகாதேவ, பாவண்ணன், என்.பி.டி.

3. மாற்றம்

தல்பத் சௌஹான்

கிராமத்தின் மூலையில், அதன் நடுநாயகமான நடவடிக்கையிலிருந்து விலகி, ஒழுங்கற்று கட்டப்பட்ட சிறிய பத்துப் பன்னிரெண்டு மண் குடிசைகள். இதுதான் வங்கர்களின், சாமர்களின் காலனி. அது ஓர் இலைகூட அசையாத அமைதியான பிற்பகல் நேரம். அறுவடை நடந்து கொண்டிருக்கிறபடியால், உழவர்கள் அனைவரும் வயலில் இருந்தனர். காலனியின் வாசலில் ஒரு நாய் தேங்கிய தண்ணீரைச் சுற்றியிருந்த ஈரமண்ணை நக்கிக் கொண்டிருந்தது. அது தலையைச் சிலுப்பி, காதுகளை மடக்கி, முன்கால்களை நீட்டியது. திடீரென்று தன்னை நோக்கிக்கொண்டு, வாலை மெதுவாக ஆட்டி, வானத்தைப் பார்த்தது. குரைக்க வேண்டும் என்று ஆழமான உணர்வு ஏற்பட்ட போதிலும் அடக்கிக் கொண்டது. காலனிக்குள் நுழைந்து கோகலின் வீட்டு முன்பு நின்று, அடுத்த வீட்டிற்குச் சென்று, வாயிலிருந்து நாக்கு தொங்க ஓய்வாக மூச்சுவிட்டது.

கோகல் நீண்ட நாளாக நோயாக இருக்கிறான். குடிசைக்கு முன்னுள்ள கட்டிலில் மல்லாந்து படுத்துத் தூங்குகிறான். அவனது உடம்பு மெலிதான வாழ்க்கை நூலினால் கோர்த்துக் கட்டிய எலும்புகளின் ஆரம்போல இருந்தது. அவன் வேலைக்குப் போவதை அவனது நோய் தடுத்தது. அவனது பேரப்பிள்ளை நேனியோ அவனைப் பார்த்துக் கொள்வதற்காக வீட்டில் இருந்தான். அந்தக் காலனியிலிருந்த பிற வீடுகள் அனைத்தும் காலியாக இருந்தன.

நேனியோவுக்கு வயது எட்டு. அவனது அழுக்குச்சட்டை அவனது இடுப்பைக்கூட எட்டாததாக இருந்தது. அவன் கைகள் மண்ணாகியிருந்தன. கண்கள் பளிச்சென்று பளபளத்தன. அவனது சின்ன கற்பனைகளைப் பற்றி விளையாட்டுகளைப் பற்றி அவன் கொண்டிருக்கும் ஆர்வம் அளவு கடந்தது.

சில தானியக் கதிர்களை அறுப்பதற்கு அவனது பெற்றோருக்கு அவன் ஒரு கை கொடுக்கலாம்தான். ஆனால் கோகலைப் பார்த்துக் கொள்வதற்காக அவன் பக்கத்தில் இருந்தாக வேண்டும். இப்போது அவன் சோளத்தட்டையில் செய்த பொம்மை வண்டியுடன் விளையாடிக் கொண்டிருந்தான்.

கோகல் இருமினான். அவன் நெஞ்சு விம்மியது. அவன் உலர்ந்த வாய் ஒரு வாய் புகைக்காக ஏங்கியது. மிகுந்த சிரமப்பட்டு கட்டிலில் எழுந்து உட்கார்த்தான். ஆனால் அவனால் படுத்த நிலையிலிருந்து எழுந்து உட்கார முடியவில்லை. அவன் ஒன்றுக்கிருக்க நினைத்தாலும் அடக்கிக் கொண்டான். ஆனால் கட்டாயம் புகைபிடிக்க வேண்டும் என்று நினைத்தான். அவன் நேனியோவை அழைத்தான். ‘ஓ நேனியோ, எங்கடா போய்ட்ட’

பதில் கிடைக்காததால் குரல் உரத்து சத்தமிட்டது. ‘என்ன போக்கிரி, வீட்ல ஒரு நிமிஷம் தங்குறதில்ல. ஏய் நேனியோ, எங் குரல் கேக்கல உனக்கு?’

‘என்ன பா ஏன் என்னைக் கூப்பிட்டீங்க?’ ஓடிவந்த படியே நேனியோ தாத்தாவிடம் கேட்டான்.

‘இந்த ஹுக்காவை நிரப்பு, மாட்டுக் கொட்டகையிலே வரட்டி இருக்கு அதைக் கொளுத்து.’

‘சரி பா’ நேனியோ ஹுக்காவை நிரப்புவதில் மும்முரமானான். குழாயிலிருந்த நீரை மாற்றினான். அடுப்புக் கரியை எடுத்தான். சாம்பலை எடுத்துவிட்டு, மீண்டும் பொருத்தினான். சுவரிலிருந்து தொங்கிய புகையிலைப் பையிலிருந்து புகையிலையை எடுத்து ஓர் உருண்டையாகச் செய்தான். நெருப்புக் கனலும் வரட்டியை எடுத்து, மாட்டுக்கொட்டகையிலிருந்து நெருப்புப் பற்றாத வரட்டிகளை அதன்மீது அமுக்கி, வேகமாக ஊதினான். ஹுக்காவில் புகையிலைப் பந்தைப் போட்டு மூடிவிட்டு, எரியும் வரட்டியின் தீக்கங்குகளால் அதை நிரப்பத் தொடங்கினான். இதைச் செய்தவுடன், இரண்டு வாய் புகையை இழுத்தான் - க்ளக், க்ளக் சத்தம் கேட்டு கோகல் கட்டிலிலிருந்து கத்தினான்.

‘ஏய் நேனியோ, நீ என்ன செய்ற? ஹுக்கா பிடிக்கிறயா போக்கிரி, இங்க வாடா, ஹுக்கா பிடிக்கிறதுக்கு பெரிய ஆளா நீ, ஏய் நான் சொல்றது கேக்கல?’

நேனியோ வேகமாக வந்து, ஹுக்காவைக் கொடுத்துவிட்டு வண்டி பொம்மையுடன் விளையாடப் போய்விட்டான்.

திடீரென்று ஒரு கனமான குரல் காலனி வாசலிலிருந்து கேட்டது. ‘ஓ, யாராவது இருக்கானுங்களா இங்க?’

ஒரு நிமிட இடைவேளை. ‘பாழாப் போக. யாராவது இருக்கானுங்களா இங்க’

நாய் எழுந்து வாசலுக்கு ஓடியது. பிறகு தடி சுழற்றலும், நாய்மீது அடிவிழும் சத்தமும் கேட்டது. வாய் நிறைய கெட்ட வார்த்தைகளும், நாயின் வலி அலறலும் அதைத் தொடர்ந்த சிறு குரைப்பும் கேட்டது. கோகல் நாயைத் திரும்ப வருமாறு சத்தம் போட்டான். நாய் திரும்பி வந்தது. கோகலின் வீட்டுமுன் நின்று தலையை ஆட்டியது.

‘நேனியோ, நேனியோ, யார் வந்திருக்கிறார்கள் பார்?’

பதிலின்மையால், அவன் தன் பக்கம் திரும்பி ஹுக்கா பிடிக்கத் தொடங்கினான். உடம்பை அசைக்க முயன்றான். அதிகம் வலிப்பதாகத் தெரிந்தது. நேனியோ இன்னமும் தன் வண்டி பொம்மையுடன் விளையாடிக் கொண்டிருந்தான்.

கோகலின் குடிசையை நோக்கி ஒரு மனித உருவம் மதுவின் போதையுடன் தள்ளாடி வரும் ஓசையுடன் தென் பட்டது. ரத்தச் சிவப்பாய் மாறிய கண்களின் வெளிப்பாட்டிற்கு கோகல் பழக்கமானவன்தான். ‘ஓ வாஜேசங் பா, வாங்க, வாங்க வணக்கம், எப்படி இருக்கீங்க?’ கோகல் எந்த அளவுக்கு அடக்கமாகவும் பணிவாகவும் இருக்க முடியுமோ அந்த அளவுக்கு இருந்தான். ‘என்ன ஆச்சரியம்! நீங்க எதுக்கு இங்க வந்திங்க?’

வாஜேசங் நடுத்தர வயதுக்காரர். அவர் பெரும்பாலான நேரங்களில் குடிப்பவர். இப்போது அது கூடுதலாகி இருப்பதாகத் தெரிகிறது. அவரது மொத்த உடம்பும் மதுவின் நிலையில் இருந்தது. அவரது ஆடைகள் அழுக்காகவும் கிழிந்தும் இருந்தன. தலையில் இருந்த தலைப்பாகையும் நல்ல நிலையில் இல்லை. அவர் கையில் பெரிதான பிரம்பு கைத்தடி இருந்தது.

கோகல் கட்டிலில் இருப்பதைப் பார்த்து, வாஜேசங்கின் கண்கள் வியப்பால் விரிந்தன. அவர் கோகலின் வணக்கத்திற்கு பதில் சொல்லவில்லை. இடது கரத்தினால் கேவலப்படுத்துகிற ஒரு சைகையைச் செய்தார். 'ஹோ, தோட்டி சகோதரனே...நீ என்ன செய்யறேன்னு நெனைக்கிறே...கட்டிலில் உட்கார்ந்துகொண்டு எப்படி இருக்கிறே, ஏன் வந்தேன்னு கேட்டின்னு இருக்கியா? ரொம்ப புத்திசாலியில்ல நீ?'

கோகல் பயத்தில் வாஜேசங்கைப் பார்த்து வாய் பிளந்தான்.

'திருடனே, காது கேக்குதா? ஹுக்காவா பிடிக்கிற, என் கண்ணையே நம்ப முடியலையே... ஹை எதுக்காக என்னை மொறைக்கிற? என்னை முதல் முதல்லே இப்பதான் பாக்கிறயா?'

கோகல் தன் சக்தி முழுவதையும் பயன்படுத்தி எழுந்திருக்க முயன்றான்; முடியவில்லை. கையை நீட்டி அவரை பிடித்துக்கொண்டு ஹுக்காவை வைத்தான். சிறுநீர் கழிக்க வேண்டுமென்ற உணர்வு தாள முடியாததாகி விட்டது. சரணடைவதின் அறிகுறியாகக் கைகளைக் குவித்து பணிவாகச் சொன்னான். 'நான் பல நாளாக நோயாயிருக்கிறேன். எழுந்திருக்க முடியவில்லை. அதனால் தான் கட்டிலில் கிடக்கிறேன். நீங்கள் கருணை கொண்டவர். பா...நீங்கள் இதைப் புரிந்துகொள்ள முடியும்.'

வாஜேசங்கின் கோபமான முகம் கனியவில்லை. 'ஓ அப்படியா, என் தோட்டி சகோதரனே! என்ன மாதிரியான ஜுரம் என் அன்பானவனே? உனக்கு மூன்று மகன்கள் இருப்பதால் என்னை ஏறி மேய்க்கலாம் என்று நினைக்கிறாயா? உனது முட்டாள்தனமான உளறலை என்னை நோக்கித் தொடங்கிவிட்டாயா?'

'தயவுசெய்து இல்லை பா. எனக்கு வந்த ஜுரத்தினால்தான்...'

கோகல் முடிக்கு முன்னர் வாஜேசங்கின் கைத்தடி காற்றில் சுழன்றது. அதன் பிறகு டமால் டமால்...ஓர் அடிக்குப் பின்னால் மற்றொன்றாக.

'வாங்கிக்கோ'

டமால், டமால்.

'ஓ, இல்லை, இல்லை.'

கோகலின் உடம்பில் கருப்பும் சிவப்புமாய் கோடுகள் போட்டது கைத்தடி. நேனியோ விளையாட்டிலிருந்து முரட்டுத்தனமாக விடுபட்டு, மௌனமாய் கவனித்துக் கொண்டிருந்தான். டமால்... டமால்.

கோகல் அடிஉதையை தடுக்க முற்பட்டு தோல்வியுற்று தரையில் விழுந்தபோது, வலியின் கதறலும் ஓய்ந்தது. கைத்தடி கட்டிலில் படும்வரை வாஜேசங்கின் கண்கள் இதைக் காண முடியாத அளவுக்கு மயங்கிக் கிடந்தது. 'தெவிடியா பையா, இப்போதான் வழிக்க வந்தாயா. நீ இருக்க வேண்டிய இடம் மண்ணுதான். இன்னுமா நாக்கை நீட்டற? உன்னை வழிக்குக் கொண்டு வர ஒரு தடி தேவைப்படுகிறது.'

'தூ' வாஜேசங் பழிவாங்கலை வாய்நிறைய திரட்டிய எச்சிலாகக் காறித் துப்பினான். மொத்த குடிசையையும் ஒரு பார்வை விட்டுவிட்டு வெளியே சென்றான். வெளியிலிருந்த நாய் தனது வாலை பின்னங்கால்களுக்கிடையே பதுக்கிக் கொண்டு முன்பே நகர்ந்துவிட்டது.

சுயநினைவிழந்திருந்த கோகல், சிறிது நேரம் கழித்துக் கண் விழித்தான். கண்ணீர் அவனது பார்வையை மறைத்தது, அவன் மண்ணில் கிடந்தான்.

கண்ணீர் ஆற்றின் தூரக் கரையில் வேதாளம் போல ஒரு முகம் எழுந்தது... வாஜேசங்கினுடையது போன்ற முகம். அவனது நினைவுகளின் புதைகுழியைப் பிராண்டியது. ஆழம் காண முடியாத பள்ளத்தின் அடி ஆழத்திலிருந்து அவனைக் கூப்பிடும் ஒரு குரல் கேட்டது.

'கோகல் சகோதரனே, கோகல் சகோதரனே...' அது அவனிடம் சொன்னது. 'கதவைத் திற. நான் இங்கே இருட்டில் நிற்கிறேன்.'

அந்தக் குரல் கோகலுக்கு நன்கு பழக்கப்பட்ட ஒன்று. அவனது மூளையின் மூடப்பட்ட அறைகளிலிருந்து 'ச்சாப்பன்யா' பஞ்சத்தின் பயங்கரமான இரவுகள் வெளிப்பட்டன. 'வாஜேசங்கின் அப்...பா' என்று அவர் தனக்குள் முனகிக் கொண்டான்.

'கோகல் சகோதரனே, நான் மதுசங். நான் எல்லாவற்றையும் முயற்சி செய்துவிட்டேன். எந்தப் பயனும் இல்லை. எங்களது

அதிர்ஷ்டம் மேலும் மோசமாகி விட்டது சகோதரனே. மூன்று நாள்களாக நானும் வஜோவும் அவன் அம்மாவும் ஒரு கவளம்கூட சாப்பிடவில்லை. மொத்த கிராமமும் வெறிச்சோடி கிடக்கிறது. எங்கும் எதுவும் கிடைக்கவில்லை. அதனால்தான் உன்னிடம் வந்தேன்.'

கோகல் அந்த வேதாள குரலைக் தொடர்ந்து கேட்டான். பசி அதனை பலவீனப்படுத்தி இருந்தது.

'மதுபா, வாருங்கள். என்னிடம் கொடுப்பதற்கு ஏதுமில்லை. ஒரு தானிய மணியும் இல்லை. என்னிடம் கொஞ்சம் மாமிசக் கருவாடு இருக்கிறது. ஆனால் நீங்கள் அதை எடுத்துக் கொள்ள மாட்டீர்கள்.'

'சகோதரனே, நான் அதை எடுத்துக் கொள்கிறேன். ஒன்றுமில்லாததற்கு மாமிசக் கருவாடு மேலானது. பகவான் செத்த விலங்கின் மாமிசத்தைச் சாப்பிட வேண்டும் என்று விரும்பினால் அது அப்படியே ஆகட்டும். நான் பசியினால் சாக விரும்பவில்லை.'

நேனியோவின் பாட்டியின் கண்களிலிருந்து பாதி மறைத்தபடி, மதுசங்கின் குர்த்தா ஆடையில் மாமிசக் கருவாடுகளை நிரப்பினான். மதுசங்கின் சமையல் அறையில் மாமிசக் கருவாடு வெந்து கொண்டிருப்பதன் வாசனை அவனது மூக்கை நிறைத்தது.

'கோகல்பாய், நான் உயிருள்ளவரை உன்னை மறக்க மாட்டேன்.' ஏராளமான குரல்கள் அவனது உணர்வுகளை மழுங்கடித்தன: 'வஜே, வஜேசங்...'

கோகல் தனது வாயில் தெரிந்த ரத்தத்தின் ருசியைத் துப்ப முயன்று வீணாயிற்று. இருமல் அவனை ஆட்கொண்டது. அவனது உடம்பை வருத்தி வலியில் அவன் மூழ்கினான். வஜேசங்கின் பாழடைந்த முகம் கண்ணில் தோன்ற சுயநினைவிழந்தான். அவனுக்கு உணர்வு வந்தபோது, தண்ணீரின் சுவடுகூட அற்றுப்போய் அவனது உதடும், நாக்கும் உலர்ந்திருந்தது. திடீரென்று நேனியோ அங்கு எங்கோ இருப்பதை உணர்ந்தான்.

'நேனியோ, ஓ, நேனியோ! எனக்குக் கொஞ்சம் தண்ணீர் கொண்டுவா.'

எல்லாவற்றையும், வாயடைத்துப் போய் பார்த்துக் கொண்டிருந்த நேனியோ கோகலின் பரிதாபமான குரலைக் கேட்டு திகைப்பிலிருந்து விடுபட்டான். என்ன நிகழ்ந்தது என்றே

அவனால் புரிந்துகொள்ள முடியவில்லை. ஏனெனில் அவன் முதன்முறையாக வலியையும் துன்பத்தையும் காண்கிறான். அவனது விளையாட்டு வண்டி மண்ணில் கிடந்தது. அவனது தாத்தாவின் குரல் அவனுக்குக் கேட்ட போதிலும் அவர் என்ன கேட்கிறார் என்று அவனுக்கு விளங்கவில்லை. வலி அவனது வார்த்தைகளை வெறும் முனகல்களாக நசுக்கி இருந்தது.

'தாத்தா, நான் அப்பாவைக் கூப்பிடுகிறேன்' என்று சொல்லிக்கொண்டே அறுவடை செய்து கொண்டிருந்த அவனது அப்பா இருந்த வயலை நோக்கி ஓடினான்.

அதனது குழிக்குத் திரும்பி இருந்த நாய் கவனமாக அடியெடுத்து வைத்து முன்வந்தது. கோகலை நோக்கி இரக்கம் கொண்ட பார்வையை வீசியது. பின்னங்கால்களின் இடையே வாலை பதுக்கிக்கொண்டு காற்றை முகரத் தொடங்கியது.

இந்திரன் தொகுத்து மொழிபெயர்த்த 'பிணத்தை எரித்தே வெளிச்சம்' (அலைகள் வெளியீட்டகம், சென்னை, முதல் பதிப்பு, 1995) என்ற நூலிலிருந்து இக்கதை எடுக்கப்பட்டுள்ளது.

நன்றி: தல்பத் சௌஹான், இந்திரன், அலைகள் வெளியீட்டகம்

4. பள்ளத்தெரு

விழி பா. இதயவேந்தன்

சக்கிலித் தெரு தனித் தீவாக காட்சி அளித்தது. மென்று துப்பின சக்கையாய் மனித வாழ்க்கை. கேட்க நாதியற்றுப் போய் ஒவ்வொருவரும் வயிற்றுப் பிழைப்பு நடத்த வேண்டியிருக்கிறது.

ஊருக்கே வடக்கே எல்லை முடியுமிடத்தில் சக்கிலித்தெரு ஒரு பள்ளத்தாக்கில் வீழ்ந்திருந்தது. அதுதான் பின்னால் பள்ளத்தெருவானது. ஊருக்கு உள்ளேயும் சேரி. அதை இப்போது பெரிய காலனி என்று கூப்பிடுவார்கள். அங்கும் பறையர்கள், சக்கிலியர்கள் என இருந்தாலும் அங்குள்ள பறையர்களும் இங்குள்ள சக்கிலியர்களும் ஒன்றாக முடியாது. அங்குள்ள சக்கிலியர்களும் இங்குள்ள சக்கிலியர்களும்கூட அத்துணை எளிதில் நேசங்கொள்ள முடியாது.

சாதி உரிமை பாராட்டி உதவிகள் ஏதும் கேட்க முடியாது. நகர்ப்புற பறசாதிக்காரர்களுக்கு நகர்ப்புற சக்கிலியர்கள் அடிமை மாதிரியும், நகர்ப்புற சக்கிலியர்களுக்கு இங்குள்ள சக்கிலியர்கள் அடிமை மாதிரியும் மூன்று வெவ்வேறுபட்ட தளங்கள் இருந்தன. வட்டாட்சியர் அலுவலகத்தில் எல்லோரும் தாழ்த்தப்பட்டவர்கள் என்றாலும் தத்தம் கிளைச் சாதியால் ஒன்றுக்கு ஒன்று ஒடுக்கப்பட்டுதான் கிடந்தது.

பள்ளத்தெரு சக்கிலியர்கள் அப்படி ஒன்றும் வித்தியாசமான மனிதர்களில்லை. செய்யும் தொழில்களால்தான் எல்லோரும் விரலுக்கு விரல் வித்தியாசம் பார்க்க ஆரம்பித்து விட்டார்கள். அங்குள்ளவர்களுக்கு மூட்டை சுமப்பதும் ரிக்ஷா வண்டி

இழுப்பதும், பழ வியாபாரம், சிறு சிறு கடைகள் நடத்துவதும், சாவுக்கு, சுபகாரியங்களுக்கு மேளம் அடிப்பது இப்படித்தான் தொழில். ஒரு சிலர் அரசு அலுவலகங்களிலும் பணி செய்தார்கள்.

நந்தனார் தெருவில்தான் சக்கிலியர்களின் குடிசை இருந்தது. கிட்டத்தட்ட இதேபோன்ற தொழில்தான் செய்தார்கள். கூடவே செருப்பு தைப்பது இவர்களுக்குரிய பிரத்யேகமான தொழில்.

ஆட்களும் பார்ப்பதற்குப் பளபளப்பாய்தான் இருப்பார்கள். உள்ளுக்குள் வறுமையிருந்தாலும் பிள்ளைகள் படிக்கவே நாதியற்றுப் போயிருந்தாலும் வீட்டில் உலை வைக்கக்கூட கதியில்லாமல் போனாலும் வெள்ளையும் சொள்ளையுமாய் சட்டைத்துணி போட ஆசைப்படுவார்கள். நகர்ப்புற நாகரீகம் சில சௌகரியங்களை உள்ளடக்கியிருந்தாலும் அதற்கேற்றபடி வாழ வேண்டும் என்ற அல்ப ஆசைகள் இருந்தன. சமூக அங்கீகாரம் என்பது சகட்டுமேனிக்கு தேவையென்பதால் இப்படிப்பட்ட பிழைப்பும் மனக்கிலேசத்தை அவர்களுக்கு உண்டு பண்ணும்.

நந்தனார் தெருவிற்கும் பள்ளத்தெருவிற்கும் சாதாரணமாய் ஒட்டி உறவாட எந்தவித லாயமான சூழ்நிலையுமில்லை. நேருக்கு நேர் பார்த்தால் ஏதோ எண்ணெய்க்குள் கடுகை கொட்டிய மாதிரிதான் முகங்கள் பொரியும். கோபம் உண்டாகும். பேச்சிலே ஏளனம் தெரியும். நகர்ப்புற பண்பாடு அப்படித்தான் வளர்ந்துள்ளது. பொண்ணு கொடுத்து பொண்ணு வாங்க முடியாது. அப்படியே முயற்சி செய்தாலும் ஊரைவிட்டு ஓடிப்போய்விட வேண்டும்; இல்லாவிட்டால் அது கொலையில்தான் வந்து முடியும்.

இப்படி தீவாய் போனதால்தான் பள்ளத்தெருக்காரர்களுக்கென்று எந்த முகாந்திரமுமில்லாமல் முகவரிகளைத் தொலைத்துவிட்ட மாதிரி அநாதையாய் நகர்ப்புறத்தை ஒட்டி தொங்கிக் கொண்டிருந்தார்கள்.

அப்படி என்ன பாவப்பட்ட ஜென்மம் எடுத்தோமோ என்று அடிக்கடி தெரு நாட்டாமை ரங்கசாமி புலம்புவார்.

அவர் புலம்பல் அர்த்தமற்றதுதான். பள்ளத்தெரு மக்கள் பெரும்பாலும் நகராட்சியில் துப்புரவு வேலைதான் செய்வார்கள். மலமெடுத்தல், சாக்கடை அள்ளுதல், வண்டி அடித்தல், கழிவுநீர் அடித்தல், செப்டிக் டேங்க் சுத்தம் செய்தல், அனாதைப் பிணங்கள் தூக்குதல்... படித்து வேலைக்குப் போனதாய் யாருமில்லை. ஆனாலும் ஒரு சிலர் படித்துக் கொண்டிருந்தார்கள்.

தொழில்தான் சாதிக்குள்ளேயே பிரிவினையை உண்டு பண்ணியது. நானும் மனுசன், நீயும் மனுசன்தான் என்று ஒன்றிணைந்து கைகோர்த்துப் போக முடியாததால்தான் சகட்டுமேனிக்கு ஊர்க்காரர்களின் அடக்கு முறைக்கு ஆளாக வேண்டியிருந்தது.

பள்ளத் தெருவிற்கு மேலே தேசிய நெடுஞ்சாலை, அதை இடைமறித்தாற்போல் ரயில்வே கேட்டு. அங்கிருந்து ஆரம்பித்து ரெண்டு கிலோ மீட்டருக்குள் ஊரின் எல்லா அலுவல்களும் முடிந்துவிடும். அதற்கப்புறம் அடித்துப் போட்டால்கூட ஏன் என்று கேட்க முடியாத பொட்டவெளிகள். வழவழப்பான தார் சாலையை ஒட்டி சிறுசிறு பெட்டிக்கடைகள், ஓட்டல்கள்.

அப்படியே மாரியம்மன் கோயில், பெருமாள் கோயில், ஈசுவரன் கோயில், வீடுகள், பள்ளிகள், நகைக்கடை, காய்கறிக்கடை, ஜவுளிக்கடை... என்று பரந்து வியாபித்திருந்தது. பள்ளத் தெருவிற்கு எதிர் திசையில் மேற்காக அந்த விராட்டிக்குப்பம் பாட்டையில் சிறு சிறு பசங்கள் சாராய கடை வைத்திருந்தார்கள். அவர்களுக்குப் பின்னால் ஓர் அரசியல் கட்சி அல்லது ஒரு ரசிகர் மன்றம் இருப்பதைக்கூட சொன்னார்கள்.

நெடுஞ்சாலையை ஒட்டிய தெருக்களில் மேல்சாதிகாரர்களின் ஆதிக்கம் அதிகம் இருந்தது. உடையார்களும் முதலியார்களும் ரயில்வே கேட்டைத் தாண்டினாற்போல் நிறைய இடங்களைத் தக்க வைத்திருந்தார்கள். முத்தாபாளையம், அகரத்தை ஒட்டிய ஏரிக்கரையோரம் கரும்பு நெல்லும் பளபளவென செழித்து அவர்களின் செல்வாக்கை மேலும் மேலும் கூட்டிக் கொடுத்தது.

அனுபவிக்கவே பிறந்த அவர்களின் பிள்ளைகளில் சிலர் படிக்கிறார்களோ இல்லையோ, சதா அந்தப் பகுதியில் குடித்துவிட்டுப் பேசுவது, தகராறு செய்வது இப்படித்தான் பொழுதுபோகும். இதற்கென்றே சின்னப் பையன், மோகன், தாஸ், இப்ராஹிம், செல்வராஜ், குமார்.... என்று சில உதிரிப் பட்டாளங்கள் உடம்பை வளர்த்துக்கொண்டு திரிந்தார்கள்.

பள்ளத் தெருவிலிருந்து யாரும் ரோட்டோரமுள்ள உயர்சாதிக்காரர்களிடம் எதுவும் வைத்துக் கொள்ளமாட்டார்கள். வம்பு தும்புக்குப் போகமாட்டார்கள். வேலைக்குப் போய் திரும்புவதற்குள் ஒவ்வொருவரின் நாடியும் அடங்கிவிடும் அளவிற்கு நைந்து தொய்ந்து போய் வருவார்கள். சீசாவில் எண்ணெய்யோ, பையில் அரிசியோ வாங்கப் போவார்கள். செம்பில் டீ வாங்கி வந்து

குடிப்பார்கள். இப்ராஹிம் சாராயக்கடையில் சரக்கு குடித்து விட்டுச் சத்தமில்லாமல் திரும்புவார்கள்.

ஒருமுறை அப்படித்தான் கதிர்வேலு சாராயம் குடிக்கப் போனான். முள்ளுச் சந்தினுள் விற்றுக் கொண்டிருந்த இப்ராஹிம் கதிர்வேலுவைப் பார்த்தான்.

'டேய் சரக்கு எவ்ளோ வேணும்?'

'எனக்கு ஒரு செம்பு வேணும். குடுப்பியா?' அவன் சொல்லிவிட்டுச் சிரித்தான்.

'கையில என்ன வெச்சிருக்க?'

'அஞ்சு ரூபா.'

இப்ராஹிம் எழுந்து முகத்தில் நச்சென்று அப்பினான்.

'இறுமாப்ப பாத்தியா, அஞ்சு ரூபாய்க்கு ஒரு சொம்பா வேணும்?'

'ஐயையோ, சும்மா தமாஷுக்குண்ணே; கோச்சுக்காத' . மீண்டும் எகிறி உதைத்தான். 'சென்மத்த செருப்பா உழைச்சு போட்டுட்டு வர்றேன். அப்பிடி வொதைக்காதன்ணே, உடம்பு புண்ணாயிடுச்சு.'

அவன் மேலும் மேலும் உதைக்க சாராயம் குடித்துவிட்டு கறியும் போட்டியும் தின்று கொண்டிருந்தவர்கள் சிரித்துக்கொண்டிருந்தார் கள். கதிர்வேலுவை மண்ணில் போட்டுப் புரட்டினான். மேலெல்லாம் குப்பை வாறின தூசியும் சாக்கடை சேறும் இருந்தது போக வியர்வையில் மண்ணும் சேர்ந்து உடும்புப் பிடியாய் அப்பிக்கொண்டது. அவன் எழுந்து உதறிக் கொண்டிருந்தான்.

'காட்றா காச இப்ட.'

அவன் பேசமுடியாமல் முறைத்தான்.

'என்னடா அப்பிடி பாக்குற?'

'எனக்கு சரக்கு வேணாம்.'

'ஏன் வாணாம்?'

'வொதயும் வாங்கிக்கிட்டு நான் சரக்கும் உன்கிட்ட குடிக்கணுமா. உன் வயசுன்னா, என் வயசுன்னா, என்ன கைநீட்டி அடிக்கற. நான் கொஞ்சதூரம் போய் எங்க பெரிய சேரில குடிச்சுக்கறேன்.'

இப்ராஹிமுக்கு கோபம் அதிகமானது. காக்கிச்சட்டையைப் பிடித்து இழுத்து உலுக்கினான். இருந்த ஒன்றிரண்டு

பொத்தான்களும் பொலபொலவெனக் கொட்டியது. பற்களை நெறித்தான்.

‘அண்ணே உட்டுடு; என்னால வொத தாங்க முடியல; இந்தா அஞ்சுரூபா குடுக்கறத குடு.’

அவனுக்கு போதை ஏறவில்லை. வாங்கிய உதையோடு தள்ளாடிவந்து சேர்ந்தான்.

பள்ளத்தெருக்காரர்கள் எப்பவும் இளிச்சவாய்க்காரர்கள் என்று மேலே உள்ளவர்களின் கணிப்பு. அதனால்தான் மீசை முளைக்காத விடலைப் பசங்கள்கூட பெரியவர், சின்னவர் என்று பார்ப்பதில்லை. வாடா போடா என்பதும், வாடிபோடி என்பதும் சகஜமாய் இருக்கும். கெட்ட வார்த்தைகளை நாகூசாமல் பேசுவார்கள். தேவையில்லாமல் பஞ்சாயத்து செய்வதுபோல் உதைக்க வருவது, பணம் பறிப்பது என்று சகல வித்தைகளையும் கற்று வைத்திருந்தார்கள்.

இங்குதான் ஒருவருக்கொருவர் ஒற்றுமையில்லாமலும் எந்தவொரு நல்ல கருத்துக்கு உடன்படாமல் கிடந்தாலும் மேலத்தெரு பையன்கள் அப்படியில்லை.

கண்மூடித்தனமாகச் செய்யும் அத்துணை கெட்ட காரியங்களுக்கும் அவரவர் சாதியில் பாதுகாப்புக் கொடுத்தார்கள். மிஞ்சி போலீசுக்குப் போனால் அரசியல் செல்வாக்கை வைத்துத் திரும்பி வருவார்கள். அதனால்தான் பையன்களும் கவலையற்று துளிர்விட்டு இருந்தார்கள்.

அன்று தெருவில் நடராசனுக்கும் அவள் மனைவி கமலாவுக்கு மிடையே சண்டை மும்முரமானது. ராத்திரி ஆகியும் வந்து சோறு இன்னமும் ஆக்கவில்லை என்பதுதான் பிரச்னை. அவள் ஏழு மணி வரையில் கடன்காரனிடம் காத்துக் கொண்டிருந்துவிட்டுத் திரும்பினாள். பணம் வந்து தருவதாய் சொன்னவன் வரவேயில்லை.

‘இன்னேரம் வரையிலும் எவன்கிட்டடீ போயிருந்த.’

‘கடன்காரன் கிட்டதான் போய் நின்னன். அவரு வர்ல.’

‘நின்னுக்கிட்டிருந்தியா?’

‘பின்ன, மல்லாந்துக்கின்னாங்களா, போடா குடிகாரா.’

அவள் பேச அவன் பேச ஒரே களேபரமாகி, ‘என் கூட வாழாதடி போடீ’ என்று அடித்து ரோட்டுப் பக்கம் இழுத்து வந்தான்.

சும்மாயிருந்த வாய்க்கு அவல் கிடைத்த மாதிரி ரோட்டோரமுள்ள சாலையோட ஓட்டல் அருகே நின்றிருந்த சின்னப் பையனுக்கு கமலாவின் அலறல் சத்தம் ஓங்கி ஒலித்தது. அவன் சிட்டாய்ப் பறந்து வந்தான். இரண்டு பேரையும் தலா ரெண்டு ரெண்டு அறைவிட்டான்.

'சாமி நீயே சொல்லு; புள்ள குட்டி பட்டினியா கெடக்குது. இன்னேரம் வரையில ஊர்மேயப் போயிட்டு இப்பதான் வர்றா.'

'போடா சங்க மாங்கி, உன்ன மாதிரி நெனைச்சியா?'

அவனது பஞ்சாயத்து முடிந்து நெடுநேரமாகி விட்டது. வலி பொறுக்க முடியாமல் நடராசன் முனகிக் கொண்டிருந்தான். பிள்ளைகள் காலைப் பிடித்தபடி உறங்கி விட்டன. விஷயத்தைக் கேள்விப்பட்ட இளவட்டங்களுக்குப் பொறுக்க முடியவில்லை. மணி, சந்திரன், பெருமாள் எல்லோரும் சேர்ந்துபோய் பள்ளத்தெரு நாட்டாமையிடம் சொன்னார்கள். அவருக்குத் துக்கம் தொண்டைக் குழிக்குள் அடைத்தது.

'என்னை என்ன செய்யச் சொல்றீங்க?'

'பின்ன இப்படியே நடந்தா எப்டீ?'

'இவனுங்கள பகைச்சுக்கிட்டு நம்மால வாழ முடியுமா?'

'அதுக்காக அவனுங்க தயவுல ஒண்ணும் நாம்ம வாழல; நாம ஒழைச்சுதான் சாப்பிடறோம்.'

'சொல்றதுக்கு நல்லாதான் இருக்கு.'

'பின்ன தொடர்ந்து குடிச்சிட்டு வருவானுங்க. வேணும்னு வொதைப்பாங்க. எவ்ளோ நாள் பாத்துக்கிட்டு இருக்கிறது.'

'அதான் வாடிக்கையாப் போச்சே.'

'அதெல்லாம் முடியாது; நம்ம தெரு விவகாரத்துல இவனுங்க ஏன் தலையிடறானுங்க. வாங்க, போலீசுக்குப் போவம்.'

நாட்டாமை ரங்கசாமிக்குச் சிரிப்பு, துக்கத்தையும் மீறி குபீரென எழுந்தது. தெருவில எந்தப் பிரச்னை வந்தாலும் அது ரவுடிப் பையன்களுக்குக் கிடைத்த அல்வாத் துண்டு மாதிரி ஊருக்குள் இருக்கும் மற்ற சக்கிலிக் குடும்பங்களுக்குத் தெரிந்தாலும் கேட்க வரமாட்டார்கள். கண்டுகொள்ளவே மாட்டார்கள். நாட்டாமை சிரித்து முடித்து மணியின் பக்கம் திரும்பினார்.

‘வம்ப வெல குடுத்து வாங்கக்கூடாதுப்பா.’

‘அதுக்காக சும்மா இவனுங்ககிட்ட ஒதபடச் சொல்றீங்களா?’

‘நாம அம்பது தலகட்டு இப்பிடி அநாதையா கெடக்கறமே.’

‘அநாத ஒண்ணுமில்ல. நாமெல்லாம் அரசாங்க வேல பாக்குல?’

‘ஆமாம், நாம ஒதபட்டு புகார் புகார்னு போனப்பல்லாம் இதே அரசாங்க போலீசுதான் கைகொட்டி சிரிச்சுச்சு.’

‘இப்படியே உட்டா நம்ம மானம் மரியாதையெல்லாம் காத்துல போயிடும்.’

‘தெருவுல எவனுக்குதான் மானம் மரியாத இருக்குது?’

‘நாட்டாமைக்கார்ர, அதுக்குன்னு நம்மளையே கொறச்சு மட்டமா பேசாதீங்க; மத்தவனுக்கு உள்ளதுதான் நமக்கும் இருக்கு. நம்ம வாழ்க்க இப்படி மட்டமா இருக்கறதினால உங்கள இப்படி பேசச் சொல்லுது. அதுக்குக் காரணம் நாம இல்ல. நம்ம ஆளுறவன். நம்மள ஏய்ச்சுப் பொழைக்கிறவன்தான், தெரிஞ்சுக்குங்க. இன்னும் அந்தக் காலத்திலேயே கெடக்காதீங்க.’

‘டேய் என்னமா பேசுறீங்க. இன்னும் நாலு எழுத்து படிச்சிட்டா அவ்ளோதாண்டா நீங்க.’

‘சரி, நீங்க வரப்போறீங்களா இல்லியா?’

‘வேகத்திலும் ஒரு நிதானம் இருக்கணும்டா.’

‘என்னாண்ணே சும்மா வளவளன்னு பேசிக்கிட்டு.’

பெருமாள் வார்த்தையால் கடிந்தான். எல்லோரும் பெருமாள் பக்கம் திரும்பினார்கள். மணி, பெருமாள் சத்தம் நாட்டாமை வீட்டுப் பக்கம் கேட்கக் கேட்க என்ன என்பது போல் கூட்டம் சேர்ந்து விட்டது.

‘அன்னிக்கு அதுமாதிரிதான்; நம்ம காஞ்சனாவ சாவுக்கு ஆடவரலேன்னு போட்டு உதைச்சு ஊட்டுல இருக்கிற பாத்திரத்தை யெல்லாம் உடைச்சுப் போட்டான் அந்த தாஸ் பையன், யாரும் கேக்கல. நம்ம தெருவுல காஞ்சனா தமாசா ஆடுவா. அதுக்காக இவனுங்க ஊட்டு சாவுக்கெல்லாம் ஆடணும்னு இன்னா தலையெழுத்து. அப்டீதான் ருக்மணிய கையப் புடிச்சி இழுத்து ஒருநாள் கட்டிப் புடிக்கிறான். இன்னிக்கு போதையில கட்டிப் புடிப்பான். நாளைக்குப் படுக்கக் கூப்டுவான். அனுப்பி

வைப்பாங்களா. இவென் இப்டி பண்றான்னா அந்த மோகன் அப்டிதான்; நேர்மயா சீட்டாட்டத்தில் வெளயாடி செயிக்க முடியாம போயும் போயும் எட்டிக்கொட்டைகிட்ட தோத்துப்புட்டு அப்புறம் காச அடிச்சி புடுங்கறான். சம்பளந்தன்னிக்கு திருட்டு சாராயக் கணக்கு எழுதிவந்து அடுச்சிப் புடுங்கறான் அந்த இப்ராஹிம். செத்தவன் பணத்த அரசாங்கத்துல வாங்கறதுக்கு பொன்னுசாமிக்கு இவென் என்னமோ மாமன் மச்சான் மாதிரி வந்து தலையிட்டு கடசியில காசப் புடுங்கறான் அந்த செல்வராஜ். ஒவ்வொருத்தனும் இப்பபடியே பண்ணா இன்னா அர்த்தம். நாம இன்னா அடிமை சாசனமா எழுதிக் குடுத்திருக்கோம்?'

பட்டம்மாள் பாட்டி, கேட்கறது எல்லாம் நியாயம்தான் என்பது போல தலையாட்டினாள். இரவு கருத்து கனத்தது.

'நாட்டாம என்ன சொல்றீங்க, வர்றீங்களா?'

அவர் கவிழ்ந்திருந்த தலையை நிமிர்த்தினார். 'போலீசுக்குன்னா நான் வர்ல.'

'அப்ப சரி, சுந்தரம் உடையார் வூட்டுக்கு வாங்க.'

'என்ன நம்ம கவுன்சிலர் வூட்டுக்கா.'

'ம்.'

'ஏன்?'

'வெத்திலப் பாக்கு மாத்திக்க; சரியான ஆளுய்யா நீ. நம்ம நடராசன் பத்து பாஞ்சு நாளு எந்திரிக்க முடியாம, அப்ப அடிச்சுப் போட்டவன், அவரு மவன் சின்னப் பையன்தான் தெரியுமா?'

'அவரப் பத்தி தெரியாதா உங்களுக்கு?'

'ஓட்டு வாங்கி ஜெயிக்கிறாரே அப்ப?'

'ஓட்டுப் போடலேன்னா ஒதைப்பேன்றான். மேல பேசுனா ஊட்டக் கொளுத்திடுவேன்றான்.'

'சரி, டேய் வாங்கடா, இந்தாளு தேற மாட்டாரு.'

நின்றிருந்தவர்களில் சிறு கூட்டமாக சுந்தரம் உடையார் வீட்டுக்குப் போனார்கள். அவரைச் சுற்றி கட்சிக்காரர்கள் கூட்டம். 'அண்ணே, சக்கிலிப் பசங்க வந்திருக்காங்க.' குரல் கேட்டது.

அவர் வெளியே வந்ததும் அவரது பையன் செய்ததைச் சொன்னதும் பிடி கொடுக்காமல் பேசினார்.

‘குடிச்சிட்டு கலாட்டா பண்ணா யார்தான் பாத்துக்கிட்டு இருப்பாங்க?’

‘அதுக்காக இப்டீ செய்யலாமா?’

‘டேய் உங்களால் இன்னா செய்ய முடியும்?’

‘அப்டீயெல்லாம் பேசாதீங்க.’

‘போலீசு, கோர்ட்டுன்னு எல்லாத்தையும் பாப்பன் தெரியும்ல.’

‘அப்டீன்னா எங்களுக்குன்னு சில நியாயம் தெரியும். இனிமே எவனாவது தெருவுல எறங்கட்டும், நாங்க பேசிக்கறம்.’

‘சவடாலா உடுறீங்க, போங்கடா நாயே.’

எல்லோரும் தெருவிற்கு முணுமுணுத்தபடியே வந்து சேர்ந்தார்கள். போயும் போயும் இவன்கிட்ட நியாயம் கேட்டோமே என்று புலம்பினார்கள். நாளைக்கு ‘என்கிட்ட யாராவது வந்து சொன்னீங்களா’ என்றால் அதுகூட சரிதான் என்றார்கள் சிலர்.

அன்று ஞாயிற்றுக்கிழமை பொன்னுசாமி வீட்டுப் பக்கம் சிலர் பல்லாங்குழி விளையாடிக் கொண்டிருந்தார்கள். மணி வீட்டு வாசலில் நாலைந்து பேர் சீட்டுக்கட்டு விளையாடிக் கொண்டிருந்தார்கள். விடுமுறை ஆதலால் சிலர் குடிசையின் உள்ளும் திண்ணையிலும் உறங்கியும் உறங்காமலும் சாய்ந்து கிடந்தார்கள். நாய்கள் குரைக்க ஆரம்பித்தன. சத்தம் வந்த திசையில் கண்கள் போய் விழுந்தது.

தாஸ் நிரம்பக் குடித்துவிட்டு பள்ளத்தெருவிற்குள் இறங்கிக் கொண்டிருந்தான். கையில் முழங்கை அளவிற்குக் கத்தி, பெண்கள் வெடவெடத்து விழித்தார்கள். அவிழ்ந்த கைலியை இன்னொரு கையில் பிடித்தான்.

‘இவன கேக்கவே ஆளில்ல.’

‘காறி மூஞ்ச நாயி, தறுதலயப் பெத்துப் போட்டிருக்கான் பாரு.’

‘எங்கனா காரு, லாரில மாட்டி சாவுறனாப் பாரு.’

சனங்களின் வசை தொடர்ந்தது. அவன் கைலியை இழுத்துப் பிடித்து தள்ளாடியபடி வந்தான். சீட்டாட்டம் விளையாடியவர்கள் அவனை வெறித்துப் பார்த்தார்கள். மணிக்கு பீடிப்புகை சுருள் சுருளாய் எழுந்தது. தாஸ் ருக்குமணி வீட்டுத் திண்ணையில் விழுந்தான். ‘ஏய் ருக்குமணி, எங்கடீ இருக்க’ என்றபடி சத்தம் போட்டான்.

சீட்டாட்டத்தில் இருந்தவர்கள் எழுந்து வந்தனர். அவன் போதை கிறக்கத்தில் நிமிர்ந்து பார்த்தான்.

'இன்னாடா இங்க உனுக்கு வேல?'

'இன்னாடாவா.'

தாஸ் அலறியடித்துக்கொண்டு எழுந்தான்.

'மரியாதயாப் போயிடு.'

'இன்னாடா பண்ணுவீங்க, கிட்ட வந்தா கூறு போட்டிருவன், ஜாக்கிரத.'

எல்லாரும் வேணாம்பா வம்பு, எட்ட வந்துரு என்று மணியை இழுத்தார்கள்.

'இன்னாடா மொறைக்கிற, ருக்குமணி என்கிட்ட படுக்கிறதுக்கு அம்பது ரூபா வாங்கனா தெரிமா?'

'டேய், மரியாதயாப் போறியா, இல்லியா..?'

மணி நெட்டித் தள்ளினான். அவன் கத்தியை ஓங்க இரண்டு பேரும் கட்டிப் புரண்டார்கள். மணி கத்தியைப் புடுங்கிக்கொண்டு முகத்தில் எட்டி உதைத்தான். அவனுக்கு ரத்தம் தொரதொரவென சொட்டியது. பெருமாள் கக்கூஸ் கழுவ வைத்திருந்த 'ஆசிட்' பாட்டிலை உடைத்து இன்னொரு கையில் ஏந்தினான். அவனுக்கு நிலமை விபரீதமாகப் போகிறது என்று மேலத்தெருப் பக்கம் ஓட்டம் பிடித்தான்.

'ஓடுறா நாயே, உசிருக்குப் பயந்தவங்க நாங்கல்லடா.'

அவனது குரல் உச்சஸ்தாயியில் எழுந்தது, பாட்டில் உடைத்தபோது தெறித்த 'ஆசிட்' கைகளில் பட்டுக் கொப்பளித்தது. பெண்கள் நெருங்கி வந்தார்கள். சேலைத் தலைப்பால் அவன் கையை அழுத்திப் பிடித்தார்கள். அவனுக்கு எரிச்சல் அதிகரித்து தலையில் 'நங்'கென்று உறைத்தது.

ப.சிவகாமி தொகுத்துள்ள 'தலித் சிறுகதைத் தொகுப்பு'(சாகித்திய அகாதெமி வெளியீடு, சென்னை, முதல் பதிப்பு, 2014) என்ற நூலிலிருந்து இக்கதை எடுக்கப்பட்டுள்ளது.

நன்றி: விழி.பா. இதயவேந்தன், ப.சிவகாமி, சாகித்திய அகாதெமி

பயன்பட்ட நூல்கள்

1. அபிமானி, எதிராக, காவ்யா பதிப்பகம், சென்னை, முதல் பதிப்பு, 2004.
2. அம்பேத்கர்,பி.ஆர். (தமிழில்: பூ.கொ.சரவணன்), விசாவுக்காகக் காத்திருக்கிறேன், நீலம் வெளியீடு, சென்னை, முதல் பதிப்பு, 2021.
3. அரசு,வீ.,தமிழியல் ஆய்வு: கருத்துநிலைத் தேடல், இளவழகன் பதிப்பகம், சென்னை, முதல் பதிப்பு, 2001.
4. அர்ஜுன் டாங்ளே (தமிழில்: தி.சு.சதாசிவம்), தலித் இலக்கியம்: போக்கும் வளர்ச்சியும், நிழல் வெளியீடு, சென்னை, முதல் பதிப்பு, 2003.
5. அழகப்பன்,ஆறு.,பெரியார் ஈ.வெ.ரா., சாகித்திய அகாதெமி, சென்னை, முதல் பதிப்பு, 2009.
6. அன்பாதவன், நெருப்பில் காய்ச்சிய பறை, காவ்யா பதிப்பகம், சென்னை, முதல் பதிப்பு, 2003
7. ஆதவன் தீட்சண்யா, பூஜ்ஜியத்திலிருந்து துவங்கும் ஆட்டம், சந்தியா பதிப்பகம், சென்னை, முதல் பதிப்பு, 2003.
8. ஆனந்த் டெல்டும்டே (தமிழில்: பாலு மணிவண்ணன்), தலித்துகள்: நேற்று இன்று நாளை, கிழக்குப் பதிப்பகம், சென்னை, முதல் பதிப்பு, 2020.
9. இதயவேந்தன்,விழி.பா.,கனவுகள் விரியும், அநுராகம் வெளியீடு, சென்னை, முதல் பதிப்பு, 2002.
10. இதயவேந்தன்,விழி.பா.,தலித் அழகியல், காவ்யா பதிப்பகம், சென்னை, முதல் பதிப்பு, 2002.
11. இந்திரன் (தொகுப்பும் மொழிபெயர்ப்பும்), அறைக்குள் வந்த ஆப்பிரிக்க வானம், யாளி பதிவு வெளியீடு, சென்னை, இரண்டாம் பதிப்பு, 1993.
12. இந்திரன் (தொகுப்பும் மொழிபெயர்ப்பும்), பிணத்தை எரித்தே வெளிச்சம், அலைகள் வெளியீட்டகம், சென்னை, முதல் பதிப்பு, 1995.

13. இரட்டைமலை சீனிவாசன், ஜீவிய சரித்திர சுருக்கம், தடாகம் வெளியீடு, சென்னை, முதல் பதிப்பு, 2019.

14. உமாதேவி,கு.,திசைகளைப் பருகியவள், பனிக்குடம் பதிப்பகம், சென்னை, முதல் பதிப்பு, 2006.

15. கந்தசாமி,தய்.,தனி இருட்டு, விடியல் பதிப்பகம், கோயம்புத்தூர், முதல் பதிப்பு, 2002.

16. குணசேகரன், கே.ஏ. (தொ.ஆ), அக்கினீஸ்வரங்கள், செம்மணி கலைக்குழு, பாளையங்கோட்டை, முதல் பதிப்பு, 1983.

17. குணசேகரன்,கே.ஏ.,தலித் அரங்கியல், கீழைக்காற்று வெளியீட்டகம், சென்னை, முதல் பதிப்பு, 1995.

18. குணசேகரன், கே.ஏ., தலித் கலை கலாச்சாரம், ராகாஸ் வெளியீடு, சென்னை, முதல் பதிப்பு, 1999.

19. குணசேகரன்,கே.ஏ.,வடு, காலச்சுவடு பதிப்பகம், நாகர்கோவில், முதல் பதிப்பு, 2005.

20. கௌதம சன்னா, க.அயோத்திதாச பண்டிதர், சாகித்திய அகாதெமி, சென்னை, ஆறாம் பதிப்பு, 2021.

21. சண்முக சுந்தரம்,சு. (தொ.ஆ), தலித்தியம், காவ்யா பதிப்பகம், சென்னை, இரண்டாம் பதிப்பு, 2004.

22. சிவகாமி, ப. (தொ.ஆ), தலித் சிறுகதைத் தொகுப்பு, சாகித்திய அகாதெமி வெளியீடு, சென்னை, முதல் பதிப்பு, 2014.

23. சிவக்குமார்,நட.,வெட்டி முறிப்புக்களம், சந்தியா பதிப்பகம், சென்னை, முதல் பதிப்பு, 2007.

24. சுகிர்தராணி, இரவு மிருகம், காலச்சுவடு பதிப்பகம், நாகர்கோவில், முதல் பதிப்பு, 2004.

25. செல்வகுமார், பா., தலித் இலக்கிய வரலாறு, எதிர் வெளியீடு, பொள்ளாச்சி, முதல் பதிப்பு, 2018.

26. சோலைமாயவன், வெயில் மேயும் நீர்ப்புலி, பொள்ளாச்சி இலக்கிய வட்டம், பொள்ளாச்சி, முதல் பதிப்பு, 2022.

27. ஞானசேகரன்,தே.,தலித் சிந்தனை விவாதம், மாமன்னர் பதிப்பகம், கோயம்புத்தூர், முதல் பதிப்பு, 1999.

28. தலையாரி, எங்கே எமது முகம், பஃறுளி பதிப்பகம், சென்னை, முதல் பதிப்பு, 1996.

29. திருக்குமரன் கணேசன், கறி விருந்தும் கவுளி வெற்றிலையும், காலச்சுவடு பதிப்பகம், நாகர்கோவில், முதல் பதிப்பு, 2022.

30. தேவனூரு மகாதேவ (தமிழில்: பாவண்ணன்), பசித்தவர்கள்,

என்.பி.டி. வெளியீடு, புதுதில்லி, முதல் பதிப்பு, 1999.

31. நிவேதிதா லூயிஸ், முதல் பெண்கள், மைத்ரி புக்ஸ், சென்னை, இரண்டாம் பதிப்பு, 2021.

32. பக்தவத்சல பாரதி, பண்டைத் தமிழ்ப் பண்பாடு, அடையாளம் பதிப்பகம், புத்தாநத்தம், முதல் பதிப்பு, 2020.

33. பச்சோந்தி, பீஃப் கவிதைகள், நீலம் வெளியீடு, சென்னை, முதல் பதிப்பு, 2019.

34. பாரதி வசந்தன், தலை நிமிர்வு, அகநாழிகை வெளியீடு, சென்னை, முதல் பதிப்பு, 2010.

35. பாலசுப்பிரமணியம், ஜெ., இரட்டைமலை சீனிவாசன், சாகித்திய அகாதெமி, சென்னை, முதல் பதிப்பு, 2022.

36. பாவண்ணன் (தொகுப்பும் மொழிபெயர்ப்பும்),ஆயிரம் மரங்கள் ஆயிரம் பாடல்கள், அன்னம் வெளியீடு, முதல் பதிப்பு, 2004.

37. மதியழகன் சுப்பையா, புள்ளிகளால் நிறையும் கோடு, மருதா பதிப்பகம், சென்னை, முதல் பதிப்பு, 2007.

38. மதிவண்ணன்,ம.,நெரிந்து, வேறுவேறு வெளியீடு, ஆத்தூர், முதல் பதிப்பு, 2000.

39. மார்க்ஸ்,அ.,தலித் அரசியல் அறிக்கையும் விவாதமும், விடியல் பதிப்பகம், கோவை, முதல் பதிப்பு, 1995.

40. முல்க்ராஜ் ஆனந்த் (தமிழில் கே.கணேஷ்), தீண்டாதான், சீர்மை பதிப்பகம், சென்னை, முதல் பதிப்பு, 2023.

41. யாழன் ஆதி, நெடுந்தீ, கலகம் வெளியீடு, சென்னை, முதல் பதிப்பு, 2006.

42. ரவிக்குமார் (தொ.ஆ), தலித்: கலை - இலக்கியம் - அரசியல், தலித் கலை விழாக்குழு, நெய்வேலி, முதல் பதிப்பு, 1996.

43. ரவிக்குமார், வானில் விட்டெறிந்த கனவு, மணற்கேணி பதிப்பகம், தஞ்சாவூர், முதல் பதிப்பு, 2017.

44. ராஜ முருகுபாண்டியன், சில தலித் கவிதைகளும், அன்னம் வெளியீடு, சிவகங்கை, முதல் பதிப்பு, 1994.

45. ராஜ் கௌதமன், தலித் பண்பாடு, என்.சி.பி.எச், சென்னை, இரண்டாம் பதிப்பு, 2022.

46. ராஜ் கௌதமன், தலித் பார்வையில் தமிழ்ப் பண்பாடு (சங்க காலம்), என்.சி.பி.எச், சென்னை, முதல் பதிப்பு, 2019.

47. ராஜ் கௌதமன், தலித்திய அரசியல், பரிசல் புத்தக நிலையம், சென்னை, முதல் பதிப்பு, 2005.

48. ராஜ் கௌதமன், தலித்திய விமர்சனக் கட்டுரைகள், காலச்சுவடு பதிப்பகம், நாகர்கோவில், முதல் பதிப்பு, 2003.
49. ராஜ்குமார்,என்.டி.,தெறி, திணை வெளியீட்டகம், குமரி மாவட்டம், முதல் பதிப்பு, 1997.
50. வினையன், எச்சிக்கொள்ளி, நீலம் வெளியீடு, சென்னை, முதல் பதிப்பு, 2022.
51. வெட்சி (தமிழகத் தலித் ஆக்கங்கள்), பரிசல் புத்தக நிலையம், சென்னை, முதல் பதிப்பு, 2009.
52. ஜீவானந்தம்,ஆ.,தமிழில் தலித் இலக்கியம், தி பார்க்கர், சென்னை, முதல் பதிப்பு, 2002
53. ஸ்டாலின் ராஜாங்கம், பெயரழிந்த வரலாறு: அயோத்திதாசரும் அவர்கால ஆளுமைகளும், காலச்சுவடு பதிப்பகம், நாகர்கோவில், முதல் பதிப்பு, 2019.

நீங்கள் விரும்பும் புத்தகம் உங்கள்
வீடு தேடி வர அழையுங்கள்

Dial for Books

94459 01234 | 9445 97 97 97

WhatsApp No: 95000 45609

dialforbooks.in | amazon.in | flipkart.com

K i z h a k k u T o d a y . i n

ஒரு புதிய இணைய இதழ்